എലനി

ബിന്ദു പി. മേനോൻ

പാലക്കാട് ജില്ലയിലെ പുലാപ്പറ്റയിൽ മേനകത്ത് ശങ്കരനാരായണ ന്റേയും, പാറംപറമ്പത്ത് ശാന്തകുമാരിയുടേയും മകളായി ജനനം. പഠനം കഴിഞ്ഞ് ബെംഗളൂരുവിൽ വിവരസാങ്കേതിക മേഖലയിലേ ക്ക് കൂടുമാറ്റം. ജോലിയോടൊപ്പം, മലയാളം ആൽബം ഗാനങ്ങൾ, കുട്ടികൾക്ക് വേണ്ടിയുള്ള അനിമേഷൻ വീഡിയോകൾ, ആനുകാ ലികങ്ങളിലും, ഓൺലൈൻ മാധ്യമങ്ങളിലുമുള്ള എഴുത്തുകൾ എ ന്നിങ്ങനെ ഭാഷയുടെ വിവിധമേഖലകളിൽ പ്രവർത്തിച്ചുവരുന്നു. "കുട്ടിത്തങ്ങൾ" എന്ന ബാലസാഹിത്യകൃതിയും, 'സൂര്യനെ തേടു ന്നവൾ' എന്ന കവിതാസമാഹാരവും പ്രസിദ്ധീകരിച്ചു.

ഭർത്താവ്: അനിൽകുമാർ വാസുദേവൻ

മക്കൾ: വൈഷ്ണവി, വൈശാഖ്

എലനി

(കൗമാരസാഹിത്യം)

ബിന്ദു പി. മേനോൻ

FEMINGO BOOKS
കോട്ടയം
2024

വില: 220 രൂപ

Elani
Bindu P. Menon

Malayalam

Published by:-
FEMINGO BOOKS
femingobooks@gmail.com
Ph: 90740 98776, 8301034604

Cover Design:
Maxlab

Printed in India
at Max

Edition:
First Editon March 2024

Price: Rs. 220
ISBN: 978-81-19940-12-7

പ്രസാധകക്കുറിപ്പ്

ഒരു ബാലസാഹിത്യ കൃതിയാണെന്നതിനേക്കാൾ ഇത് കൗമാര കാലഘട്ടത്തിലെ രണ്ടു പെൺകുട്ടികളുടെ കഥ പറയുന്ന കൃതി യാണ് അഥവാ കൗമാരസാഹിത്യ കൃതിയാണ്. മാറുന്ന ലോകത്ത്, മനുഷ്യർ വളരെ എളുപ്പത്തിൽ ഭൂഖണ്ഡാന്തര യാത്ര നടത്തുന്ന ഈ കാലഘട്ടത്തിൽ, ഭാഷയിലും കൊടുക്കൽ വാങ്ങലുകൾ സംഭ വിക്കുന്നു. ഭാഷ വികസിക്കുന്നു. പുതിയ ഭാഷകൾ പഠിക്കാൻ യുവ തലമുറയിൽ ആവേശം വർദ്ധിക്കുന്നു. പുതുതലമുറയുടെ ചിന്ത, ഒരു പത്തു വർഷം മുൻപു നമുക്കു ചിന്തിക്കാൻ സാധിക്കുന്നതാ യിരുന്നില്ല. അവർ മാറുകയാണ്. അവർക്കൊപ്പം മുതിർന്നവരും കൂടെ ഓടിയെത്തണം. നമ്മുടെ കുട്ടികൾ മിടുക്കരാണ്. അവരെ ക്കുറിച്ചാണ് ഈ പുസ്തകം. ഇത് കുട്ടികൾക്കു വേണ്ടി, മാതാപി താക്കൾക്കു വേണ്ടി ഞങ്ങൾ പ്രസിദ്ധീകരിക്കുന്നു.

ദുർഗ മനോജ്
ഫെമിൻഗോ ബുക്സ്

ഇത് ഇനിയും മരിക്കാത്ത മനുഷ്യനന്മയുടെ കഥ....

നവയുഗ സാങ്കേതികവിദ്യകളിലൂടെ കൂടുതൽ കർമനിരതരാവുന്നവരുടെ കഥ... സർഗാത്മകതക്ക് പുതിയ മാനങ്ങൾ തേടുന്നവരുടെയും നിശ്ശബ്ദതയിലൂടെ വാചാലരാവുന്നരുടെയും കഥ...

വെല്ലുവിളികൾക്കെതിരെ പൊരുതി ജീവിക്കുന്നവരുടെയും, സൗഹൃദങ്ങളുടെ നിർവചനങ്ങളെ തിരുത്തിയെഴുതുന്നവരുടെയും കഥ...

ആത്യന്തികമായി രണ്ടുപെൺകുട്ടികളുടെ കഥ!

ബിന്ദു പി. മേനോൻ

1

വർണ്ണങ്ങളുടെയും, വിസ്മയങ്ങളുടെയും ലോകമായിരുന്നു അവൾക്ക് മുന്നിൽ. വെളിച്ചക്കാഴ്ചകളുടെ മായാലോകം. ലോകത്തിലെ ഏറ്റവും മികച്ച നഗരങ്ങളിലൊന്നായ ദുബായിലെ കണ്ണഞ്ചിപ്പിക്കുന്ന കാഴ്ചകളിലേക്ക് അന്നവൾ അത്ഭുതത്തോടെ മിഴി നീട്ടി. ആഡംബരപൂർണ്ണമായ ഹോട്ടലിന്റെ ജനാലയിലൂടെ ദൂരെ അംബരചുംബിയായ ബുർജ് ഖലീഫയുടെ പ്രൗഢഗാംഭീര്യത്തെ ചൈതന്യ ഹരികൃഷ്ണൻ കൗതുകത്തോടെ നോക്കിനിന്നു. അവൾക്ക് പുറകിൽ പാട്ടും, പൊട്ടിച്ചിരികളും, വർത്തമാനങ്ങളും തകർക്കുന്നു. ഓർമവെച്ച നാൾ മുതൽ കണ്ടുവളർന്ന രംഗങ്ങളാണത്; കേട്ടുതഴമ്പിച്ച തമാശപ്പടക്കങ്ങളും, പഴയ സിനിമാഗാനങ്ങളുടെ ഈരടികളുമെല്ലാം കൂടിച്ചേർന്ന സൗഹൃദസംഗമങ്ങൾ, ആഘോഷരാവുകൾ.

പക്ഷേ, ഇന്ന് ഈ ആഘോഷങ്ങൾക്ക് ഒരു പരിസമാപ്തിയുടെ വിഷാദഛായ കൂടിയുണ്ട്. നീണ്ട പതിമൂന്ന് വർഷങ്ങളുടെ ദുബായ് ജീവിതത്തിന് ശേഷം ചിത്തു എന്ന ചൈതന്യ ഹരികൃഷ്ണനും, അവളുടെ അമ്മ ലക്ഷ്മി ഹരികൃഷ്ണനും തിരിച്ച് നാട്ടിലേക്ക് പോവുകയാണ്. സാധാരണപോലെയുള്ള ഒരു മാസത്തെ അവധിക്കാല യാത്രയല്ല, ദുബായ് ജീവിതത്തോട് വിടപറയുകയാണ്. അവരുടെ ദുബായ് വീട്ടിലെ സാധനസാമഗ്രികൾ രാവിലെ തന്നെ കാർഗോ സർവീസിൽ നാട്ടിലേക്ക് പാക്ക് ചെയ്ത് വിട്ടുകഴിഞ്ഞു. ഇനി കൂടെക്കൊണ്ടുപോകാൻ കുറച്ചുപെട്ടികളും, മനസ്സു നിറയെ ഓർമകളും മാത്രം.

പുറകിലൂടെ ഒരു കൈ തന്നെ ചുറ്റിപ്പിടിച്ചപ്പോഴാണ് ചിത്തു സ്ഥലകാലബോധത്തിലേക്ക് തിരിച്ചുവന്നത്. "എന്താ മോളേ കുറെ നേരമായല്ലോ ബുർജ്ഖലീഫയെ നോക്കിനിൽക്കുന്നു? നീ ദുബായ് വിട്ടുപോകുന്നതിൽ പുള്ളിക്കാരൻ സങ്കടത്തിലാണോ?" ഒരു കുസൃ

തിച്ചിരിയോടെ ഹരികൃഷ്ണൻ ചോദിച്ചു.

'അച്ഛാ... പ്ളീസ് ഡോണ്ട് ജോക്ക്.. എനിക്കിപ്പോ ചിരിക്കാനൊരു മൂഡില്ല.'

'മോളെ.. നീ സീരിയസ് ആണല്ലോ...' ഹരി വീണ്ടും ചിരിച്ചു.

ചിത്തു ഒന്നും മിണ്ടാതെ അച്ഛനെ കെട്ടിപ്പിടിച്ച്, അച്ഛന്റെ നെഞ്ചിലെ ചൂടിൽ മുഖമമർത്തി ദുബായ് നഗരത്തിന്റെ വർണ്ണങ്ങളിലേക്ക് കൺപായിച്ചു.

ഹരി മകളുടെ മുടിയിഴകളിലൂടെ തലോടി, അവളുടെ മനസ്സറിയാൻ ഹരിക്ക് ബുദ്ധിമുട്ടൊന്നുമില്ലായിരുന്നു. ദുബായ് നഗരത്തിന്റെ ഹൃദയത്തുടിപ്പുകളിലേക്ക് പിറന്നുവീണ്, ഈ ആഢംബരനഗരിയിൽ വളർന്നുവന്ന ചിത്തുവിന് ഇന്ന് വേർപാടിന്റെ ഏകാന്തത അനുഭവപ്പെടുന്നുവെങ്കിൽ അത് തികച്ചും സ്വാഭാവികം.

ഹരി ചിത്തുവിനെ ഒന്നുകൂടി ചേർത്തുനിർത്തി.

'മോളേ....'

'എന്താ അച്ഛാ?'

'ഹു ആർ യൂ?'

'ഐ ആം ചൈതന്യ ഹരികൃഷ്ണൻ.'

'ഹു ഈസ് ചൈതന്യ ഹരികൃഷ്ണൻ?'

'എ ബ്രേവ് ഗേൾ.'

'ഉറപ്പല്ലേ?'

'യെസ് അച്ഛാ...'

'ഗ്രേറ്റ്, ദാസ്റ്റ് മൈ ഗേൾ...'.

ഹരി മകളുടെ നെറ്റിയിൽ വാത്സല്യത്തോടെ ചുംബിച്ചു.

'വാ.. നമുക്കിറങ്ങാറായി.'

ഹരി ചിത്തുവിനേയും ചേർത്തു പിടിച്ചുകൊണ്ട് സുഹൃത്തുക്കൾക്കരികിലേക്ക് നടന്നു..

'ഇനി ചിത്തുവിന്റെ ഒരു പാട്ടും കൂടി കേട്ട് നമുക്ക് പാർട്ടി അവസാനിപ്പിച്ചാലോ?'

കൈയ്യടികളോടെ അവർ പാട്ടുപാടാനായി ചിത്തുവിനെ പ്രോത്സാഹിപ്പിച്ചു. പാട്ടുപാടാനുള്ള മൂഡിലല്ലല്ലോ ഞാൻ എന്ന് മനസ്സിലോർത്ത് ചിത്തു അച്ഛനെ ദുഃഖത്തോടെ നോക്കി. ആ നോട്ടത്തിന്റെ അർത്ഥം മനസ്സിലാക്കാൻ ഹരിക്ക് നിമിഷാർദ്ധം മതിയായിരുന്നു. ഹരി ഓടിവന്ന് അവളുടെ ഉള്ളിലെ വിഷാദത്തെയെടുത്ത് ദൂരേക്കെറിയുന്ന പോലെ ആ ചുമലുകളിൽ പിടിച്ച് മൃദുവായി കുലുക്കി കൊണ്ട് പറഞ്ഞു....

എലനി ▸▸

'ചിയറപ്പ് മൈ ഡാർലിങ്...'

ചിത്തു തന്റെ മനോഹരമായ ആലാപനശൈലിയിൽ പാടിത്തുടങ്ങി. അവളുടെ ക്ലാസ്സിൽ കൂട്ടുകാരും, അദ്ധ്യാപകരും നൽകിയ സെൻഡ്-ഓഫ് പാർട്ടിയിൽ സുഹൃത്തുക്കൾക്കുവേണ്ടി ചിത്തു എഴുതിയ വരികൾക്ക് ചിത്തു തന്നെ സംഗീതം നൽകി ആലപിച്ച ഒരു ചെറിയ ഗാനമായിരുന്നു അത്. ദുബായ് നഗരത്തിനെയും, കൂട്ടുകാരെയും വേർപിരിയുന്നുവെങ്കിലും പുതിയൊരു ജീവിതത്തിലേക്ക് പ്രതീക്ഷയോടെ കാൽവയ്ക്കുന്നുവെന്ന അർത്ഥവ്യാപ്തിയുള്ള വരികൾ.

ഹരിയുടേയും ലക്ഷ്മിയുടേയും സുഹൃത്തുക്കൾ ചിത്തുവിന്റെ പാട്ടിൽ ലയിച്ച് അവളെ സാകൂതം നോക്കിയിരുന്നു. തിളങ്ങുന്ന കണ്ണുകളും, പ്രായത്തിലും കൂടുതൽ പക്വതയുമുള്ള പതിമൂന്നുകാരി. അന്വേഷണകുതുകി, ബുദ്ധികൂർമതയുള്ളവൾ. ഒരു വലിയ അന്താരാഷ്ട്രാ കോർപ്പറേറ്റ് കമ്പനിയുടെ മാർക്കറ്റിങ് വിഭാഗത്തിന്റെ തലവനായ ഹരികൃഷ്ണന്റെയും, ഹോംമേക്കർ ലക്ഷ്മി ഹരികൃഷ്ണന്റേയും ഏകമകൾ; ചിത്തു എന്ന ചെല്ലപ്പേരുകാരി; കാഴ്ചയിലും സുന്ദരി. നീണ്ടുകൊലുന്നനെയുള്ള ശരീരപ്രകൃതിയും, ഇരുനിറവും, ചുരുണ്ടമുടിയുമുള്ള മലയാളിത്തം തുളുമ്പുന്ന ആകാരഭംഗി. മലയാളം ഭംഗിയായി എഴുതാനും, വായിക്കാനും, സംസാരിക്കാനും ചിത്തുവിനറിയാമായിരുന്നു. അതിലവളുടെ ഗുരു അവളുടെ അമ്മ തന്നെ. കൂടാതെ, നല്ല വായനാശീലവും. അതൊരുപക്ഷേ ഹരിയിൽ നിന്ന് കിട്ടിയതാവണം. ജോലിയുടെ ഭാഗമായി എവിടെ പോയാലും അവിടെയുള്ള പ്രധാനപ്പെട്ട ബുക്ക് സ്റ്റാളുകൾ സന്ദർശിക്കുക ഹരിയുടെ സ്ഥിരം പതിവാണ്. തനിക്കിഷ്ടപ്പെട്ട പുസ്തകങ്ങൾ വാങ്ങുന്നതിനോടൊപ്പം മകളുടെ ഇഷ്ടങ്ങൾക്കനുസരിച്ച് പുസ്തകങ്ങൾ വാങ്ങാനും ഹരി മറക്കാറില്ല. ഓരോ യാത്ര കഴിഞ്ഞു തിരിച്ചു വീട്ടിലെത്തുമ്പോഴും ചോക്കളേറ്റ് പെട്ടികളേക്കാൾ ചിത്തു കാത്തിരുന്നത് പുസ്തകങ്ങൾക്ക് വേണ്ടിയായിരുന്നു. അത് കൈയ്യിൽ കിട്ടുമ്പോഴുള്ള അവളുടെ സന്തോഷവും, പുസ്തകം തുറന്ന് അതിന്റെ പുതുമണം ആർത്തിയോടെ ആസ്വദിക്കുന്ന അവളുടെ കുട്ടിത്തവും ഹരിക്ക് എത്രകണ്ടാലും മതിവരാത്ത കാഴ്ചകളായിരുന്നു.

എംബിഎ പഠനം കഴിഞ്ഞതും ദുബായിലേക്ക് ചേക്കേറിയ തൃശൂർക്കാരനാണ് ഹരികൃഷ്ണൻ. സ്വന്തം കഴിവും, ബുദ്ധിയും കൊണ്ട് ഔദ്യോഗിക ജീവിതത്തിൽ ഉയരങ്ങളിലേക്ക് കുതിച്ച കഠി

നാധ്വാനി. ശക്തമായ മാർക്കറ്റിങ് തന്ത്രങ്ങൾ മെനഞ്ഞു ബിസിനസ്സ് സ്ഥാപനങ്ങളെ അന്താരാഷ്ട്ര തലങ്ങളിലേക്കെത്തിക്കുന്ന നവയുഗ കോർപ്പറേറ്റ് ചാണക്യൻ. ആറ് മാസം മുൻപാണ് ഒരു ആഗോള കോർപ്പറേറ്റ് ഭീമൻ ഹരിയെ വലിയ വിലയ്ക്ക് കൊത്തിയെടുത്തത്. ഹരിക്കും ആ ജോലി വലിയ സാധ്യതകളാണ് തുറന്നിട്ടത്. ബിസിനസ് ലോകത്തുള്ള തന്റെ കഴിവുകളെ ലോകം ശ്രദ്ധിക്കപ്പെടുന്ന തലത്തിലേക്ക് ഉയർത്തുവാനുള്ള ഒരു സുവർണ്ണാവസരം കൂടിയായിരുന്നു അത്. മാത്രമല്ല, മാസശമ്പളക്കാരൻ എന്ന നിലയിൽ നിന്നും ഡയറക്ടർ ബോർഡ് അംഗത്വത്തിലേക്കുള്ള ഉയർച്ചയും.

അത്രയും വലിയൊരു ഉദ്യോഗക്കയറ്റം സ്വീകരിക്കുന്നതിന് ഹരിയുടെ മുന്നിൽ ഒരേയൊരു ആശങ്ക മാത്രമേ ഉണ്ടായിരുന്നുള്ളൂ.... അത് തന്റെ ജീവന്റെ ഭാഗമായ ഭാര്യയെയും മകളെയും കുറിച്ചായിരുന്നു. അവർക്ക് ബുദ്ധിമുട്ടുണ്ടാക്കുന്ന ഒന്നും ചെയ്യാൻ ഹരി ഒരുക്കമല്ല. എത്ര വലിയ പദവിയും അവർക്കുവേണ്ടി ഉപേക്ഷിക്കാനും ഹരിക്ക് മടിയില്ല. അതുകൊണ്ടുതന്നെ ആ ആഗോളഭീമൻ കമ്പനി വാഗ്ദാനം ചെയ്ത ജോലിയുടെ അവസാനവട്ട ഇന്റർവ്യൂവിലും ഗംഭീരമായി വിജയിച്ച ഹരി ജോലി സ്വീകരിക്കുന്നതിന് മുൻപ് ഒരാവശ്യം മാത്രമേ ഉന്നയിച്ചുള്ളൂ; തനിക്ക് ഭാര്യയോടും, പതിമൂന്ന് വയസ്സുകാരി മകളോടും അഭിപ്രായം ചോദിക്കണമെന്ന ആവശ്യം.

അമേരിക്കൻ കമ്പനി ഹരിയ്ക്ക് വാഗ്ദാനം ചെയ്ത ജോലിയെക്കുറിച്ചും, അതിന്റെ സാമ്പത്തികനേട്ടങ്ങളടക്കമുള്ള മോഹിപ്പിക്കുന്ന സാധ്യതകളെക്കുറിച്ചുമെല്ലാം മനസ്സിലാക്കിയപ്പോൾ ലക്ഷ്മിക്കും ഹരി ഈ ജോലി സ്വീകരിക്കണമെന്ന് തന്നെയായിരുന്നു ആഗ്രഹം. പക്ഷേ, ലക്ഷ്മിയുടെ ആത്മവിശ്വാസം തകർന്നു പോയത് ഒരു കാര്യത്തിൽ മാത്രമാണ്. ഈ ജോലിയിൽ ഹരിക്ക് ദുബായ് ഓഫീസിൽ മാത്രമിരുന്ന് ജോലിചെയ്യാനാവില്ല. ആഴ്ചകളോളമോ, ചിലപ്പോൾ മാസങ്ങൾ തന്നെയോ ദുബായിൽ നിന്ന് വിട്ടുനിൽക്കേണ്ടിവരും. എല്ലാ ലോകരാജ്യങ്ങളിലും ഓഫിസുകളുള്ള ആ വമ്പൻ കമ്പനിയുടെ മാർക്കറ്റിങ് വിഭാഗത്തിന്റെ ചുക്കാൻ പിടിക്കുക അത്ര എളുപ്പമുള്ള കാര്യമായിരുന്നില്ല. ലക്ഷ്മിക്കാണെങ്കിൽ ദുബായിൽ പതിനാറു വർഷത്തോളം ജീവിച്ചിട്ടും അടുക്കളക്കാര്യങ്ങളൊഴിച്ച് മറ്റൊന്നും തനിയെ നോക്കിനടത്താനുള്ള പ്രാപ്തിയുമുണ്ടായിരുന്നില്ല. തൃശൂരിലെ ഒരു ഗ്രാമാന്തരീക്ഷത്തിന്റെ എല്ലാ നൈർമല്യവും ഇന്നും ജീവിതത്തിൽ കൂടെക്കൊണ്ടുനടക്കുന്ന നിഷ്കളങ്കയാണ് ലക്ഷ്മി. ഒരുപക്ഷേ,, എത്ര ജോലിത്തിരക്കാണെങ്കിലും ഹരി ഭാ

ര്യയുടെ കാര്യങ്ങൾക്ക് കണിശമായി സമയം മാറ്റിവെച്ചത് കൊണ്ടുമാകാം ലക്ഷ്മി ഇന്നും സ്വന്തം കാലിൽ നിൽക്കാൻ പഠിക്കാതിരുന്നത്. ജോലിക്കാര്യങ്ങൾക്ക് വേണ്ടി മൂന്ന് നാല് ദിവസങ്ങളൊക്കെ ഹരി വീട് വിട്ട് നിന്നാൽ ലക്ഷ്മിക്കത് പ്രശ്നമായിരുന്നില്ല. പക്ഷേ, ആഴ്ചകളോളം ഹരി കൂടെയില്ലാതെ വരുന്ന അവസ്ഥ ലക്ഷ്മിക്ക് ചിന്തിക്കാവുന്നതിലും അപ്പുറമായിരുന്നു.

ആ സമയത്താണ് ചിത്തുവിന്റെ സമയോചിതമായ ഇടപെടൽ ഹരിയേയും, ലക്ഷ്മിയേയും ഒരുപോലെ അമ്പരപ്പിച്ചു കളഞ്ഞത്. അവൾ അമ്മയോട് ഒരുപാട് നേരം സംസാരിച്ചു. നമുക്ക് നമ്മുടെ കാര്യങ്ങൾ തനിച്ചു ചെയ്യാൻ ആത്മവിശ്വാസമില്ല എന്ന ഒരൊറ്റ കാരണത്താൽ ഇത്രയും നല്ലൊരു ജോലി അച്ഛന് സ്വീകരിക്കാൻ സാധിക്കാതെയാവരുതെന്ന് അവൾ ആത്മാർത്ഥമായി അമ്മയെ പറഞ്ഞു മനസ്സിലാക്കി. ഇത്രകാലവും നമുക്ക് വേണ്ടി ഓടിനടന്ന അച്ഛന് ഇനി നമ്മളാവണം ഏറ്റവും വലിയ പിന്തുണയെന്ന് ചിത്തു പറഞ്ഞപ്പോൾ ആ കുഞ്ഞു മനസ്സിന്റെ പക്വതക്കും, കാര്യബോധത്തിനും മുന്നിൽ ലക്ഷ്മി ആദ്യമായി മാറിച്ചിന്തിച്ചു തുടങ്ങി. മകളും ഭാര്യയും തമ്മിലുള്ള സംഭാഷണങ്ങൾ നിശബ്ദമായും, അത്യന്തം കൗതുകത്തോടെയും ഹരി കേട്ടിരുന്നു.

അങ്ങനെ ചിത്തുവിന്റെയും, ലക്ഷ്മിയുടേയും പരിപൂർണ്ണ പിന്തുണയിൽ ഹരികൃഷ്ണൻ പുതിയ ജോലിയാരംഭിച്ചു. പ്രതീക്ഷിച്ച പോലെ തന്നെ നിരന്തരമുള്ള യാത്രകൾ കാരണം ഹരിക്ക് പഴയ പോലെ കുടുംബവുമായി സമയം ചിലവഴിക്കാൻ പറ്റാതായി. ആഴ്ചകളോളം ഹരി വീട്ടിൽ നിന്ന് മാറിനിൽക്കുമ്പോഴും ചിത്തുവിന്റെ ആത്മവിശ്വാസം ലക്ഷ്മിക്ക് ധൈര്യമായി. തന്റെ പതിമൂന്ന് വയസ്സുകാരി മകളാണ് ഈ ജോലി ഏറ്റെടുക്കാനുള്ള പ്രചോദനമെന്ന് ഹരി കമ്പനിയുടെ ബോർഡ് മീറ്റിങ്ങിൽ വരെ തുറന്ന് പറഞ്ഞപ്പോൾ ചൈതന്യ ഹരികൃഷ്ണൻ അവളറിയാതെ തന്നെ ഒരു താരമാവുകയായിരുന്നു.

ദിവസങ്ങളും, ആഴ്ചകളും കണ്ണടച്ചു തുറക്കുന്ന വേഗതയിൽ നീങ്ങിക്കൊണ്ടിരുന്നു. എന്നാൽ ആ വേഗതക്കൊരു സ്പീഡ് ബ്രേക്കറായത് ഒരു ദിവസം രാവിലെ നാട്ടിൽ നിന്ന് വന്നൊരു ഫോൺ കാളാണ്. ഹരിയുടെ അമ്മ, ചിത്തുവിന്റെ അച്ഛമ്മ കാലുതെന്നി വീണെന്നും, ഹോസ്പിറ്റലിൽ അഡ്മിറ്റ് ചെയ്തിരിക്കുന്നു എന്നുമുള്ള വാർത്ത. ചിത്തുവിന് വർഷാന്ത്യ പരീക്ഷ നടന്നുകൊണ്ടിരിക്കുകയായിരുന്നതിനാൽ അവർക്ക് പെട്ടെന്ന് നാട്ടിലേക്ക് പോകാനും

പറ്റാതായി. സിങ്കപ്പൂർ ഓഫീസിലായിരുന്ന ഹരി പെട്ടെന്ന് തന്നെ കേരളത്തിലേക്ക് തിരിച്ചു.

ആശുപത്രിയിൽ ഹരി എത്തിയ അന്നുതന്നെ അമ്മയുടെ ഓപ്പറേഷൻ നടന്നു. അമ്മയ്ക്ക് വയസ്സ് അറുപത്തഞ്ചേ ഉള്ളൂ എങ്കിലും ഡയബെറ്റിക്സും, രക്തസമ്മർദ്ദവുമെല്ലാം മൂർദ്ധന്യാവസ്ഥയിൽ ആയിരുന്നതുകൊണ്ട് ഓപ്പറേഷൻ കഴിഞ്ഞതോടെ ആരോഗ്യസ്ഥിതി കൂടുതൽ മോശമായി. ആരെങ്കിലും സ്ഥിരമായി കൂടെയില്ലെങ്കിൽ അമ്മയ്ക്ക് ശാരീരികമായും, മാനസികമായും ഒരു തിരിച്ചുവരവ് അസാധ്യമാകുമെന്ന് ഡോക്ടർമാരും വിധിയെഴുതി. പുതിയ ജോലിക്കും, അമ്മയുടെ ഈ ആരോഗ്യസ്ഥിതിക്കുമിടയിൽ ഹരി ഒരു തീരുമാനമെടുക്കാനാവാതെ കുഴങ്ങി. ഭാര്യയെയും, മകളെയും പോലെ തന്നെ ഹരിയുടെ ജീവിതത്തിലെ ശക്തമായ സാന്നിധ്യമാണ് അമ്മ വിമലയും.

ചെറുപ്രായത്തിലേ അച്ഛൻ മരിച്ചുപോയ ഹരിയെ സ്കൂൾ അദ്ധ്യാപികയായിരുന്ന വിമല ഏറെ ബുദ്ധിമുട്ടുകൾ സഹിച്ചാണ് വളർത്തിയത്. സ്നേഹനിധിയായ അമ്മയുടെ ഈ ദൈന്യാവസ്ഥയിൽ അവരെ വിട്ടുപോകാൻ ഹരിയുടെ മനസ്സനുവദിച്ചില്ല. അമ്മയുടെ കാര്യങ്ങൾ നോക്കുന്നതിന് വേണ്ടി പുതിയ ജോലി ഉപേക്ഷിക്കാൻ പോലും ഹരി ഒരുക്കമായിരുന്നു.

ആ സമയത്തും ചിത്തുവിന്റെ സമയോചിതമായ ഇടപെടൽ തന്നെയാണ് ഹരിക്ക് താങ്ങായത്.

ചിത്തുവിന്റെ തീരുമാനം ദൃഢമായിരുന്നു.

എന്തുചെയ്യണമെന്ന് എത്തും പിടിയും കിട്ടാതെയിരുന്ന ലക്ഷ്മിയെ സമാധാനിപ്പിച്ചുകൊണ്ട് ചിത്തു പറഞ്ഞു.

'അമ്മേ.. ഈ അവസ്ഥയിൽ അച്ഛമ്മയുടെ കൂടെ അച്ഛൻ കൂടുതൽ ദിവസങ്ങൾ ചിലവഴിച്ചാൽ അത് അച്ഛന്റെ ജോലിയെ ബാധിക്കും. നമുക്ക് നാട്ടിലേക്ക് പോകാം... അടുത്ത മൂന്ന് വർഷം ഞാൻ അവിടത്തെ സ്കൂളിൽ പഠിച്ചോളാം.'

ചിത്തുവിന്റെ ഉറച്ച സ്വരത്തിലുള്ള തീരുമാനം കേട്ട് വിശ്വസിക്കാനാവാതെ ലക്ഷ്മി അവളെ രൂക്ഷമായി നോക്കി....

'മോളെ... എന്താണീ പറയുന്നത്? നീ അടുത്ത വർഷം ഹൈസ്കൂളിലേക്കാണ്. പെട്ടെന്നൊരു സ്കൂൾ മാറ്റം നിന്റെ പഠിത്തത്തെ ബാധിക്കും. ഇത്രയും കാലം ക്ലാസിൽ ഫസ്റ്റ് ആയ നിന്റെ പഠിത്തം മോശമാകുന്നത് എനിക്ക് സഹിക്കാൻ പറ്റില്ല.'

'അമ്മേ.. ഞാൻ ക്ലാസ്സിൽ ഫസ്റ്റ് ആകുന്നതാണോ, അച്ഛമ്മയുടെ

ആരോഗ്യമാണോ വലുത്?'

ഈ ചോദ്യം ചോദിച്ച് തന്റെ മുഖത്തേക്ക് നിഷ്കളങ്കമായി നോക്കിയിരിക്കുന്ന ചിത്തുവിന്റെ കണ്ണുകളെ നേരിടാൻ ലക്ഷ്മി ആ സമയത്ത് ഏറെ പാടുപെട്ടു.

പിന്നീടെല്ലാം പെട്ടെന്നായിരുന്നു. കുറച്ചു ദിവസത്തേക്ക് അമ്മയ്ക്കരികിൽ നല്ലൊരു ഹോംനേഴ്സിനെ ഏർപ്പാടാക്കി ഹരി ദുബായിലേക്ക് വന്നു. ചിത്തുവിന്റെ സ്കൂളിൽ വിവരമറിയിച്ചു. നാട്ടിലെ നല്ലൊരു സ്കൂളിൽ അവൾക്ക് അഡ്മിഷൻ ശരിയാക്കി. ആ ദിവസങ്ങൾക്കുള്ളിൽ ചിത്തുവിന്റെ ദുബായ് സ്കൂളിലെ വർഷാന്ത്യ പരീക്ഷകളും കഴിഞ്ഞു.

കാറിൽ എയർപോർട്ടിലേക്കുള്ള യാത്രയിൽ മൂന്നുപേരും പതിവിനു വിപരീതമായി നിശബ്ദരായിരുന്നു... സ്വന്തം ലോകങ്ങളിലായിരുന്നു. റോഡിനിരുവശവുമുള്ള വൈദ്യുതിക്കാലുകളിൽ നിന്നും പുറകോട്ടു മറയുന്ന വെളിച്ചത്തുള്ളികൾ ദുബായ് നഗരത്തിന്റെ കണ്ണുനീരെന്ന് തോന്നിയത് ചിത്തുവിന് മാത്രമോ?

2

തൃശൂർ നഗരത്തിൽ നിന്നും അധികം ദൂരെയല്ലാതെ ഇന്നും പഴമയുടെ തലയെടുപ്പോടെ നിൽക്കുന്ന വീടാണ് മംഗലപ്പാടം തറവാട്. ഹരികൃഷ്ണന്റെ മുത്തച്ഛന്റെ കാലംവരെ പ്രാമാണിത്വം വിട്ടുകൊടുക്കാതെ ജീവിച്ചിരുന്ന ദേശത്തെ പ്രധാനതറവാടുകളിലൊന്നായിരുന്നു അവരുടേത്. കണ്ണെത്താദൂരത്തോളമുള്ള പാടശേഖരങ്ങൾക്ക് നടുവിൽ, ശീലക്കുടയും, കട്ടിക്കണ്ണടയുമായി ഗൗരവഭാവത്തോടെ നിൽക്കുന്ന ആ മുത്തച്ഛന്റെ ഛായാചിത്രം ഇന്നും ആ വീടിന്റെ പൂമുഖത്ത് പ്രതാപകാലത്തിന്റെ ഓർമയായി നിലകൊള്ളുന്നു.

എന്നാൽ മുത്തച്ഛന്റെ കാലശേഷം ഹരികൃഷ്ണന്റെ അച്ഛൻ മംഗലപ്പാടത്ത് ഭാസ്കരൻ നായർ ഭരണകാര്യങ്ങൾ ഏറ്റെടുത്തതോടുകൂടി കാര്യങ്ങൾ കൈവിട്ടുപോയിത്തുടങ്ങി. രാഷ്ട്രീയമായിരുന്നു അദ്ദേഹത്തിന്റ തട്ടകം. സ്ഥലത്തെ പേരുകേട്ട സാമൂഹ്യനേതാവുമായിരുന്നു ഭാസ്കരൻ നായർ. എന്നാൽ രാഷ്ട്രീയത്തിലെ കുരുക്കുകൾക്കും കുതികാൽവെട്ടുകൾക്കുമിടയിൽ ഭാസ്കരൻ നായർക്ക് അധികകാലം പിടിച്ചുനിൽക്കാനായില്ല. തിരഞ്ഞെടുപ്പുകളിൽ മത്സരിക്കുകയും, തന്റെ വിജയത്തിനായി അദ്ദേഹം പണം വാരിയെറി

യുകയും ചെയ്തു. അതിനൊക്കെ വേണ്ടി ഭൂമിയും, വസ്തുവക കളും മുൻപിൻ നോക്കാതെ കിട്ടിയ വിലയ്ക്ക് വിറ്റു. നാൽപ്പതാം വയസ്സിൽ ഹൃദ്രോഗബാധിതനായി മരണത്തിന് കീഴടങ്ങും വരെയും അദ്ദേഹം നാട്ടിലെ ജനസമ്മതനായ നേതാവായി ജീവിച്ചെങ്കിലും പാരമ്പര്യമായി കിട്ടിയ വസ്തുവകകൾ നിലനിർത്തുന്നതിലും, സ്വന്തം കുടുംബത്തിന്റെ ഉത്തരവാദിത്വങ്ങൾ ഏറ്റെടുക്കുന്നതിലും അദ്ദേഹം പരാജയപ്പെട്ടു.

ഹരിക്ക് പത്തുവയസ്സുള്ളപ്പോഴാണ് അച്ഛൻ മരിച്ചത്. അച്ഛന്റെ മരണശേഷം അമ്മയ്ക്ക് ലഭിച്ചത് ആ വലിയ വീടും, കുറെ കടബാധ്യതകളും മാത്രമായിരുന്നു. നോക്കിനടത്താൻ ഏറെ ബുദ്ധിമുട്ടുള്ള മംഗലപ്പാടം തറവാട് വിറ്റ്, ആ പണത്തിൽനിന്നും ചെറിയ തുകയ്ക്കൊരു വീടുവാങ്ങി, ബാക്കി പണം ബാങ്കിലുമിട്ട് സമാധാനമായി ജീവിക്കാൻ പലരും വിമലടീച്ചറെ ഉപദേശിച്ചു. പക്ഷേ, വിമലടീച്ചർക്ക് തന്റേതായ തീരുമാനങ്ങളുണ്ടായിരുന്നു. അദ്ധ്യാപികയായിരുന്ന അവർ തന്റെ ലളിതമായ ജീവിതശൈലികളിലൂടെയും, സമ്പാദ്യപദ്ധതികളിലൂടെയും കാര്യങ്ങൾ നോക്കിത്തുടങ്ങി. ഒരു നൂറ്റാണ്ടിലധികം പഴക്കമുള്ള മംഗലപ്പാടം തറവാട് കാത്തുസൂക്ഷിക്കുക എന്നത് സ്വന്തം ഉത്തരവാദിത്വമായി ഏറ്റെടുത്തു. അനാവശ്യസംസാരങ്ങളോ, പൊങ്ങച്ചം പറച്ചിലുകളോ ഇല്ലാതെ തന്റേതായ ഉറച്ചതീരുമാനങ്ങളിലൂടെ ജീവിതം കെട്ടിപ്പടുത്ത ആ വിമലടീച്ചറുടെ മകന് കുട്ടിക്കാലത്തുതന്നെ തന്റെ ജീവിതം എങ്ങനെയാവണം എന്നതിനെക്കുറിച്ച് വ്യക്തമായ ധാരണയുണ്ടായിരുന്നു. ആർക്കുവേണ്ടിയും കാത്തുനിൽക്കാത്ത സമയത്തിന്റെ വിലയെക്കുറിച്ചുള്ള ആദ്യപാഠങ്ങൾ മകൻ പഠിച്ചത് അമ്മയിൽ നിന്നുതന്നെയായിരുന്നു.

'അച്ഛാ, എവിടെത്തി നമ്മൾ?'

കാറിന്റെ പിൻസീറ്റിൽ അച്ഛന്റെ ചുമലിൽ തലചായ്ച്ചിരുന്ന ചിത്തു പെട്ടെന്ന് ചാടിയെഴുന്നേറ്റു.

'ദാ.. ഇനിയൊരു പതിനഞ്ചു മിനിറ്റ് കൂടി...വീട്ടിലെത്തി ഒന്ന് ഫ്രഷ് ആയിട്ട് നമുക്ക് അച്ഛമ്മയെ കാണാൻ ഹോസ്പിറ്റലിലേക്ക് പോകാം. വീട്ടിൽ നിന്റെ നാണിമുത്തി നല്ല മീൻകറിയും, ചെമ്മീൻ ച്ചമ്മന്തിയും റെഡിയാക്കി കാത്തിരിക്കുന്നുണ്ടാവും.' നാണിമുത്തിയുടെ ചെമ്മീൻചമ്മന്തിയുടെ സ്വാദോർത്തപ്പോൾ ചിത്തുവിന് പെട്ടെന്ന് വിശപ്പിന്റെ വിളി സഹിക്കാൻ വയ്യാതായി.

വിമലടീച്ചറുടെ സന്തതസഹചാരിയാണ് നാരായണിയമ്മയെന്ന ചിത്തുവിന്റെ നാണിമുത്തി. വിമലടീച്ചർ പഠിപ്പിച്ചിരുന്ന സ്കൂളിലെ

ഉച്ചഭക്ഷണപ്പുരയിൽ പണ്ട് നാരായണിയമ്മക്കൊരു ജോലി ശരിയാക്കികൊടുത്തത് ടീച്ചർ തന്നെയാണ്. നാരായണിയമ്മക്ക് മക്കളില്ല. ഭർത്താവുകൂടി അകാലത്തിൽ മരണപ്പെട്ടതോടുകൂടി നാരായണിയമ്മയെ ടീച്ചർ കൂടെക്കൂട്ടി. ഹരിക്ക് ദുബായിൽ ജോലി കിട്ടിയപ്പോൾ അമ്മയുടെ കൂടെ നാരായണിയമ്മ ഉണ്ടല്ലോ എന്നതായിരുന്നു ഏറ്റവും വലിയ സമാധാനം. ഇന്ന് നാരായണിയമ്മക്കും പ്രായത്തിന്റെ ക്ഷീണം ബാധിച്ചിരിക്കുന്നു. വീട്ടിലും, തൊടിയിലുമെല്ലാം ഒരുപോലെ ഓടിനടന്ന് ജോലിചെയ്തിരുന്ന നാരായണിയമ്മ ഇപ്പോൾ അടുക്കളയിൽ മാത്രമായൊതുങ്ങി. എന്നാലോ അവരുടെ കൈപ്പുണ്യത്തിന് മാത്രം ഒരു കോട്ടവും തട്ടിയിട്ടില്ല. മുളകുടച്ചൊരു പുളിവെള്ളം ഉണ്ടാക്കിയാൽ പോലും അതിനൊരു പ്രത്യേകസ്വാദാണ്.

കാർ വീടിന്റെ ഗേറ്റിനടുത്തെത്തിയപ്പോൾ നാരായണിയമ്മ ഗേറ്റ് തുറക്കാൻ മുറ്റത്തേക്കോടി വന്നു. ചിത്തു വേഗംതന്നെ കാറിൽ നിന്നും ചാടിയിറങ്ങി ഗേറ്റ് തുറന്ന് നാണിമുത്തിയുടെ അടുത്തേക്കോടി. നാണിമുത്തി സ്നേഹത്തോടെ ചിത്തുവിനെ കെട്ടിപ്പിടിച്ചുമ്മവെച്ചു. അടുക്കളയിൽ നിന്നും നാണിമുത്തിയുടെ സ്പെഷ്യൽ മീൻകറിയുടെ മണം വരാന്തയും കടന്ന് മുറ്റത്തെത്തിയിരുന്നു...

'ആഹാ എന്റെ ഫേവറൈറ്റ് മീൻ കറിയുടെ മണം?'

ഇതും പറഞ്ഞു ചിത്തു അടുക്കളയിലേക്കൊരോട്ടം. കാറിൽ നിന്നുമിറങ്ങി വന്ന ലക്ഷ്മി തമാശയോടെ പറഞ്ഞു...

'ഇവളാദ്യമായാണോ മീൻകറി കാണുന്നത്?'

നാണിമുത്തിയുടെ സ്വാദിഷ്ടമായ ഭക്ഷണം ചിത്തു മനസ്സുനിറയെ കഴിച്ചു. മുറ്റത്തും തൊടിയിലുമെല്ലാമവൾ ഓടിനടന്നു. നാണിമുത്തിയുടെ കുറിഞ്ഞിപ്പൂച്ചയെ മടിയിലെടുത്തുവെച്ചു ലാളിച്ചു. എത്ര പെട്ടെന്നാണ് ചിത്തു ദുബായ്ക്കുട്ടിയിൽ നിന്നും മംഗലപ്പാടം വീടിന്റെ സ്വന്തം ചിത്തുകുട്ടിയായതെന്ന് ഹരി അത്ഭുതത്തോടെ ഓർത്തു. ഹരിക്ക് ആശ്വാസമായിരുന്നു, എങ്കിലും തന്റെ അഭിമാനമായ 'ദ ബ്രേവ് ആൻഡ് ബ്രില്യന്റ് ചൈതന്യ ഹരികൃഷ്ണൻ' തറവാട്ടു വീട്ടിലെ നാടൻ അന്തരീക്ഷത്തിൽ നിഷ്കളങ്കയായ ഒരു പാവം കുട്ടിയായിപ്പോകുമോ എന്നൊരു ആശങ്കയും ഇല്ലാതിരുന്നില്ല.

അതോർത്തിട്ടെന്നോണം ഹരി ചോദിച്ചു, 'മോളെ, നീ നിന്റെ ബുക്സ് എല്ലാം എവിടെയാണ് സെറ്റ് ചെയ്യാൻ പോകുന്നത്?'

'അച്ഛാ, ഞാനൊരു ഉഗ്രൻ സ്ഥലം കണ്ടു പിടിച്ചിട്ടുണ്ട്. മുകളിൽ വല്യമുത്തശ്ശന്റെ മുറി. അവിടെ ആ ബുക്ക് ഷെൽഫിൽ എത്ര പഴയ

പുസ്തകങ്ങളാണ് അടുക്കി വെച്ചിരിക്കുന്നത്! അവിടെ മുഴുവൻ പുസ്തകങ്ങളുടെ മണമാണ്. ഐ ജസ്റ്റ് ലൗവ്ഡ് ഇറ്റ്.'

ഹരി പെട്ടെന്ന് കസേരയിൽ നിന്നും ചാടിയെഴുന്നേറ്റു. 'വാ... നമുക്ക് വല്യമുത്തശ്ശന്റെ ബുക്ക് ഷെൽഫ് ഒന്ന് തപ്പാം.. അച്ഛൻ നല്ല വായനാശീലമുള്ള ആളായിരുന്നു. എത്ര പുസ്തകങ്ങളാണ് അച്ഛൻ തേടിപ്പിടിച്ചു വായിച്ചിരുന്നത്! ഇപ്പോൾ കണ്ടുകിട്ടാൻ സാധ്യതയില്ലാത്ത അമൂല്യങ്ങളായ ഒരുപാട് പുസ്തകങ്ങളുണ്ട് അവിടെ. നിനക്ക് വായിക്കാൻ പറ്റിയ ചിലത് ഞാൻ സെലക്ട് ചെയ്തു തരാം.'

നാണിമുത്തിയും, കുറിഞ്ഞിപ്പൂച്ചയും, വീടും, തൊടിയുമൊക്കെയായി തന്റെ മകളുടെ ലോകം ചുരുങ്ങിപ്പോകുമോ എന്ന് ഒരു നിമിഷം ചിന്തിച്ചുപോയ ഹരി പെട്ടെന്ന് ചിത്തുവിനെ തിരികെക്കിട്ടിയപോലെയൊരു സന്തോഷത്തിൽ അവളെയും കൊണ്ട് മുകളിലെ മുറിയിലേക്ക് പോയി. അലമാരയുടെ താക്കോൽ വിമലടീച്ചർ ഭദ്രമായി ഒരിടത്ത് സൂക്ഷിച്ചുവെച്ചിരുന്നു. ഹരി പുസ്തകങ്ങളിൽ ചിലതെടുത്ത് മറിച്ചുനോക്കി. തന്റെ ടീനേജ് കാലത്ത് ആ പുസ്തകങ്ങളിൽ പലതും ആർത്തിപിടിച്ചു വായിച്ച ഓർമകളിലേക്ക് ഹരിയുടെ മനസ്സ് ഊളിയിട്ടു. പുതിയൊരു ലോകം തനിക്ക് മുന്നിൽ തുറന്നുകിട്ടിയ അത്ഭുതത്തോടെ ചിത്തുവും പുസ്തകങ്ങളിലൂടെ കണ്ണോടിച്ചു.

'ആഹാ.. അച്ഛനും മോളും ഇവിടെയായിരുന്നോ?'

ലക്ഷ്മി അവരെ അന്വേഷിച്ചു നടക്കുകയായിരുന്നു.

'ഈ മുറി ആരും ഉപയോഗിക്കാറില്ല മോളെ.. ആകെ പൊടിപിടിച്ചിരിക്കുന്നു. വാ... താഴേക്ക് പോകാം. ഇവിടെ അധികം നിന്നാൽ കുറച്ചു കഴിയുമ്പോ നീ തുമ്മാൻ തുടങ്ങും.'

3

ഒരാഴ്ചകൂടി അമ്മയുടെ കൂടെ ഹോസ്പിറ്റലിൽ ചെലവഴിച്ച ശേഷം ഹരികൃഷ്ണൻ തിരിച്ച് സിംഗപ്പൂരിലേക്ക് പോയി. പോകുന്നതിന് മുൻപ് വിമലടീച്ചർക്ക് ഏറ്റവും നല്ല ചികിത്സയും, സൗകര്യങ്ങളും ഉറപ്പാക്കുകയും ചെയ്തു. മാത്രമല്ല, ഹരിയുടെയും, ലക്ഷ്മിയുടെയും, ചിത്തുവിന്റെയും സാമിപ്യം ടീച്ചറിന് മാനസികമായി നല്ലൊരുന്മേഷം നൽകി. രക്തസമ്മർദ്ദവും, പ്രമേഹവും കുറഞ്ഞു. കുറച്ചുദിവസം കൂടി ആശുപത്രിവാസം വേണമെങ്കിലും അസുഖ

ത്തിൽനിന്നുമുള്ള തിരിച്ചുവരവ് കൂടുതൽ വേഗത്തിലായിത്തുടങ്ങി.

ഹരി സിംഗപ്പൂരിലേക്ക് മടങ്ങിയതിന് ശേഷം ആശുപത്രിയിൽ പകൽസമയം ലക്ഷ്മിയും, രാത്രി ഹോംനേഴ്സും ടീച്ചറിന് കൂട്ടായി. വൈകിട്ട് സ്കൂൾ വിട്ടുവന്നു കഴിഞ്ഞാൽ ചിത്തു കുറച്ചുസമയം അച്ഛമ്മയുടെ കൂടെയിരിക്കാൻ ആശുപത്രിയിലെത്തും. ബാക്കിസമയം അവൾ വീട്ടിൽ അവളുടേതായ ലോകത്ത് വിഹരിച്ചു.

ഓർമവെച്ചനാൾ മുതൽ രാവിലെ ഉണർന്ന് രാത്രി ഉറങ്ങുംവരെയും അമ്മയുടെ സാന്നിധ്യം അവളുടെ കൂടെയുണ്ടായിരുന്നു. സ്കൂൾ വാനിൽ കയറ്റിവിടാനും, തിരിച്ചുവരുമ്പോൾ വാനിൽ നിന്നും ഇറക്കികൊണ്ടുവരാനും എത്ര തിരക്കിനിടയിലും ലക്ഷ്മി സമയം കണ്ടെത്തുമായിരുന്നു. ഇതൊക്കെ ഞാൻ തന്നെ ചെയ്തോളാം എന്ന് ചിത്തു വാശിപിടിച്ചാലും ലക്ഷ്മി ചിത്തുവിനെ തനിയെ വിടില്ല. 'കാര്യങ്ങൾ തന്നെ ചെയ്യാറാകുമ്പോൾ ഞാൻ പറയാം..'

'അങ്ങനെയാണെങ്കിൽ പത്താം ക്ലാസ് കഴിഞ്ഞാൽ ഞാൻ ഹോസ്റ്റലിൽ പോയിനിൽക്കും.' ചിത്തുവും വിട്ടുകൊടുക്കില്ല...

'മോളേ... ദുബായിലെ ഹോസ്റ്റൽ വേണ്ട.. നമുക്ക് ഓസ്ട്രേലിയയിൽ നല്ലൊരു യൂനിവേഴ്സിറ്റി നോക്കാം..' ലക്ഷ്മിയെ ശുണ്ഠിപിടിപ്പിക്കാൻ വേണ്ടി മാത്രമായി ഹരി ഓരോ ഡയലോഗ് ഇട്ടുകൊടുക്കും.

'ഒരച്ഛനും, മോളും.. ചക്കിക്കൊത്ത ചങ്കരൻ...'

ലക്ഷ്മി രണ്ടുപേരുടേയും ചെവിക്ക് പിടിച്ചുതിരിച്ച് അടുക്കളയിലേക്കൊരു പോക്കുണ്ട്... ഇങ്ങനെ അമ്മയുടെയും, മോളുടെയും സൗന്ദര്യപ്പിണക്കങ്ങൾ ആസ്വദിക്കുക ഹരിയുടെയൊരു നേരംപോക്കായിരുന്നു.

പക്ഷേ, ഇപ്പോൾ ജീവിതത്തിലാദ്യമായി ചിത്തുവിന്റെ ജീവിതത്തിൽ കാര്യങ്ങൾ മാറിമറിഞ്ഞു തുടങ്ങി. പകൽ സമയം മുഴുവൻ ലക്ഷ്മി, വിമലടീച്ചറുടെ ആരോഗ്യകാര്യങ്ങൾക്കായി മാറ്റിവെച്ചു. രാവിലെ ചിത്തു സ്കൂളിലേക്ക് പോകുന്നതിനുമുൻപുതന്നെ ലക്ഷ്മി കുളിച്ചു റെഡിയായി അമ്മയ്ക്കുള്ള പ്രാതലുമെടുത്ത് ആശുപത്രിയിലേക്ക് പോകും. ചിത്തുവിന് സ്കൂളിലേക്കുള്ളത് കൂടി ഒരുക്കിവെച്ചിട്ടാണ് ലക്ഷ്മി പോകുന്നത്. രാവിലെ പ്രാതൽ കഴിക്കാൻ മടിയുള്ള ചിത്തുവിന്റെ ആഹാരകാര്യങ്ങൾ അവളുടെ നാണിമുത്തി ശ്രദ്ധിക്കുമെന്നതാണ് ലക്ഷ്മിയുടെ ആശ്വാസം.

അത്രയുംകാലം അമ്മയുടെ ടൈംടേബിളുകളിൽ നിന്ന് കടുകിട

മാറാതെ ജീവിച്ച ചിത്തുവിന് മംഗലപ്പാടം വീട്ടിലെ ചുറ്റുപാടുകളും, സാഹചര്യങ്ങളുമെല്ലാം ഒരുപാട് പുതിയ അനുഭവങ്ങൾ നൽകി. ദുബായിലെ വീട്ടിൽ ചിത്തുവിന് തനിയെ ചെയ്യാൻപറ്റുന്ന കാര്യങ്ങൾ പോലും അവളെക്കൊണ്ട് ചെയ്യിക്കാതിരുന്ന ലക്ഷ്മിക്ക് ഇപ്പോൾ ചിത്തുവിന്റെ കാര്യങ്ങൾക്കൊന്നും സമയമില്ലാതായി. ചിത്തുവിന്റെ കാര്യങ്ങൾ നോക്കാൻ നേരമില്ലാതെയുള്ള ലക്ഷ്മിയുടെ ഓട്ടപ്പാച്ചിലുകൾ നൽകിയ നിഗൂഢാനന്ദം അടക്കിപ്പിടിച്ചൊരു ചിരിയിലൂടെ ചിത്തു ആസ്വദിച്ചു.

ചിത്തു കാലത്തുണരുന്ന നേരം മുതൽ തന്റെ കാര്യങ്ങൾ സ്വയം ചിട്ടപ്പെടുത്തിതുടങ്ങി. എല്ലാ കാര്യങ്ങളും കൃത്യമായി ഓർമിപ്പിക്കാനും, പുറകെ നടക്കാനും അമ്മയ്ക്ക് സമയമില്ല എന്നത് ചിത്തുവിനെ കുറേക്കൂടി ഉത്തരവാദിത്വബോധമുള്ളവളാക്കി. നീണ്ടുചുരുണ്ട മുടി തനിയെ ചീകി പിന്നിക്കെട്ടാൻ മാത്രമാണ് അവളിത്തിരി പണിപ്പെട്ടത്. സ്കൂൾ ബാഗും, ലഞ്ച് ബോക്സുമെല്ലാമെടുത്ത് വീട്ടിൽ നിന്നും ഒരു പത്തുമിനിറ്റ് നടന്ന് ബസ്സ്റ്റോപ്പിലെത്തി സ്കൂൾ ബസ്സിനു വേണ്ടി ഒറ്റയ്ക്ക് കാത്തുനിൽക്കുമ്പോൾ ചൈതന്യ ഹരികൃഷ്ണന്റെ പുതിയൊരു വേർഷൻ അവിടെ റിലീസ് ചെയ്യപ്പെടുകയായിരുന്നു. അവളത് സ്വയം അറിയുകയായിരുന്നു, ആസ്വദിക്കുകയായിരുന്നു.

സിംഗപ്പൂർ ഓഫീസിലാണെങ്കിലും ചിത്തുവിന്റെയും, ലക്ഷ്മിയുടെയും, അച്ഛമ്മയുടെയും, നാണിമുത്തിയുടെയും കൂടെ ഹരിയുടെ സാന്നിധ്യം എപ്പോഴുമുണ്ടായിരുന്നു. ടെക്സ്റ്റ് ആൻഡ് വോയിസ് മെസ്സേജുകളിലൂടെയും, ഒന്നോ രണ്ടോ മിനിറ്റ് ദൈർഘ്യം മാത്രമുള്ള ഫോൺ വിളികളിലൂടെയും ഹരി വീടുമായി നിരന്തരം ബന്ധപ്പെട്ടുകൊണ്ടിരുന്നു. ഈ തിരക്കുകൾക്കും, യാത്രകൾക്കുമെല്ലാമിടയിലും വീട്ടിലെ ഓരോ കാര്യങ്ങൾക്കും അച്ഛൻ സമയം കണ്ടെത്തുന്നത് ചിത്തുവിനെ അതിശയിപ്പിച്ചു. ആർക്കുവേണ്ടിയും കാത്തുനിൽക്കാത്ത സമയത്തിന്റെ വിലയെക്കുറിച്ചുള്ള ആദ്യപാഠങ്ങൾ അച്ഛമ്മയിൽ നിന്നും കുട്ടിക്കാലത്ത് തന്നെ അച്ഛൻ പഠിച്ചതുകൊണ്ടാവാം.

എല്ലാദിവസവും വൈകിട്ട് ചിത്തുവിന്റെ ഹോംവർക്കുകൾ കഴിയുന്ന സമയമാകുമ്പോൾ ഹരി മകളെ വീഡിയോ കാളിൽ വിളിക്കും. ലക്ഷ്മിയുടെ തിരക്കുകൾ നല്ലപോലെ അറിയുന്ന ഹരിക്ക് ചിത്തുവിന്റെ ജീവിതത്തിൽ അവളുടെ അമ്മയുടെ സാന്നിധ്യക്കുറവ് ഒരു വിഷമമാകരുത് എന്ന് നിർബന്ധമുണ്ടായിരുന്നു. അതുകൊണ്ടുതന്നെ

ഹരിയുടെ ടൈം ഷെഡ്യൂളിൽ ഇന്ത്യൻ സമയം എട്ടു മണി മുതൽ ഒൻപത് മണിവരെ ബോൾഡ് ലെറ്റേഴ്സിൽ രേഖപ്പെടുത്തിയിരുന്ന ആക്ടിവിറ്റിയുടെ ഹെഡിങ് ചൈതന്യ ഹരികൃഷ്ണൻ എന്നായിരുന്നു. ചിലപ്പോൾ ചില അത്യാവശ്യഘട്ടങ്ങളിൽ ഹരിക്ക് ചിത്തുവിനെ വിളിക്കാൻ സാധിക്കാതെ വരികയാണെങ്കിൽ അതും മകളെ നേരത്തെതന്നെ കൃത്യമായി അറിയിക്കും.

ചിത്തുവിന്റെ ജീവിതത്തിൽ അമ്മയുടെ ഇടപെടലുകളില്ലാതെ അച്ഛനുമായി മാത്രമുള്ള ഇത്രയും ദീർഘമായ സംസാരങ്ങൾ ആദ്യമായിട്ടാണ്. ആ സമയത്ത് അവർക്കിടയിൽ വീട്ടുകാര്യങ്ങളും, ബന്ധുക്കളുമൊന്നുമില്ല.. അച്ഛൻ പുസ്തകങ്ങളെക്കുറിച്ചും, സിനിമകളെക്കുറിച്ചും സംസാരിച്ചു. ചിത്തുവിന് സ്വന്തമായി മൊബൈലും, ലാപ്ടോപ്പും, ഇന്റർനെറ്റ് കണക്ഷനുമെല്ലാം കൊടുത്തതിൽ ലക്ഷ്മി അതൃപ്തി പ്രകടിപ്പിച്ചിരുന്നെങ്കിലും ഹരി വളരെ സൗമ്യമായി ലക്ഷ്മിയെ പറഞ്ഞുമനസ്സിലാക്കി. പ്രായത്തിൽ കൂടുതൽ പക്വതയുള്ള ചിത്തുവിന് വേണ്ടതും, വേണ്ടാത്തതും മനസ്സിലാക്കാനുള്ള കാര്യഗൗരവം ഉണ്ടെന്ന് ഹരിക്കറിയാം. അച്ഛനും അമ്മയുമായി മനസ്സ് തുറന്ന് ആശയവിനിമയം നടത്താനുള്ള സ്വാതന്ത്ര്യവും ചിത്തുവിനെന്നുമുണ്ട്.

വീട്ടിൽ അവളുടെ വിരസസമയങ്ങൾക്ക് പരിഹാരമെന്നോണം നിരവധി നല്ല ലോകോത്തര സിനിമകളും, സീരീസുകളും അച്ഛൻ അവൾക്ക് നിർദേശിച്ചു. വിഷൽമീഡിയ രണ്ടുപേർക്കും ഏറെ പ്രിയപ്പെട്ടതായിരുന്നു. കോളേജ് കാലത്ത് ഹരി സംവിധാനം ചെയ്ത് അന്നത്തെ ടെലിവിഷൻ ചാനലുകളിൽ ടെലികാസ്റ്റ് ചെയ്ത ചില ഡോക്യുമെന്ററികളെ കുറിച്ച് പറഞ്ഞപ്പോൾ ചിത്തു ആ ഡോക്യുമെന്ററികൾ കാണണമെന്ന് നിർബന്ധം പിടിച്ചു. മകൾക്ക് വേണ്ടി ഹരി അതെല്ലാം അതാത് ചാനലുകളുമായി ബന്ധപ്പെട്ട് അവരുടെ പഴയ ഡാറ്റാബേസുകളിൽ നിന്നും കുറച്ചു മിനക്കെട്ടിട്ടാണെങ്കിലും ഫയലുകൾ എടുപ്പിച്ച് മകൾക്ക് ഷെയർ ചെയ്തു. ആ ഡോക്യുമെന്ററികൾ കണ്ടതിനുശേഷം അതിനെക്കുറിച്ചുള്ള ചിത്തുവിന്റെ ആഴത്തിലുള്ള ചില നിരീക്ഷണങ്ങളും, അഭിപ്രായങ്ങളും ഹരിയെ ഇരുത്തിചിന്തിപ്പിച്ചു.

4

നഗരത്തിന്റെ ഹൃദയഭാഗത്തു തന്നെയാണ് വിദ്യാദീപ് ഇന്റർനാഷണൽ സ്കൂളിന്റെ സ്ഥാനം. അക്കാഡമിക് തലത്തിലും, കലാ

-സാംസ്കാരിക മേഖലകളിലും ഉന്നത നിലവാരം പുലർത്തുന്ന സ്കൂളുകളിലൊന്ന്. കേരളത്തിന്റെ സാംസ്കാരിക തലസ്ഥാനമായ തൃശൂരിന്റെ മേളപ്പെരുമകൾ വിദ്യാദീപിലും അലയടിച്ചിരുന്നു. സംസ്ഥാന-ദേശീയ തലങ്ങൾക്ക് പുറമെ അന്തർദ്ദേശീയ കലാമേളകളിലേയ്ക്ക് പോലും കഴിവുള്ള കുട്ടികളെ പങ്കെടുപ്പിക്കുന്നതിൽ വിദ്യാദീപ് സ്കൂൾ മാനേജ്മെന്റും, അദ്ധ്യാപകരും, രക്ഷിതാക്കളും ഒറ്റക്കെട്ടായി നിന്നു.

വിദ്യാദീപ് സ്കൂളിലെ ആദ്യനാളുകളിൽ പലപ്പോഴും ചിത്തുവിന്റെ മനസ്സിലേക്ക് ദുബായിലെ സ്കൂളും, കൂട്ടുകാരും ഓർമകളുടെ നെടുവീർപ്പുകളായെത്തി. അവിടെ വിവിധ രാജ്യങ്ങളിൽ നിന്നുള്ളവരായിരുന്നു അവളുടെ കൂട്ടുകാർ. സംസ്കാരത്തിലും, കാഴ്ചയിലുമെല്ലാം വൈവിധ്യം നിറഞ്ഞു നിന്നിരുന്നെങ്കിലും പരസ്പരധാരണയുടെ ശക്തമായ നൂലിഴകൾ അവരെ ചേർത്തുനിർത്തിയിരുന്നു. ആധുനികതയും, ആഡംബരവും കൈകോർക്കുന്ന ദുബായ് നഗരത്തിലായിരുന്നപ്പോഴും ലക്ഷ്മി തന്റെ പൂരനഗരിയായ തൃശൂരിലെ നാടൻമട്ടുകളൊന്നും കൈവിട്ടിരുന്നില്ല.

'വടക്കും നാഥാ സർവ്വം നടത്തും നാഥാ...' ഈ ഗാനം കേട്ടാണ് ചിത്തുവിന്റെ ദുബായ് വീട്ടിൽ സൂര്യനുദിച്ചിരുന്നത്. ലക്ഷ്മിയുടെ നാടൻ രീതികൾ ചിത്തുവിനും ശീലമായിരുന്നു; അതുകൊണ്ടുതന്നെ നാട്ടിലെ സ്കൂളും, കൂട്ടുകാരുമൊക്കെയായി അവൾക്ക് പെട്ടെന്നിണങ്ങാനുമായി.

വിദ്യാദീപ് സ്കൂളിലെ ആദ്യദിനം ചിത്തു വീണ്ടുമോർത്തു. മഴയായിരുന്നു അന്ന്... തണുത്ത കാറ്റ് മുടിയിഴകളെ തഴുകികൊണ്ടിരുന്നു. 'ചിത്തൂ... ഇന്നു പുതിയ സ്ക്കൂളിൽ നിന്റെ ആദ്യ ദിവസമാണ്.' കാറ്റിനോടൊപ്പം വന്ന മഴത്തുള്ളികൾ കാതിൽ പറഞ്ഞതാണോ? മഴയും, കാറ്റും, മേഘകീറുകൾക്കിടയിലൂടെ എത്തിനോക്കുന്ന ആകാശവുമെല്ലാം ചിത്തുവിന്റെ പുതിയ സ്കൂളിലെ കാഴ്ചകൾ കാണാൻ കാത്തിരിക്കുകയായിരുന്നോ? മേഘങ്ങൾക്കിടയിൽ നിന്നും പൊട്ടിയടർന്നൊരു ഇടിമുഴക്കത്തിന്റെ മുരൾച്ച.... അത് മേലെയാകാശത്തിൽ നിന്നുതന്നെയായിരുന്നോ?

ഓർ, വാസ് ഇറ്റ് എ ന്യൂ ഹിപ് പോപ്പ് ബീറ്റ് ഇൻസൈഡ്?'

മലയാളവും, ഇംഗ്ലീഷും, ഹിന്ദിയും ഭംഗിയായി ഒരേ വഴക്കത്തോടെ സംസാരിക്കുന്ന, നല്ല പെരുമാറ്റരീതികളും, ഉയർന്ന ചിന്തകളും, പഠനമികവുമെല്ലാമുള്ള ചൈതന്യ എല്ലാവരുടേയും പ്രിയപ്പെട്ടവളാവാൻ അധികസമയം വേണ്ടിവന്നില്ല. എല്ലാവരുടേയും

ശ്രദ്ധ ക്ലാസ്സിലെ പുതിയകുട്ടിയും, മിടുക്കിയുമായ ചൈതന്യയിലേക്ക് തിരിഞ്ഞപ്പോൾ അതുവരെ ക്ലാസ്സിലെ ശ്രദ്ധാകേന്ദ്രമായിരുന്ന നീതുവിനും, അവളുടെ കൂട്ടുകാരികൾക്കും ചിത്തുവിനോട് അല്പസ്വല്പം നീരസം തോന്നിത്തുടങ്ങിയത് ചിത്തു ശ്രദ്ധിച്ചിരുന്നു.

അതുകൊണ്ട് തന്നെ, എല്ലാദിവസവും മുടങ്ങാതെ നീതുവിനോട് വളരെ സൗമ്യമായി കുറച്ചുനേരം സംസാരിക്കാൻ ചിത്തു മനഃപൂർവ്വം സമയം മാറ്റിവെച്ചു. തന്നെ പുകഴ്ത്തിപറയുന്നവർക്കിടയിൽ ഒരു ചിത്രശലഭം കണക്കെ പാറിപ്പറന്ന് നടക്കുന്നതിൽ മാത്രമായി അവളുടെ ഇഷ്ടങ്ങളും, ചിന്തകളും ഒതുങ്ങിയിരുന്നില്ല; ചുറ്റുമുള്ളവരുടെ മനോഭാവങ്ങളിലെ മാറ്റങ്ങളും, ചിലസമയത്ത് കൂട്ടുകാർക്കിടയിൽ അപ്രതീക്ഷിതമായി സംഭവിക്കുന്ന വൈകാരികമായ പൊട്ടിത്തെറികളുമെല്ലാം അവളുടെ ചിന്തകൾക്ക് പുതിയ നീരുറവകൾ നൽകി.

ഭാഷാപ്രാവീണ്യമേറെയുള്ള ചിത്തു അതാത് ഭാഷാ ഡിപ്പാർട്മെന്റുകളിൽ പെട്ടെന്നുതന്നെ സുപരിചിതയായി. ഭാഷാദ്ധ്യാപകർക്ക് അവളോടുള്ള വാത്സല്യവും ഒന്ന് വേറെതന്നെയായിരുന്നു. എന്നാൽ കണക്കിൽ അവൾ പണ്ടേ ഒരു കണക്കാണ്! അതുകൊണ്ട് തന്നെ ഗണിതശാസ്ത്ര അദ്ധ്യാപിക ദേവികമാമിനു മാത്രം ചിത്തുവിനോട് പ്രത്യേകിച്ച് ആഭിമുഖ്യമൊന്നും തോന്നിയില്ല. മാത്രമല്ല ബാക്കിയുള്ള അദ്ധ്യാപകർ ചിത്തുവിനെ ആവശ്യത്തിൽ കൂടുതൽ പ്രോത്സാഹിപ്പിക്കുകയല്ലേ എന്നൊരു സംശയം അവരുടെ സംസാരത്തിൽ പലപ്പോഴും കടന്നുവരികയും ചെയ്തു.

അലീനയും, സിദ്ധാർഥും, മീനാക്ഷിയുമെല്ലാം ചിത്തുവിന്റെ പുതിയ കൂട്ടുകാരായി. അലീനയും ദുബായിൽ തന്നെയാണ് പഠിച്ചിരുന്നത്. രണ്ടുവർഷം മുൻപാണ് അലീനയും കുടുംബവും നാട്ടിലേക്ക് തിരിച്ചുവന്നത്. അതുകൊണ്ട് തന്നെ പലപ്പൊഴും ചിത്തുവിനും അലീനക്കുമിടയിൽ ഓർമകളയവിറക്കാനുള്ള വിഷയമായി ദുബായ്. നെറ്റ്ഫ്ളിക്സ് സീരീസുകളും, ട്രാവൽ വ്ളോഗുകളും, പുതിയ സിനിമകളും, പുസ്തകങ്ങളുമെല്ലാം അവരുടെ ചർച്ചാവിഷയങ്ങളായി.

ആയിടയ്ക്കാണ് പ്രശസ്തമായ ഇന്റർനാഷണൽ സ്പീക്ക് ഈസി ക്ലബ്ബിന്റെ പ്രസംഗമത്സരത്തിലേയ്ക്ക് ചൈതന്യ നോമിനേറ്റ് ചെയ്യപ്പെട്ടത്. സ്പീക്ക് ഈസി ക്ലബ്ബിന്റെ തൃശൂരിൽ നിന്നുള്ള പ്രതിനിധിയെ സെലക്ട് ചെയ്യാനുള്ള മത്സരമായിരുന്നു അത്.

'സമകാലീനരുടെ പരസ്പരപിന്തുണ' എന്നതായിരുന്നു വിഷയം.

ഇന്നത്തെ ചിന്താവിഷയങ്ങളിൽ ഏറ്റവും ഗൗരവതരമായ ഈ വിഷ യത്തെക്കുറിച്ച് ചിത്തുവിന് വ്യക്തമായ ധാരണയുണ്ടായിരുന്നു; മാത്ര മല്ല ദുബായ് സ്കൂളിൽ ഇങ്ങനെയുള്ള എല്ലാ മത്സരങ്ങളിലും സ്ഥി രമായി പങ്കെടുത്ത ശീലവും.

എന്നിരുന്നാലും വിദ്യാദീപിൽ ആദ്യമായി ഒരു മത്സരത്തിൽ പങ്കെടുക്കുന്ന ദിവസം ചിത്തു അസ്വസ്ഥയായിരുന്നു. ആദ്യമായി തന്റെ ആത്മവിശ്വാസം ചോർന്നുപോകുന്ന പോലെ അവൾക്ക് അനു ഭവപ്പെട്ടു.

'വാട്ട് ആം ഐ മിസ്സിങ്ങ് സോ ടെറിബിളി ടുഡേ?' അവൾ സ്വയം ചോദിച്ചു.

ദുബായ് സ്കൂളിലെ അവളുടെ എല്ലാ വലിയ പരിപാടികളിലും മുൻനിരയിൽ അച്ഛനും, അമ്മയും ഉണ്ടാകുമായിരുന്നു. അവരുടെ സാന്നിധ്യം നൽകിയ ആത്മവിശ്വാസം ചെറുതല്ലായിരുന്നു താനും. എന്നാൽ ഇന്ന് പുതിയ സ്കൂളും, അന്തരീക്ഷവും, അച്ഛനുമമ്മയു ടേയും അസാന്നിധ്യവുമെല്ലാം ചിത്തുവിനെ പരിഭ്രമിപ്പിച്ചു. ഓഡി റ്റോറിയത്തിലെ സ്റ്റേജിൽ മൈക്കിന് മുന്നിൽ നിന്നപ്പോൾ ആദ്യമാ യിട്ടാണ് സദസ്യരെ അഭിമുഖീകരിക്കുന്നതെന്ന് തോന്നിപ്പോയി. എന്നാൽ അടുത്ത നിമിഷത്തിൽ, 'ഞാൻ ചൈതന്യ ഹരികൃഷ് ണൻ' എന്ന ഉറച്ചശബ്ദത്തിലുള്ള അവളുടെ ആദ്യവാചകം.... അത് അവളുടെ മനസ്സിലേക്കുതന്നെ പ്രതിധ്വനിച്ചു. ചിത്തു ആഞ്ഞൊരു ശ്വാസമെടുത്തു... അതെ, അവൾ പോലുമറിയാതെ നൊടിയിടനേരം കൊണ്ട് അവൾ ചൈതന്യ ഹരികൃഷ്ണനാവുകയായിരുന്നു, തന്റെ സ്വതസിദ്ധമായ താളം വീണ്ടെടുക്കുകയായിരുന്നു.

'വീടും, നാടും, വിദ്യാലയവുമെന്ന ചെറിയ ലോകത്തുനിന്നും ഇന്നത്തെ കുട്ടികൾ ലോകം മുഴുവൻ വിരൽത്തുമ്പിൽ എന്ന വലി യലോകത്തേക്ക് പ്രവേശിച്ചപ്പോൾ അവർ നേരിടുന്ന അപകടങ്ങളും അനവധിയാണ്. ഒരേ ക്ലാസ്സ്മുറികളിൽ ദിവസത്തിന്റെ ഒരു വലിയ ഭാഗം ഒന്നിച്ചു ചെലവഴിക്കുന്ന സഹപാഠികളിൽ നിന്നുതന്നെയാണ് പലപ്പോഴും ഇത്തരം അപകടങ്ങളുടെ തീപ്പൊരികൾ മറ്റുള്ളവരി ലേക്ക് വീഴുന്നതും. സമകാലീനരുടെ പരസ്പരധാരണ എന്ന വിഷ യത്തിന്റെ വിവിധ തലങ്ങളിലേക്ക് അവൾ കേൾവിക്കാരെ നയിച്ചു. ഇന്നത്തെ ടീനേജ് കുട്ടികളും അവരുടെ രക്ഷിതാക്കളും ഏറ്റവും കൂടുതൽ അനുഭവിക്കുന്ന പ്രശ്നമായ ഉത്തേജകവസ്തുക്കളുടെ ഉപയോഗം തന്നെയായിരുന്നു അതിൽ മുഖ്യം.

രക്ഷിതാക്കളുടെയും, അദ്ധ്യാപകരുടേയും ഉപദേശങ്ങളെക്കാൾ

കൂടുതൽ കുട്ടികളുടെ ശ്രദ്ധയാകർഷിക്കുന്നത് തന്റെ പ്രിയപ്പെട്ട കൂട്ടുകാരുടെ വാക്കുകളും, പ്രവൃത്തികളുമാണ്. ഓരോ വിദ്യാർത്ഥിയുടേയും നല്ലതും, ചീത്തയുമായ ശീലങ്ങളും, പെരുമാറ്റരീതികളും ഏറ്റവും കൂടുതൽ അടുത്തറിയുന്നതും അവരുടെ കൂട്ടുകാരല്ലാതെ മറ്റാര്? അതുകൊണ്ട് തന്നെ, ഓരോ കുട്ടിയുടേയും മാനസികവ്യാപാരങ്ങളും, അഭിനിവേശങ്ങളും അറിയുന്ന അവന്റെയോ അവളുടെയോ കൂട്ടുകാർക്കുള്ള ഉത്തരവാദിത്വങ്ങൾ ചെറുതല്ല. അവനവൻ സ്വയം ചതിക്കുഴികളിൽ വീഴാതിരിക്കുകയും, കൂടെയുള്ള സമപ്രായക്കാരെ അതിനനുവദിക്കാതിരിക്കുകയും ചെയ്യുക എന്നത് തന്നെയാണ് ഇന്നത്തെ കുട്ടികൾ പാലിക്കണ്ടതായ കാലികപ്രസക്തമായ ഏറ്റവും വലിയ ശീലം.' അവൾ പറഞ്ഞു.

സമപ്രായക്കാർ തമ്മിലുള്ള അനാരോഗ്യകരമായ മാത്സര്യബുദ്ധികളും ചൈതന്യയുടെ പ്രസംഗത്തിൽ വിഷയമായി. പാഠ്യവിഷയങ്ങളുടെ ഉള്ളടക്കത്തിനും, പ്രായോഗികതലങ്ങൾക്കും പ്രാധാന്യം നൽകാതെ എങ്ങനെയെങ്കിലും മനഃപാഠമാക്കി മറ്റുള്ളവരെക്കാൾ കൂടുതൽ മാർക്ക് വാരിക്കൂട്ടുക എന്ന രീതികളെ അവൾ തന്റേതായ ശാലീനമായ ഭാഷയിൽ വിമർശിച്ചു. ഏവരുടേയും കൺതുറപ്പിച്ച ആ പ്രസംഗം അവൾ ഉപസംഗ്രഹിച്ചപ്പോൾ നീണ്ടുനിന്ന കരഘോഷങ്ങൾക്കിടയിൽ ചൈതന്യ ഹരികൃഷ്ണൻ, വിദ്യാദീപ് സ്കൂളിൽ തന്റേതായ ഒരിടം കണ്ടെത്തുകയായിരുന്നു.

ദിവസങ്ങൾ കടന്നുപോയി.

സ്പീക്ക് ഈസി ക്ലബ്ബിലെ ഗംഭീരപ്രകടനത്തിനുശേഷം ചിത്തു ആളാകെ മാറി. അൽപ്പസ്വൽപ്പം കുസൃതിയും, കുറുമ്പുമൊക്കെയായി കൂട്ടുകാരുടെ ഇടയിൽ ഒരു ചെറിയ നേതാവായി എന്ന് പറയാം. സ്പീക്ക് ഈസി ക്ലബ്ബിനെ പ്രതിനിധീകരിച്ച് നഗരത്തിൽ തന്നെയുള്ള വേറെയും ചില പരിപാടികളിൽ ചിത്തു പങ്കെടുക്കുകയും ചെയ്തു. അതിനെല്ലാം അലീനയായിരുന്നു അവളുടെ കൂട്ട്. കഥയും, കവിതയും, പ്രസംഗവുമൊക്കെയാണ് ചിത്തുവിന്റെ പ്രിയപ്പെട്ട തട്ടകമെങ്കിലും സ്കൂളിലെ ഏറ്റവും നല്ല ഗായികയും, ചിത്തുവിന്റെ പ്രിയപ്പെട്ട കൂട്ടുകാരിയുമായ അലീന അവളെ പാട്ടിന്റെ ലോകത്തേയ്ക്ക് ക്ഷണിച്ചു.

'ചൈതന്യ... നിന്റെ ശബ്ദം എത്ര നല്ലതാണ്. നീയെന്താ പാട്ട് സീരിയസ് ആയി എടുക്കാത്തത്?'

'പാട്ടായും, കൂട്ടായും നീയില്ലേ കൂടെ..

പാട്ടിനിയെന്തിനെനിക്കു വേറെ?!'

▶▶ എലനി

നിമിഷകവി ചൈതന്യ, അലീനയെ കളിയാക്കിച്ചിരിച്ചുകൊണ്ട് നീട്ടിപ്പാടി.

'ദേ വന്നല്ലോ പാട്ട്! ലിറിക്സ്, മ്യൂസിക് ആൻഡ് സിങ്ങിഗ് ബൈ ചൈതന്യ ഹരികൃഷ്ണൻ, നൗ യു ഹാവ് നോ എസ്കേപ്പ് മൈ ഡിയർ. മര്യാദക്ക് എന്റെ കൂടെ മ്യൂസിക് ക്ലാസിൽ വരുന്നോ, ഞാൻ ബലമായി പിടിച്ചുകൊണ്ടുപോണോ?'

'ആഹാ! ഭീഷണിയാണോ?'

'ആണെങ്കിൽ?!'

'ആണെങ്കിൽ ഞാൻ വരാം!'

ചിത്തു കണ്ണിറുക്കിച്ചിരിച്ചു.

അങ്ങനെ ചിത്തു അലീനയുടെ കൂടെ സംഗീതപഠനവും ആരംഭിച്ചു.

അലീനയുടെ കൂടെയുള്ള പാട്ടുക്ലാസ്സുകൾ രസകരമായൊരു അനുഭവമായി അവൾക്ക്. അവിടെ പാട്ടിനൊപ്പം സിനിമാറ്റിക് ഡാൻസുമുണ്ടായിരുന്നു. നാട്ടിൽ വന്നതിന് ശേഷം ചിത്തുവിന്റെ ജീവിതത്തിലെ ഒരു വലിയ മാറ്റമായിരുന്നു അത്. ശനിയാഴ്ചകളിൽ പാട്ടും, ഡാൻസും, കൂട്ടുകാരുമെല്ലാമായി ചിത്തു കൂടുതൽ തിരക്കിലായി. ചില സമയത്ത് പാട്ട് ക്ലാസ് കഴിഞ്ഞു തൊട്ടടുത്തുള്ള ഷോപ്പിംഗ് മാളിൽ അത്യാവശ്യം കറക്കവും തുടങ്ങി. അങ്ങനെയൊരു ദിവസം മ്യൂസിക് ക്ലാസ്സിന് ശേഷം ചിത്തുവും കൂട്ടുകാരും ഷോപ്പിംഗ് മാളിൽ ജ്യൂസൊക്കെ കുടിച്ച് തമാശകളും പറഞ്ഞിരിക്കുമ്പോഴാണ് കുറച്ചു കോളേജ് വിദ്യാർത്ഥികൾ അവരുടെ അടുത്തേക്ക് വന്നത്.

'ഞങ്ങളിവിടെ ഒരു ഫ്ളാഷ് മോബ് നടത്താൻ പോകുന്നു. ഞങ്ങളുടെ ഡാൻസ് ട്രൂപ്പിന്റെ ഒരു പരസ്യം കൂടിയാണ്. ഗൈസ്, വുഡ് യു മൈൻഡ് ജോയ്നിങ് അസ്?'

'യെസ്, വൈ നോട്ട്?' ചിത്തുവിന്റെ പ്രതികരണം പെട്ടെന്നായിരുന്നു. കേട്ട പാതി, കേൾക്കാത്ത പാതി, അലീനയും ഉടൻ ചിത്തുവിനെ സപ്പോർട്ട് ചെയ്തു. അഞ്ചു മിനിറ്റിനുള്ളിൽ അപ്പോഴത്തെ ഒരു ട്രെൻഡിങ് ഗാനത്തിനൊപ്പം ചിത്തുവും കൂട്ടുകാരും അവരോടൊപ്പം ചുവടുവെച്ചുതുടങ്ങി. തീർത്തും അപ്രതീക്ഷിതമായി ഫ്ളാഷ് മോബ് തുടങ്ങിയതോടെ ഷോപ്പിംഗ് ചെയ്യാനെത്തിയവർ ചുറ്റും തടിച്ചുകൂടി. ഏവരുടെയും മൊബൈലുകളിലെ ക്യാമറക്കണ്ണുകൾ തുറന്നു.

വീട്ടിലെത്തിയപ്പോൾ കുറച്ചു വൈകിയെങ്കിലും ചിത്തു അമ്മ

യോട് കാര്യങ്ങളെല്ലാം തുറന്നു പറഞ്ഞു. ഫ്ളാഷ് മോബ് ചെയ്യുന്ന ചിത്തുവിന്റെ വീഡിയോ കണ്ട് ലക്ഷ്മി വിശ്വസിക്കാനാവാതെ മകളുടെ മുഖത്തേക്ക് നോക്കി.

'എന്റെ സാരിത്തുമ്പിൽ നിന്നും നീ എത്ര ദൂരത്തെത്തി മോളെ?' അതായിരുന്നില്ലേ ലക്ഷ്മിയുടെ മുഖഭാവത്തിൽ നിന്നും ചിത്തു വായിച്ചെടുത്തത്?

അന്ന് വൈകുന്നേരത്തെ വീഡിയോ കാളിൽ ലക്ഷ്മി ഹരിയോട് പകുതി കളിയായും പകുതി കാര്യത്തിലും പറയുകയും ചെയ്തു. 'ഹരീ...ഹരീടെ മോൾ ആളൊക്കെ മാറീട്ടോ... ഇന്ന് ഷോപ്പിംഗ് മാളിൽ ഫ്ളാഷ് മോബോക്കെ നടത്തിയിരിക്കുന്നു.'

ചിത്തു പറയുംമുൻപേ ലക്ഷ്മി കാര്യം അവതരിപ്പിച്ചപ്പോൾ ചിത്തു അച്ഛനെ ഇടംകണ്ണിട്ടു നോക്കി... ഇല്ല... അച്ഛൻ സ്വതസിദ്ധമായ പുഞ്ചിരിയോടെ ചിത്തുവിന്റെ വേർഷൻകൂടി കേൾക്കാൻ റെഡി ആയി ഇരിക്കുന്നു.

വൈകുന്നേരങ്ങളിലുള്ള അച്ഛന്റെയും മോളുടെയും വീഡിയോ കാൾ സമയങ്ങൾ അനുസ്യൂതം നടന്നു. താൻ ജനിച്ചു വളർന്ന നാടിനെ മകളും മനസ്സോടു ചേർത്തുവെക്കുന്നത് ഹരിക്കും അത്രമേൽ സന്തോഷകരമായ കാഴ്ചയായിരുന്നു. ചിത്തുവിന്റെ സംസാരത്തിൽ തൃശൂർ സ്ലാങ് കൂടിക്കൂടി വരുന്നത് കേൾക്കാൻ തന്നെയെന്തൊരു ചേല്!

ചിത്തുവിന് അവളുടെ അച്ഛനിൽ നിന്ന് ഒളിച്ചുവയ്ക്കാൻ ഒന്നുമില്ലായിരുന്നു. ചിത്തുവിന്റെ പുതിയ സ്കൂളും, സ്കൂളിലെ വർത്തമാനങ്ങളുമെല്ലാം ഹരി കൗതുകത്തോടെ കേട്ടിരുന്നു. അതിനിടയിൽ ആവശ്യമെങ്കിൽ മാത്രം ചില ഉപദേശങ്ങൾ ഹരി മകൾക്ക് നൽകി. അതെല്ലാം ചിത്തു തികഞ്ഞ ഗൗരവത്തോടെ സ്വീകരിക്കുകയും, അനുസരിക്കുകയും ചെയ്തു.

5

'നാണിയമ്മേ.... വേണ്ടാ...ഇന്നലത്തെ മഴയിൽ അവിടെ മുഴുവൻ ചെളി കെട്ടിനിൽക്കുന്നു. ഇങ്ങോട്ടു പോരൂ.. ഇതിപ്പോ പാത്രത്തിൽ കൊണ്ടുപോകാനല്ലേ ഉള്ളൂ.'

'അതാ കുറിഞ്ഞി പടികടന്നു പോയീട്ടോ...അതിങ്ങ് വന്നോളും.. ഇനി അതിന്റെ പുറകെ പോവല്ലേ..'

'ആ കറിവേപ്പില രണ്ടെണ്ണം ഒടിച്ചോളൂ...'

രാവിലെ ഉറക്കമുണർന്ന് മുകളിൽ നിന്ന് പടികളിറങ്ങി വരുമ്പോൾ ചിത്തുവിന്റെ കാതുകളിൽ അമ്മയുടെ ശബ്ദം ഉയർന്നു കേട്ടുതുടങ്ങി. വയ്യാത്ത കാലുംവെച്ച് പറമ്പിൽ വാഴയില മുറിക്കാൻ പോയ നാണിമുത്തിയെ തിരിച്ചുവിളിക്കുന്ന യജ്ഞത്തിലാണ് അമ്മ. നാണിമുത്തിയാണെങ്കിൽ കേട്ടഭാവം നടിക്കുന്നുമില്ല. ഇല മുറിച്ചിട്ടുതന്നെ കാര്യമെന്നും പറഞ്ഞു കുറച്ചുദൂരെ വലിയൊരു കത്തിയുമായി വാഴച്ചുവട്ടിൽ നിൽക്കുന്നു.

'ഈ നാണിയമ്മ എന്തെങ്കിലുമൊക്കെ വരുത്തിവയ്ക്കും..'

നാണിമുത്തിയോട് പറഞ്ഞിട്ട് കാര്യമില്ലെന്ന് കണ്ടതോടെ അമ്മ ആത്മഗതത്തിലേക്ക് ചുവടുമാറ്റി. അച്ഛമ്മയുടെ ആരോഗ്യം പോലെ ത്തന്നെ പ്രധാനമായിരുന്നു അച്ഛനും അമ്മയ്ക്കും നാണിമുത്തിയുടെ ആരോഗ്യകാര്യങ്ങളും.

'ഈയിടെയായി അമ്മയുടെ ശബ്ദത്തിന്റെ വോള്യം കുറച്ചു കൂടിയോ?'

ചിത്തു ഒരു കുസൃതിച്ചിരിയോടെച്ചെന്ന് അമ്മയെ കെട്ടിപ്പിടിച്ചു.

'നിന്റെ നാണിമുത്തി പറഞ്ഞാൽ അനുസരിക്കാത്തതിന് ഞാനെന്തു ചെയ്യാനാ? പോരാത്തതിന് ചെവിയും കേൾക്കില്ല. ഇങ്ങനെ പോയാൽ വോള്യം ഇനീം കൂട്ടേണ്ടിവരും. നീയും ഒട്ടും മോശമല്ല... നീ നിന്റെ റൂമിൽ കേറി വാതിലടച്ചാൽ പിന്നെ വെടിപൊട്ടിയാൽ പൊഹ! എത്ര വിളിച്ചു കൂവിയാലും കേൾക്കില്ല...'

നാണിയമ്മയ്ക്കുള്ളത് അമ്മ റൂട്ട് മാറ്റി ചിത്തുവിന് കൊടുത്തു തുടങ്ങിയതോടെ ചിത്തുവും ഒന്നു മാറ്റിപ്പിടിച്ചു.

'എന്റെ ലച്ചുക്കുട്ടീ... ഞാൻ ചുമ്മാ പറഞ്ഞതല്ലേ.... യു ഹാവ് എ വെരി സ്വീറ്റ് വോയിസ്.'

ലച്ചുക്കുട്ടീ... എന്ന വിളിയിൽ അമ്മ വീഴുമെന്ന് ചിത്തുവിനറിയാം. അച്ഛൻ സ്നേഹത്തോടെ വിളിക്കുന്ന പേരാണത്.

ലക്ഷ്മി, ചിത്തുവിനെ വാരിപ്പുണർന്ന് കവിളിൽ സ്നേഹത്തോടെ ഉമ്മവെച്ചു.

ഇന്ന് അച്ഛമ്മയുടെ പിറന്നാളാണ്. പാവം, ആദ്യമായിട്ടാണ് അമ്പലത്തിൽ പോകാൻ പറ്റാതെയൊരു പിറന്നാൾ. ഹോസ്പിറ്റലിൽ ആണെങ്കിലും അച്ഛമ്മക്ക് തൂശനിലയിൽ സദ്യ വിളമ്പണം എന്ന് നാണിയമ്മയ്ക്ക് നിർബന്ധം. അതാണ് ആ വയ്യാത്ത കാലും വെച്ച് വാഴച്ചോട്ടിൽ പോയി നിൽക്കുന്നത്. രാവിലത്തെ കോലാഹലങ്ങളുടെ കാരണം അപ്പോഴാണ് ചിത്തുവിന് പിടികിട്ടിയത്.

'എന്നാൽ പിന്നെ ഞാനും ഹോസ്പിറ്റലിൽ വരാം അമ്മേ..

എനിക്ക് അച്ഛമ്മയെ നേരിട്ട് വിഷ് ചെയ്യണം.'

'എന്നാൽ വേഗം കുളിച്ചിട്ടു വരൂ... നമുക്ക് പോകാം.'

ലക്ഷ്മി തിരക്കിട്ട് അടുക്കളയിലേക്കോടി. അച്ഛമ്മക്കുള്ള സദ്യയെല്ലാം രാവിലെ തന്നെ അമ്മയും നാണിമുത്തിയും കൂടി ഒരുക്കിയിരുന്നു. എല്ലാം പാത്രങ്ങളിലാക്കി റെഡിയാക്കാൻ ചിത്തുവും കൂടെക്കൂടി. ലക്ഷ്മി വേഷമെല്ലാം മാറി വരുമ്പോഴേക്കും ചിത്തു ബാഗുകളെല്ലാം കാറിന്റെ ഡിക്കിയിൽ അടുക്കിവെച്ചു. അച്ഛമ്മയ്ക്ക് കൊടുക്കാൻ ഒരു മുണ്ടും നേര്യതും ലക്ഷ്മി തലേദിവസം തന്നെ വാങ്ങിവെച്ചിരുന്നു. അതുകൂടെയെടുത്ത് കാറിൽ വെയ്ക്കുമ്പോൾ ചിത്തു സ്വയംപറഞ്ഞു.. 'ഹൗ പ്രൊആക്ടീവ് ഷീ ഈസ്...'

നാട്ടിൽ വന്നതിന് ശേഷമുള്ള ലക്ഷ്മിയുടെ ഈ ഭാരിച്ച ഉത്തരവാദിത്വങ്ങളിൽ ചിത്തു കൂടുതൽ ഇടപെടുന്നില്ല എന്നത് അവളിൽ ചെറിയൊരു കുറ്റബോധവുമുണ്ടാക്കി. പുതിയ സ്കൂളും, കൂട്ടുകാരുമെല്ലാമായി ചിത്തു അവളുടേതായ ലോകത്തേക്ക് മാറിയിരുന്നു. ലക്ഷ്മിയാണെങ്കിൽ ചിത്തുവിനെ വീട്ടുകാര്യങ്ങൾക്കൊന്നും വിളിക്കാറുമില്ല. ചിത്തുവിന്റെ പഠനകാര്യങ്ങൾ അവൾ സ്വയം നോക്കുന്നു എന്നതുതന്നെ ലക്ഷ്മിക്ക് ഒരു വലിയ ആശ്വാസമായിരുന്നു.

കാറിൽ രണ്ടുപേരും ഹോസ്പിറ്റലിലേക്ക് തിരിച്ചു. പണ്ട് നാട്ടിൽ അവധിക്കു വരുമ്പോൾ ലക്ഷ്മി കാർ ഡ്രൈവ് ചെയ്യുകയേ ഇല്ലായിരുന്നു. ദുബായിൽ വണ്ടി ഓടിച്ചു ശീലിച്ച ലക്ഷ്മിക്ക് നാട്ടിലെ റോഡുകളിൽ ഡ്രൈവ് ചെയ്യാൻ പേടിയായിരുന്നു. പക്ഷേ, ഇപ്രാവശ്യം ഹരി എല്ലാ തിരക്കുകൾക്കിടയിലും ലക്ഷ്മിയെക്കൊണ്ട് ഡ്രൈവ് ചെയ്യിപ്പിച്ചു. ഹരി തിരിച്ചു പോകുന്നതിന് മുൻപുതന്നെ ലക്ഷ്മിക്ക് തനിയെ കാർ ഡ്രൈവ് ചെയ്യാം എന്ന ധൈര്യമായി. സാധാരണ അച്ഛമ്മക്ക് എവിടെയെങ്കിലും പോകണമെങ്കിൽ തൊട്ടടുത്തുള്ള ഒരു ചേട്ടനാണ് അച്ഛമ്മയെ കാറിൽ കൊണ്ടുപോയി കൊണ്ടുവന്നിരുന്നത്.

ഹോസ്പിറ്റലിൽ തന്റെ മുറിയിൽ അച്ഛമ്മ ലക്ഷ്മിയെ കാത്തിരിക്കുകയായിരുന്നു. ലക്ഷ്മി വന്നിട്ട് വേണം രാത്രി കൂടെ നിൽക്കുന്ന ഹോം നേഴ്സിന് വീട്ടിൽ പോകാൻ. ലക്ഷ്മിയുടെ കൂടെ ചിത്തുവിനെക്കൂടെ കണ്ടപ്പോൾ അച്ഛമ്മയുടെ മുഖത്ത് കൂടുതൽ സന്തോഷം വിടർന്നു.

ചിത്തു അച്ഛമ്മയെ കെട്ടിപ്പിടിച്ച് ബർത്ത്ഡേ വിഷ് ചെയ്തു.

വിമല ടീച്ചറിന് ഒരു ഓപ്പറേഷൻ കൂടി ആവശ്യമായത് കൊണ്ട്

ഡിസ്ചാർജ് ചെയ്യാൻ വീണ്ടും വൈകിയിരുന്നു. എന്നാൽ അന്ന് പിറന്നാൾ ദിവസം രാവിലെ ഡോക്ടർ വന്നത് ഒരു സന്തോഷവാർത്തയുമായിട്ടാണ്. അച്ഛമ്മയെ രണ്ടുദിവസം കൂടി കഴിഞ്ഞാൽ ഡിസ്ചാർജ് ചെയ്യാം എന്ന വാർത്ത! എല്ലാ ആഴ്ചയും ഒരു പ്രാവശ്യം പരിശോധനകൾക്കായി വരണമെന്നു മാത്രം.

അങ്ങനെ രണ്ടു മാസത്തോളമായുള്ള വിമലടീച്ചറിന്റെ ആശുപത്രിവാസത്തിന് അവസാനമായി. ടീച്ചർ വീട്ടിലെത്തിയതോടെ വീട്ടിൽ അവരെ കാണാൻ വരുന്നവരുടെ തിരക്കായി. അതോടുകൂടി ലക്ഷ്മിയുടെ തിരക്കുകൾ വീണ്ടും കൂടി.

അച്ഛമ്മയെ കാണാൻ വരുന്നവരെ സ്വീകരിക്കുക എന്നത് ലക്ഷ്മിക്ക് വലിയൊരു ജോലിയായിരുന്നു. അച്ഛമ്മയാണെങ്കിലോ തന്റെ അസുഖവിവരങ്ങൾ അന്വേഷിക്കാൻ വരുന്നവരെയെല്ലാം കാര്യമായെന്തെങ്കിലും കഴിപ്പിച്ചേ വിടുകയുമുള്ളൂ... നാണിമുത്തി കൂടെയുണ്ടെങ്കിലും എല്ലാം നോക്കിനടത്തേണ്ടത് ലക്ഷ്മിയുടെ ജോലി തന്നെ. അച്ഛമ്മയെക്കൊണ്ട് കൃത്യമായി മരുന്നുകഴിപ്പിക്കുക, മരുന്നുകൾ വാങ്ങിക്കൊണ്ടുവരിക, ആശുപത്രിയിൽ ചെക്കപ്പിന് കൊണ്ടുപോവുക എന്നിങ്ങനെ പോകുന്നു ലക്ഷ്മിയുടെ ദിനചര്യകൾ. ഹോസ്പിറ്റലിൽ ഡോക്ടർമാരോട് കൃത്യമായ മെഡിക്കൽ ടേംസിൽ അമ്മ സംസാരിക്കുന്നതാണ് ചിത്തുവിനെ ഏറ്റവും കൂടുതൽ അതിശയിപ്പിച്ചത്. അമ്മ ഇതൊക്കെ എപ്പോ പഠിച്ചു! ഇതിനെല്ലാം പുറമെ വീട്ടിലെ തൊടിയിൽ അച്ഛമ്മയുടെ കൃഷിപ്പണികളുടെ മേൽനോട്ടം നടത്തുക എന്ന ഉത്തരവാദിത്വവും ലക്ഷ്മി ഏറ്റെടുത്തു. ജൈവവളം മാത്രമിട്ട് തനിമയാർന്ന പച്ചക്കറികൾ വിളയിക്കുക എന്നതായിരുന്നു അച്ഛമ്മയുടെ രീതി. ഓർഗാനിക് ഫാമിങ്ങ് ലക്ഷ്മിയും ഇഷ്ടപ്പെട്ടുതുടങ്ങി.

'അമ്മ ഇത്രക്കും സ്മാർട്ട് ആയ ഒരു ലേഡി ആയിരുന്നോ?' ലക്ഷ്മിയുടെ കാര്യഗൗരവത്തോടെയുള്ള ഓട്ടപ്പാച്ചിലുകൾ ചിത്തുവിനെ ചിന്തിപ്പിച്ചു. ദുബായിൽ അച്ഛന്റെ തണലിൽ അടുക്കളകാര്യങ്ങളും, ചിത്തുവിന്റെ കാര്യങ്ങളും മാത്രം നോക്കിയിരുന്ന അമ്മയുടെ ഇന്നത്തെ ഈ ട്രാൻസ്ഫോർമേഷൻ അവളെ അമ്പരപ്പിച്ചു. നമ്മളിലേക്ക് വരുന്ന അവസരങ്ങളാണോ, അതോ നമ്മൾ തിരഞ്ഞെടുക്കുന്ന വഴികളാണോ നമ്മളെ നയിക്കുന്നത്? അടുത്ത സ്പീക്ക് ഈസി മീറ്റിങ്ങിൽ അവതരിപ്പിക്കാനൊരു വിഷയം കണ്ടെത്തുകയായിരുന്നു ചിത്തു ലക്ഷ്മിയിലൂടെ.

അന്ന് വൈകുന്നേരം അച്ഛനുമായുള്ള സംസാരത്തിനിടയിലും

ചിത്തുവിന്റെ വിഷയം ഇതുതന്നെയായിരുന്നു. ഹരി തമാശമട്ടി ലാണെങ്കിലും കുറച്ചു കാര്യമായിത്തന്നെ പറഞ്ഞു.. 'അങ്ങനെയെ ങ്കിൽ നിനക്കൊരു മോട്ടിവേഷണൽ സ്പീച്ചിനുള്ള വിഷയം അമ്മ യുടെ ഇപ്പോഴത്തെ ഡെയ്‌ലിറുട്ടീനിൽ നിന്നും എടുക്കാം അല്ലേ?'

അമ്മയെക്കുറിച്ചുള്ള ചിത്തുവിന്റെ അഭിപ്രായങ്ങൾ ഹരിക്കും അഭിമാനം നൽകുന്നത് തന്നെയായിരുന്നു. ദുബൈയിൽ തന്റെ തണ ലിൽ, തന്റെ അഭിപ്രായങ്ങൾക്കനുസരിച്ച് മാത്രം ജീവിച്ചിരുന്ന ഭാര്യ യുടെ മാനേജ്മെന്റ് കഴിവുകൾ ഇപ്പോഴെങ്കിലും പുറത്തുവരുന്നല്ലോ എന്ന് ഹരികൃഷ്ണനോർത്തു.. കാലങ്ങളായുള്ള തണൽ ജീവിത ത്തിൽ നിന്നും വെയിലത്തേക്കിറങ്ങേണ്ടി വരുന്ന സ്ത്രീമനസ്സുക ളുടെ സാഹചര്യങ്ങളോട് പൊരുത്തപ്പെടാനുള്ള അത്ഭുതസിദ്ധി യെക്കുറിച്ചും.....

'അച്ഛനും മോളും കാര്യമായ സംസാരത്തിലാണല്ലോ.. മനു ഷ്യർക്ക് മനസ്സിലാവുന്ന എന്തെങ്കിലുമാണോ വിഷയം?' രണ്ടാ ളേയും ഒന്ന് കളിയാക്കിക്കൊണ്ടായിരുന്നു ലക്ഷ്മിയുടെ വരവ്.

'ഇന്നത്തെ വിഷയം അമ്മ തന്നെ..'

'ഞാനോ?' ലക്ഷ്മി ആകാംഷയോടെ ചോദിച്ചു.

'അച്ഛനെക്കാളും വലിയ മാനേജറായി അമ്മ എന്ന് പറയുകയാ യിരുന്നു.'

ലക്ഷ്മി ചോദ്യഭാവത്തിൽ ലാപ്ടോപ്പിലെ വീഡിയോയിലേക്ക് നോക്കി. ഹരി ഓഫീസിൽ നിന്നും വന്ന് ഡ്രസ്സ് പോലും മാറാതെ, ടൈ മാത്രം ഒന്ന് ലൂസാക്കിയിട്ട് സോഫയിൽ അലസഭാവത്തിലി രിക്കുന്നു. ലക്ഷ്മിയെത്തന്നെ സാകൂതം നോക്കുകയായിരുന്നു ഹരി.

'ലച്ചൂ... നിന്റെ മാനേജ്മെന്റ് സ്കിൽസ് എത്ര ഇംപ്രൂവ് ആയിരി ക്കുന്നു എന്ന് പറയുകയായിരുന്നു ചിത്തു. ഐ ആം റിയലി പ്രൗഡ് ഓഫ് യൂ മൈ ഡിയർ.'

ചിത്തു അമ്മയുടെ മുഖഭാവം ശ്രദ്ധിച്ചു.

'അച്ഛാ... അമ്മയ്ക്ക് നാണം വരുന്നു.'

പെട്ടെന്ന് ലക്ഷ്മി ചിത്തുവിനൊരു നുള്ളുവെച്ചു കൊടുത്തു. തന്റെ മനസ്സിന്റെ ഭാവം മകൾക്ക് പിടികിട്ടിയതോടെ ലക്ഷ്മി വിഷയം മാറ്റാനെന്നോണം പറഞ്ഞു...

'മോൾടെ പഠിത്തകാര്യത്തിൽ ഹരിയുടെ ഒരു കണ്ണുണ്ടല്ലോ അല്ലേ... ദുബായിൽ നിന്ന് വരുന്നതുവരെ പഠിത്തത്തിൽ മോശമാ യിട്ടില്ല.'

അതായത്, അമ്മയുടെ മുഴുവൻ ശ്രദ്ധയും എന്റെ മേലെയായി

രുന്നത് കൊണ്ടാണ് ഞാനിത്രയും കാലം നല്ല മാർക്ക് വാങ്ങിയിരുന്നത് എന്നാണ് അതിന്റെയൊരു ധ്വനി.

'ഈ പ്രായത്തിൽ പഠിത്തം കൈവിട്ടുപോയാൽ പിന്നെ പറഞ്ഞിട്ടു കാര്യമില്ല.' അത് ചിത്തുവിനും, അവളെ ഒരുകാര്യത്തിലും ശാസിക്കാത്ത അവളുടെ അച്ഛനും ഉള്ളൊരു ചെറിയ താക്കീതും കൂടിയായിരുന്നു.

'അവളെന്റെ മോളല്ലേ ലച്ചൂ... നീ കൂടെയിരുന്നില്ലെങ്കിലും ചിത്തൂന്റെ കാര്യം ചിത്തു നോക്കിക്കോളും...'

അത് കേട്ട് അമ്മയുടെ അത്ര തൃപ്തിയില്ലാത്ത മൂളലിൽ ചിത്തുവും അച്ഛനും പരസ്പരം കണ്ണിറുക്കിക്കാണിച്ചു ചിരിച്ചു.

'ചിത്തൂ... അമ്മ പറയുന്നതിലും കാര്യമുണ്ട് ട്ടോ...' ചിത്തുവിന്റെ കൂടെ ശക്തമായി നിൽക്കുമ്പോഴും കാര്യത്തോടടുക്കുമ്പോൾ കുറിക്കുകൊള്ളുന്ന ഒന്നോ രണ്ടോ വാക്കുകളിലൂടെ ലക്ഷ്മിക്കൊരു പിന്തുണ.. അതായിരുന്നു ഹരിയുടെ ഒരു രീതി.

6

രാത്രിയുടെ നിശബ്ദതയിൽ ഉറക്കംവരാതെ ചിത്തു തിരിഞ്ഞും മറിഞ്ഞും കിടന്നു. പ്രക്ഷുബ്ധമായിരുന്നു അവളുടെ മനസ്സ്. ഉറങ്ങാനാവാതെ അവൾ ജനാലക്കരികിൽ പുറത്തേക്ക് നോക്കിനിന്നു. തൊടിയിലെ ഏതിന്റേതെന്നറിയാത്ത നിഴലുകൾ പോലെ ചിത്തുവിന്റെ മനസ്സിൽ പ്രത്യേകിച്ച് കാരണങ്ങളൊന്നുമില്ലാതെ വല്ലാത്തൊരസ്വസ്ഥത നിഴലുകൾ തീർത്തു. വേർതിരിക്കാനാവാത്ത ഏതോ സങ്കീർണ്ണതകളിൽ പെട്ട് ചിത്തുവിന്റെ മനസ്സുഴറി; ഒടുവിൽ രാവിന്റെ ഏതോയാമത്തിൽ ഉറക്കം അവളെ തേടിയെത്തി.

പിറ്റേദിവസം ചിത്തുവിന്റെ പരീക്ഷ തുടങ്ങുന്ന ദിവസമായിരുന്നു. വിദ്യാദീപിലെ അവളുടെ ആദ്യത്തെ പരീക്ഷാക്കാലം. പരീക്ഷകൾ കഴിഞ്ഞാൽ പിന്നെ ഓണാവധി തുടങ്ങുകയായി. ഗണിതശാസ്ത്രമായിരുന്നു ആദ്യപരീക്ഷ. പരീക്ഷാപ്പേടി ഒട്ടുമില്ലാത്ത ചിത്തുവിന് ദുബായിലായിരുന്നപ്പോഴും കണക്കുപരീക്ഷയുടെ ദിവസം മാത്രം ചെറിയൊരു അങ്കലാപ്പ് പതിവായിരുന്നു. ഇന്ന് വിദ്യാദീപിലെ ആദ്യപരീക്ഷ, അതും ഗണിതശാസ്ത്രം. മാത്രമല്ല ദേവികമാമിന് ചിത്തുവിന്റെ നേരെയുള്ള ആത്മവിശ്വാസക്കുറവ് അന്നവൾക്കൊരു ഭാരമായി അനുഭവപ്പെട്ടു.

രാവിലെ ചിത്തു കുളികഴിഞ്ഞ് യൂണിഫോമിൽ താഴേക്ക് വന്നപ്പോഴേക്കും ലക്ഷ്മിയുടെ കാർ ഗേറ്റ് കടന്ന് മുറ്റത്തെത്തി.

'രാവിലെ അമ്മ എവിടെപ്പോയതാ...'

'ഇന്ന് നിന്റെ പരീക്ഷ തുടങ്ങുന്ന ദിവസമല്ലേ... അമ്പലത്തിലൊരു ഗണപതിപൂജ കഴിപ്പിച്ചിരുന്നു. ദാ.. പ്രസാദം.'

ലക്ഷ്മി അതും പറഞ്ഞ് ചിത്തുവിന്റെ വായിലേക്ക് ഒരു തേങ്ങാക്കൊത്ത് വെച്ചുകൊടുത്തു. ചിത്തുവിന്റെ ആദ്യപരീക്ഷയിൽ അമ്മയ്ക്കും കുറച്ചു ടെൻഷനുണ്ടോ എന്ന സംശയം കൊണ്ടാവാം അവളുടെ മനസ്സിന്റെ ഭാരം ഒന്നുകൂടെ വർദ്ധിച്ചു.

'ഇന്ന് സ്കൂൾ ബസിൽ പോകേണ്ട... ഞാൻ ഡ്രോപ്പ് ചെയ്യാം സ്കൂളിൽ.'

'വേണ്ടമ്മേ... ഇന്നിപ്പോൾ വേറെന്താ പ്രത്യേകത, പരീക്ഷയുണ്ടെന്നല്ലേയുള്ളൂ... ഞാൻ സ്കൂൾ ബസിൽ തന്നെ പോകാം. അമ്മ വറീഡാകാതെ..'

അമ്മയെ സമാധാനിപ്പിക്കുന്നതിനേക്കാൾ കൂടുതൽ ചിത്തുവിന് അതൊരു സ്വയം സമാധാനിപ്പിക്കലായിരുന്നു.

പരീക്ഷ ദിവസമായതുകൊണ്ടാവാം സ്കൂൾ ബസിൽ ആകെയൊരു മൂകത. എല്ലാവരും പുസ്തകത്തിലേക്ക് തലപൂഴ്ത്തിയിരിക്കുന്നു. ബസിന്റെ താളാത്മകമായ എൻജിൻ ശബ്ദവും, പുറത്തെ കാഴ്ചകളും, തണുത്ത കാറ്റും അവളുടെ മനസ്സിനെയൽപ്പം ശാന്തമാക്കി. പരീക്ഷാഹാളിൽ ചോദ്യപേപ്പർ കൈയ്യിൽ കിട്ടിയപ്പോൾ ആശ്വാസമായിരുന്നു. വലിയ ബുദ്ധിമുട്ടില്ലാതെ എഴുതിത്തീർക്കാവുന്ന ചോദ്യങ്ങൾ.

പരീക്ഷ തുടങ്ങി ആദ്യത്തെ അരമണിക്കൂർ പ്രശ്നമില്ലായിരുന്നു. അതുകഴിഞ്ഞപ്പോഴേക്കും ചിത്തുവിന് ചെറുതായി വയറുവേദന തുടങ്ങി. ഒരു ഞെട്ടലോടെയാണ് അവളാ വേദന തിരിച്ചറിഞ്ഞത്. എല്ലാ മാസവും അവളുടെ പിരീഡ്സ് സമയത്ത് ഈ ഒരു വേദന പതിവാണ്. ചിലസമയത്ത് കൂടുതൽ വേദന വരുകയാണെങ്കിൽ കഴിക്കാൻ ഒരു മരുന്നും ഡോക്ടർ പറഞ്ഞു കൊടുത്തിരുന്നു. പക്ഷേ, ഈ മാസം അതിനുള്ള സമയമായില്ലല്ലോ.. ഇതെന്താ ഇത്ര നേരത്തെ? ചിത്തു ചുറ്റും നോക്കി.. ക്ലാസ്സിൽ മൊട്ടുസൂചി വീണാൽ കേൾക്കാവുന്ന നിശബ്ദത. എല്ലാവരും കണക്കിന്റെ നൂലാമാലകളിൽ സ്വയം നഷ്ടപ്പെട്ടിരിക്കുന്നു.

ഇനി എന്തുചെയ്യും? ചിത്തു ചെറുതായി വിയർത്തുതുടങ്ങി. അതും പതിവാണ്. അവൾ വാട്ടർ ബോട്ടിൽ തുറന്ന് കുറച്ചു വെള്ളമെടുത്തു കുടിച്ചു. ചിത്തുവിന്റെ മുഖത്തെ പരവേശം ശ്രദ്ധിച്ചിട്ടാവണം സർ അവളുടെ അടുത്തുവന്ന് ചോദിച്ചു, 'എന്തു പറ്റി? എന്തെ

ങ്കിലും പ്രശ്നം?'

'നത്തിങ് സർ, ഐ ആം ഗുഡ്.' മറ്റൊന്നും പറയാൻ ആ സമയത്ത് ചിത്തുവിന് തോന്നിയില്ല. സമയം പോവുകയും ചെയ്യുന്നു. പകുതി ചോദ്യങ്ങൾക്കു പോലും ഉത്തരമെഴുതിയിട്ടില്ല. എന്തും വരട്ടെയെന്ന് കരുതി ചിത്തു വേദന കടിച്ചമർത്തി എഴുത്തുതുടർന്നു. രണ്ടു മണിക്കൂർ പേപ്പർ എങ്ങനെയൊക്കെയോ അവൾ എഴുതിത്തീർത്തു. പരീക്ഷ പേപ്പറുകൾ പിൻ ചെയ്ത് നൽകാനായി എഴുന്നേറ്റപ്പോഴാണ് അവളുടെ യൂണിഫോമിന്റെ പിറകുവശമാകെ ചുമന്ന് നനഞ്ഞിരിക്കുന്നു എന്ന് മനസ്സിലായത്. അവൾ ബെഞ്ചിൽ തന്നെയിരുന്നു. എല്ലാവരും എഴുന്നേറ്റ് പേപ്പർ സാറിനു നൽകി ക്ലാസ്സിൽ നിന്നും പോയപ്പോഴും അവൾ അവിടെ ഒരൊറ്റയിരുപ്പായിരുന്നു. അങ്ങിനേയിരുന്ന് അവിടെ ഒരു കല്ലായി ഉറച്ചുപോയിരുന്നെങ്കിലെന്ന് ഒരു നിമിഷമവൾ ചിന്തിച്ചുപോയി.

പരീക്ഷാഹാളിന്റെ മുൻവശത്തുനിന്നും ഇൻവിജിലേറ്റർ ശബ്ദമുയർത്തിപ്പറഞ്ഞു 'ടൈം ഓവർ. പ്ലീസ് സബ്മിറ്റ് ദ പേപ്പർ.' അവൾക്കുവേണ്ടി മാത്രമുള്ള ഓർഡർ ആയിരുന്നു അത്. മറ്റാരും ക്ലാസ്സിൽ ഉണ്ടായിരുന്നില്ല. ബെഞ്ചിൽ നിന്നും എഴുന്നേൽക്കാനാവാതെ ചിത്തു അതേയിരുപ്പിരുന്നു.

'ചൈതന്യ വാട്ട് ഹാപ്പൻഡ്?' അതിനുത്തരമായി വിങ്ങിപ്പൊട്ടുന്ന അവളുടെ തൊണ്ടയിൽ നിന്ന് ഒരുവാക്കു പോലും വന്നില്ല... കണ്ണുകൾ നിറഞ്ഞൊഴുകിത്തുടങ്ങി. കാര്യം ഏകദേശം മനസ്സിലാക്കിയ സാർ പെട്ടെന്ന് അടുത്തേക്ക് വന്ന് ഉത്തരപേപ്പറുകൾ വാങ്ങി. അവളുടെ പ്രിയപ്പെട്ട ക്ലാസ്സ് ടീച്ചർ സ്വാതി മാമിനെ അവിടേക്ക് വിളിച്ചുവരുത്തുകയും ചെയ്തു.

അന്ന് പലരും ആ കാര്യമറിഞ്ഞു. ക്ലാസ്സിൽ നിന്നും ഓഫീസ് റൂമിലേക്ക് പോകും വഴി നീതുവിന്റേയും കൂട്ടുകാരുടേയുമെല്ലാം നോട്ടത്തിൽ പരിഹാസം കലർന്നിരുന്നു. എങ്ങിനേയോ വിവരമറിഞ്ഞ അലീനയും സിദ്ധാർഥും അവളുടെ അടുത്തേക്കോടിവന്നു. അവൾക്ക് പുറകിൽ നടന്ന് അവരൊരു മറയൊരുക്കി.

ഓഫീസ് റൂമിലെത്തിയതും ചിത്തു സ്വാതി മാമിനെ കെട്ടിപ്പിടിച്ച് ഒരൊറ്റക്കരച്ചിൽ. ടീച്ചറും, അലീനയും, സിദ്ധാർഥും കൂടി ഒരു വിധം ചിത്തുവിനെ സമാധാനിപ്പിച്ചു. സിദ്ധാർഥ് അവന്റെ പോക്കറ്റിലുണ്ടായിരുന്ന ഒരു ചോക്കലേറ്റിന്റെ പീസ് കൊടുത്ത് ചിത്തുവിനെ സന്തോഷിപ്പിക്കാൻ ഒരു ശ്രമം നടത്തി നോക്കിയെങ്കിലും നടന്നില്ല. ചിത്തുവിന് സാനിറ്ററി പാഡുകൾ നൽകിയ ശേഷം സ്വാതി

ടീച്ചർ അമ്മയെ ഫോണിൽ വിളിച്ചു. അരമണിക്കൂറിനകം ലക്ഷ്മി സ്കൂളിലെത്തുകയും ചെയ്തു. സ്കൂളിൽ നിന്ന് ഫോൺ വന്നപ്പോൾ ലക്ഷ്മി പരിഭ്രമിച്ചു പോയിരുന്നു.

'സാരമില്ല... പരീക്ഷാസമയത്ത് കുട്ടികൾക്ക് ഇതൊക്കെ സാധാരണയാണ്. ടെൻഷൻ വേണ്ട.' ടീച്ചർ ലക്ഷ്മിയെ സമാധാനിപ്പിച്ചു.

അന്ന് വീട്ടിലെത്തിയിട്ടും ചിത്തു ആകെ മൂഡ് ഔട്ട് ആയിരുന്നു. അവളെ ഒന്നുഷാറാക്കാൻ ലക്ഷ്മി നടത്തിയ ശ്രമങ്ങളൊക്കെ പരാജയപ്പെട്ടു. പിറ്റേന്ന് സ്കൂളിലേക്ക് പോകാൻ വയ്യെന്നായിരുന്നു അവളുടെ ശാഠ്യം. ചിത്തുവിൽ ഇതുപോലെയൊരു പിടിവാശി വർഷങ്ങൾക്ക് ശേഷമാണ് ലക്ഷ്മി കാണുന്നത്. കുട്ടിക്കാലത്ത് അവൾക്കിഷ്ടമുള്ള കുറച്ച് ഉടുപ്പുകളല്ലാതെ ആരെങ്കിലും അവരുടെ ഇഷ്ടത്തിന് വാങ്ങിക്കൊടുക്കുന്ന ഉടുപ്പുകളൊന്നും ഇടില്ലായിരുന്നു. എത്ര വലിയ പാർട്ടിയാണെങ്കിലും ചിത്തു അവളുടെ പ്രിയപ്പെട്ട ഏതെങ്കിലും ഉടുപ്പിട്ടിട്ടേ വരുകയുള്ളൂ.. അതാണെങ്കിൽ എപ്പോഴും ഇട്ട് പുതുമയൊക്കെ പോയിട്ടുമുണ്ടാകും. കുട്ടിക്കാലത്തെ ഇത്തരം വാശികളൊക്കെ ആ ഒരു സമയത്ത് മാത്രമായിരുന്നു. അതിന് ശേഷം കാലങ്ങൾക്കിപ്പുറം ആദ്യമായാണ് ചിത്തു ഇങ്ങനെ വാശിപിടിക്കുന്നത്. ലക്ഷ്മി തലയിൽ കൈവെച്ച് പിറ്റേദിവസത്തേയ്ക്ക് ഒരു ഗണപതിഹോമം കൂടി അറിയാതെ നേർന്നുപോയി. പിറ്റേന്ന് ഹിസ്റ്ററി പരീക്ഷയുമാണ്.

ചിത്തു പുസ്തകം തുറക്കാനുള്ള ഒരു ഭാവവുമില്ല.

അച്ഛമ്മയും അവളോടു സംസാരിച്ചു. പണ്ട് സ്കൂളിൽ പഠിപ്പിക്കുന്ന കാലത്തെ ചില സംഭവങ്ങളെല്ലാം രസകരമായി പറഞ്ഞ് ചിത്തുവിന്റെ മൂഡ് മാറ്റിയെടുക്കാൻ അവരും കിണഞ്ഞ് പരിശ്രമിച്ചു. ചിത്തു ആരോടും മിണ്ടാതെ ഉമ്മറത്തെ സോഫയിൽ കൂനിക്കൂടിയിരുന്നതല്ലാതെ മറ്റൊന്നും സംഭവിച്ചില്ല. കുറച്ചു കഴിഞ്ഞപ്പോൾ അവിടെനിന്നും എഴുന്നേറ്റ് മുകളിലെ മുറിയിൽ പോയി പുതച്ചുമൂടി ഒരു കിടപ്പും. അവസാനം ലക്ഷ്മി ചിത്തു കേൾക്കാതെ ഹരിയെത്തന്നെ വിളിച്ചു കാര്യം പറഞ്ഞു. സ്കൂളിൽ സംഭവിച്ചതെല്ലാം വള്ളിപുള്ളി വിടാതെ വിശദീകരിച്ചു.

വൈകിട്ട് ചിത്തു ഉറങ്ങിയെഴുന്നേറ്റു എന്ന് ലക്ഷ്മി മെസ്സേജ് അയച്ചപ്പോൾ ഹരി ഒന്നും അറിയാത്ത ഭാവത്തിൽ ചിത്തുവിനെ വിളിച്ചു. സങ്കോചവും, സങ്കടവുമെല്ലാം കൂടിക്കലർന്ന മുഖഭാവവുമായി അവൾ അച്ഛന്റെ ഫോൺ അറ്റൻഡ് ചെയ്തു. അവളുടെ ആ മുഖഭാവം കണ്ടിട്ടെന്നപോലെ ഹരി ചോദിച്ചു, 'ചിത്തൂ... എന്തു

പറ്റി? എന്താ ആകെയൊരു വല്ലായ്മ? പരീക്ഷ എങ്ങനുണ്ടായിരുന്നു?'

'ഒന്നുമില്ലച്ഛാ...'

'അതല്ലല്ലോ.. മോളേ.. എന്റെ ചിത്തുകുട്ടിയുടെ മുഖം വാടിയാൽ അച്ഛനറിയില്ലേ... എന്തോ സംഭവിച്ചിട്ടുണ്ട്... പറയൂ മോളെ...'

ചിത്തു അച്ഛന്റെ മുഖത്തേയ്ക്ക് കുറച്ചു നേരം നിശബ്ദമായി നോക്കിയിരുന്നു... അവരുടെ രണ്ടുപേരുടെയുമിടയിൽ അവരുടേതായ ഒരു ഇടം രൂപപ്പെടുകയായിരുന്നു. പെട്ടെന്നവൾ എഴുന്നേറ്റിരുന്ന് കണ്ണൊക്കെ തുടച്ച് വളരെ സീരിയസ് ആയി പറഞ്ഞുതുടങ്ങി.

അവളെ അവൾ സ്വയം മനസ്സിലാക്കാൻ ശ്രമിക്കുന്ന പോലൊരു ഭാവം. വളരെ ഗൗരവത്തോടെ തീർപ്പാക്കേണ്ട ഒരു പ്രശ്നത്തെ അഭിമുഖീകരിക്കുന്ന പോലെ അവൾ സംസാരിച്ചു. ഇന്ന് അവളെ കളിയാക്കിച്ചിരിച്ച കൂട്ടുകാരെ നാളെ അഭിമുഖീകരിക്കാനുള്ള ബുദ്ധിമുട്ട് യാതൊരു മറയുമില്ലാതെ അവൾ അച്ഛനുമായി പങ്കുവെച്ചു.

ചിത്തുവിന്റെ പ്രക്ഷുബ്ധമായ മനസ്സിന്റെ വൈകാരിക തലങ്ങളെ മനസ്സിലാക്കാൻ ശ്രമിക്കുകയായിരുന്നു ഹരി.

'ചിത്തൂ... ഇപ്പോഴത്തെ മോളുടെ ഈ അവസ്ഥ എത്ര ബുദ്ധിമുട്ടുള്ളതാണെന്ന് അച്ഛനറിയാം. ഇവിടെ നിന്റെ മുന്നിൽ രണ്ട് വഴികളെ ഉള്ളൂ... ഒന്നുകിൽ നാളെ പരീക്ഷ എഴുതുക, അല്ലെങ്കിൽ അത് വേണ്ടെന്ന് വെക്കുക. രണ്ടായാലും അച്ഛൻ നിന്റെ കൂടെയുണ്ട്. പക്ഷേ, തീരുമാനം എന്തായാലും അത് തിരഞ്ഞെടുക്കാനുള്ള കാരണം നീ അച്ഛന് കൃത്യമായി വിശദീകരിച്ചു തരണം. അത് മാത്രമാണ് അച്ഛന്റെ ഒരേയൊരു ആവശ്യം. എന്നാൽ അതിനു മുൻപ് ഞാൻ പറയട്ടേ? അത് കേൾക്കാൻ അച്ഛന്റെ മോൾ റെഡിയാണോ?'

'യെസ് അച്ഛാ ...'

ചിത്തു തികഞ്ഞ ഗൗരവത്തോടെ അച്ഛന്റെ മുഖത്തേയ്ക്ക് നോക്കിയിരുന്നു.

'മോളേ.. നീ വളരുന്ന പ്രായമാണ്. ചിത്തുക്കുട്ടിയിൽ നിന്നും ബ്രേവ് ആൻഡ് ബ്രില്യന്റ് ചൈതന്യയിലേക്കുള്ള വളർച്ച. അതൊരു വലിയ മാറ്റമാണ്. ഈ ഭൂമിയിലെ മാറ്റങ്ങളൊന്നും നിസ്സാരമല്ല. മനുഷ്യരായ നമ്മുടെ മാറ്റങ്ങളും അതുപോലെ തന്നെ. ഒരു കാറ്റർപില്ലർ ചിത്രശലഭമാകുന്ന പോലെയൊരു മാറ്റമാണ് ശരീരത്തിലെ ഹോർമോൺസ് ഈ പ്രായത്തിൽ കുട്ടികളിലുണ്ടാക്കുന്നത്. പെൺകുട്ടികളിൽ മാത്രമല്ല... ആൺകുട്ടികളിലും. അവരും അവരുടേതായ ബുദ്ധിമുട്ടുകൾ അനുഭവിച്ചു തന്നെയാണ് വളരുന്നത്.

അന്ന് നീ സ്പീക്ക് ഈസി ക്ലബ്ബിൽ നടത്തിയ പ്രസംഗത്തിലെ

വിഷയം ഈ കാര്യത്തിലും വളരെ പ്രധാനമാണ്. സമകാലീനർ തമ്മിലുള്ള പരസ്പരധാരണ. അന്ന് ചിത്തു സംസാരിച്ചത് ഈ വിഷയത്തിന്റെ മറ്റൊരു തലത്തിനെക്കുറിച്ചായിരുന്നു. ഇന്ന് നീ അനുഭവിച്ചതും അതേ വിഷയത്തിന്റെ വേറൊരു തലമാണ്. മോളുടെ നിരീക്ഷണങ്ങളെല്ലാം അന്ന് സംസാരത്തിൽ മാത്രമായൊതുങ്ങിയെങ്കിൽ അതേ വിഷയം ഇന്ന് നീ അനുഭവത്തിലൂടെ കൂടുതൽ തിരിച്ചറിഞ്ഞു. ശരിയല്ലേ?'

അച്ഛന്റെ സംസാരം ചിത്തു ശ്രദ്ധയോടെ കേട്ടുകൊണ്ടിരുന്നു. അവസാനം ഹരി പറഞ്ഞു....

'ഇങ്ങനെയൊരു അനുഭവം നാളെ ഏതു പെൺകുട്ടിക്കും വരാം. അവർക്കു വേണ്ടി എന്തൊക്കെ ചെയ്യാൻ പറ്റും എന്നല്ലേ അച്ഛന്റെ ചൈതന്യ ഹരികൃഷ്ണനൻ ഈ സമയത്ത് ആലോചിക്കേണ്ടത്?'

ചിത്തു പെട്ടെന്ന് പറഞ്ഞു... 'അച്ഛാ... പെൺകുട്ടികൾ മാത്രമല്ല, ആൺകുട്ടികളും ഇതിനെകുറിച്ചെല്ലാം അറിഞ്ഞിരിക്കണം. ഇന്ന് എന്റെ ആ അവസ്ഥ കണ്ട് സിദ്ധാർഥ് എത്ര പെട്ടെന്നാണ് ഓടി വന്ന് അലീനയുടെ കൂടെ എന്നെ സപ്പോർട്ട് ചെയ്തത്. ബാക്കി ആൺകുട്ടികളെല്ലാം ഒന്നും മിണ്ടാതെ മാറിപ്പോയപ്പോൾ സിദ്ധാർഥ് എന്റെ കൂടെ നിന്നു.'

'അതെ മോളെ...'

ഹരി കുറച്ചു നേരം ചിത്തുവിന്റെ മുഖത്തേയ്ക്ക് തന്നെ നോക്കിയിരുന്ന ശേഷം പതുക്കെ ചോദിച്ചു...

'അപ്പൊ നാളെ എന്റെ മോൾ പരീക്ഷക്ക് പോകുന്നുണ്ടോ ഇല്ലയോ?'

'യെസ് അച്ഛാ, അച്ഛൻ ആദ്യം പറഞ്ഞില്ലേ പരീക്ഷക്ക് പോകുന്നുണ്ടെങ്കിലും ഇല്ലെങ്കിലും അത് എന്തുകൊണ്ടാണെന്നു പറയണമെന്ന്. ഇനി ഞാനതു പറയേണ്ടതുണ്ടോ?'

ചിത്തുവിന്റെ നിഷ്കളങ്കമായ ആ ചോദ്യത്തിന് അവളെ കെട്ടിപ്പിടിച്ചൊരു ഉമ്മകൊടുക്കാനാണ് ഹരിക്ക് തോന്നിയത്. ഒരു കുസൃതിച്ചിരിയോടെ ഹരി പറഞ്ഞു... 'വേണ്ട ചക്കരേ... അച്ഛൻ എപ്പോഴും പറയുന്ന പോലെ... 'ചിത്തൂനെ നോക്കാൻ ചിത്തൂനറിയാം.'

അച്ഛന്റെ വിശ്വാസം ശരിയായിരുന്നു. ആരും നിർബന്ധിക്കാതെ തന്നെ ചിത്തു ചിട്ടയോടെ പഠിച്ചു. റിസൾട്ട് വന്നപ്പോൾ എല്ലാ വിഷയങ്ങൾക്കും എ പ്ലസ്! പാരന്റ്-ടീച്ചേർസ് മീറ്റിങ് കഴിഞ്ഞിറങ്ങിയ ലക്ഷ്മി അഭിമാനത്തോടെ ഹരിയെ ഫോൺ ചെയ്ത് സന്തോഷം പങ്കുവെച്ചു. മീറ്റിങ്ങിനിടയിൽ മാത്സ് ടീച്ചർ മാത്ര

മാണ് അൽപ്പം പരുഷമായി സംസാരിച്ചത് 'ഊം..... ചൈതന്യയുടെ മാർക്ക് ഇപ്രാവശ്യം കുഴപ്പമില്ല.. പക്ഷേ, ഉഴപ്പിയാൽ എല്ലാം താഴെ പ്പോവും. അതുകൊണ്ട് ആത്മവിശ്വാസം അമിതമാവണ്ട '. മാത്സ് ടീച്ചറുടെ ശബ്ദം പോലും അനുകരിച്ച് ലക്ഷ്മി അത് പറയുന്നത് കേട്ട് ഹരികൃഷ്ണൻ ചിരിച്ചുകൊണ്ട് പറഞ്ഞു...

'നീ ഇനി അതിൽ പിടിച്ചു തൂങ്ങല്ലേ... ചിത്തൂന്റെ കാര്യം ചിത്തു നോക്കിക്കോളും.'

7

'തീയറ്ററിൽ പോയി ഒരു സിനിമ കണ്ടിട്ട് മാസങ്ങളായി.'

പുതിയ ഒരു സിനിമയുടെ ട്രെയ്‌ലർ നോക്കി സങ്കടഭാവത്തിൽ ചിത്തു സ്വയം പറഞ്ഞു.

'അതിന് നീ ഇങ്ങനെ മുഖം വീർപ്പിക്കണതെന്തിനാ മോളെ... ഞാൻ വേണ്ടാ വേണ്ടാന്ന് പറഞ്ഞിട്ടും നിന്റെ അച്ഛൻ നെറ്റ്ഫ്ലിക് സിലും ബാക്കിയെല്ലാ പ്ലാറ്റ്ഫോമിലും നിനക്ക് അക്കൗണ്ട് ക്രിയേറ്റ് ചെയ്തുതന്നിട്ടില്ലേ... എത്ര സിനിമകൾ വേണെങ്കിലും കാണാലോ..' ലക്ഷ്മിയും വിട്ടില്ല.

'പക്ഷേ തീയറ്ററിൽ പോയി കാണുന്ന സുഖം വീട്ടിലിരുന്ന് കണ്ടാൽ കിട്ടില്ലല്ലോ..' ചിത്തുവിന്റെ പരിഭവം തീരുന്ന മട്ടില്ല.

'ദുബായിലായിരുന്നപ്പോൾ എപ്പോഴും നമ്മൾ പോയിരുന്നതല്ലേ മോളേ.. ഇനി കുറച്ചുകാലത്തേക്ക് വീട്ടിലിരുന്ന് കണ്ടാൽ മതി.'

'ലക്ഷ്മീ.. അങ്ങനെ പറയാതെ. പാവം കുട്ടി, അവൾക്ക് ഒരു സിനിമ തീയറ്ററിൽ പോയി കാണണം എന്നല്ലേ പറഞ്ഞുള്ളൂ... നിങ്ങൾ രണ്ടുപേരും പോയി ഒരു സിനിമയൊക്കെ കണ്ടിട്ടു വരൂ.. എനിക്ക് എന്തെങ്കിലും ആവശ്യമുണ്ടെങ്കിൽ ഇവിടെ നാണിയമ്മ യുണ്ടല്ലോ..' ചിത്തുവിന്റെ പരിഭവം കേട്ട് അച്ഛമ്മക്ക് സങ്കടമായി. വാക്കർ പിടിച്ച് അവർ ഇപ്പോൾ അത്യാവശ്യം നടക്കുന്നുമുണ്ട്.

അച്ഛമ്മ കൂടി നിർബന്ധിച്ചപ്പോൾ അമ്മ സമ്മതിച്ചു.

'ശരി... എന്നാൽ നിനക്കിഷ്ടമുള്ള ഫിലിം ഏതാണെന്നു വെച്ചാൽ ബുക്ക് ചെയ്യൂ.. നമുക്ക് പോകാം.'

അതുകേൾക്കേണ്ട താമസം, രണ്ടു മിനിറ്റിനുള്ളിൽ ചിത്തു വൈകുന്നേരത്തെ ഷോ ബുക്ക് ചെയ്തു.

അമ്മയുടെ കൂടെ കൂടെ ഒന്ന് കറങ്ങിയിട്ട് മാസങ്ങളാകുന്നു. അതിന് അമ്മയെ ഒന്ന് ഫ്രീയായി കിട്ടിയിട്ടു വേണ്ടേ കറങ്ങാൻ.

രണ്ടുപേരും നേരത്തെതന്നെ ഷോപ്പിംഗ് മാളിലെത്തി. ഓണം സീസൺ ആയതുകൊണ്ട് ആകെയൊരു ഓളം. കുറെനേരം കടകളിലെല്ലാം കയറിയിറങ്ങി രണ്ടുപേർക്കും ആവശ്യമുള്ളതൊക്കെ വാങ്ങി. അപ്പോഴേക്കും ചിത്തുവിന് വിശപ്പ് തുടങ്ങിയിരുന്നു. പുറത്ത് ഭക്ഷണം കഴിക്കാൻ പോയാൽ ഇറ്റാലിയൻ പാസ്തയും, പൈനാപ്പിൾ ജ്യൂസുമാണ് എപ്പോഴും പ്രിയം. എല്ലാം വയറുനിറയെ കഴിച്ചു. ടോപ് ഫ്ലോറിലാണ് തീയറ്റർ.

തീയറ്ററിനുള്ളിൽ കഴിക്കാൻ വീണ്ടും ജ്യൂസും ചോക്കലേറ്റുമെല്ലാം വാങ്ങി ചിത്തു ബാഗിൽ നിറച്ചു. ഒരുഗ്രൻ പടമായിരുന്നു അത്.. ചിത്തു ആസ്വദിച്ചു കണ്ടുകൊണ്ടിരുന്നു. ഇന്റർവെൽ ആയപ്പോൾ അവൾ ബാഗിൽ നിന്നും ജ്യൂസും ചോക്കലേറ്റുമെല്ലാമെടുത്തു.

ആ സമയത്ത് ലക്ഷ്മി ബാഗിനുള്ളിൽ നിന്നും മൊബൈലും.

'അയ്യോ... ചിത്തൂ... ദാ... വീട്ടിൽ നിന്ന് എത്ര കാളുകളാണ് വന്നിരിക്കുന്നത്. അച്ഛനും വിളിച്ചിരിക്കുന്നു കുറെപ്രാവശ്യം. എന്തോ അത്യാവശ്യമുണ്ട്.'

ഇതും പറഞ്ഞ് ലക്ഷ്മി ചിത്തുവിനെ അവിടെയിരുത്തി മൊബൈലുമെടുത്ത് പുറത്തേക്കോടി. രണ്ട് മിനിറ്റിനുള്ളിൽ ലക്ഷ്മി തിരിച്ചുവരികയും ചെയ്തു.

'ചിത്തൂ.. വാ പോകാം. അച്ഛമ്മ ഹോസ്പിറ്റലിൽ.. നമുക്കുടനെ അങ്ങോട്ട് പോണം.' ചിത്തുവിന് എന്തെങ്കിലും ചോദിക്കാൻ പോലും സമയം കൊടുക്കാതെ ലക്ഷ്മി ചിത്തുവിന്റെ കൈപിടിച്ച് പുറത്തേക്കോടി.

നാണിമുത്തിയെ വിളിക്കാതെ ഒറ്റയ്ക്ക് ബാത്റൂമിലേക്ക് പോയ അച്ഛമ്മ കാലുതെന്നി വീണിരിക്കുന്നു. അച്ഛമ്മയെ എങ്ങനെയൊക്കെയോ പിടിച്ചെഴുന്നേൽപ്പിച്ച് നാണിമുത്തി അമ്മയെ ഫോൺ ചെയ്തു. പലവട്ടം വിളിച്ചിട്ടും അമ്മ ഫോൺ എടുക്കാതായപ്പോൾ അച്ഛമ്മയുടെ ഫോണിൽ നിന്നും നാണിമുത്തി അച്ഛനെ വിളിച്ചിരിക്കുന്നു. അച്ഛൻ ഉടൻ ഹോസ്പിറ്റലിലേക്ക് വിളിച്ച് ആംബുലൻസ് അറേഞ്ച് ചെയ്ത് അച്ഛമ്മയെ ഹോസ്പിറ്റലിലെത്തിച്ചു.

ചിത്തുവും, ലക്ഷ്മിയും അവിടെയെത്തിയപ്പോൾ അച്ഛമ്മ ഐസിയുവിലാണ്. ബന്ധുക്കളിൽ ചിലരുമുണ്ട് അവിടെ. അച്ഛൻ തന്നെയായിരിക്കണം അവരെ അറിയിച്ചത്.

അമ്മ അച്ഛനെ ഫോണിൽ വിളിച്ച് കരച്ചിലോട് കരച്ചിൽ. ഇത്രയും ദിവസം അമ്മ അത്രയും ശ്രദ്ധയോടെ നോക്കിയിട്ട് ഒരു ദിവസം അമ്മ അച്ഛമ്മയുടെ അടുത്തു നിന്നും കുറച്ചുസമയത്തേക്ക്

മാറിയപ്പോഴേക്കും ഇങ്ങനെ സംഭവിച്ചല്ലോ എന്നും പറഞ്ഞായിരുന്നു സങ്കടം. ചിത്തുവിനും സങ്കടമായി. പക്ഷേ, അവളുടെ സങ്കടത്തിൽ ആ സിനിമ മുഴുവൻ കാണാൻ പറ്റാതായതും, അമ്മയ്ക്ക് വീണ്ടും ചിത്തുവിനോട് മിണ്ടാൻ പോലും സമയമില്ലാത്ത വിധം തിരക്കായി എന്നതും കൂടിയുണ്ടായിരുന്നു.

അങ്ങനെ ആ ഓണക്കാലത്ത് ചിത്തു വീട്ടിൽ തികച്ചും തനിച്ചായി. മാത്രമല്ല, ഹരികൃഷ്ണന് സിംഗപ്പൂർ ഓഫീസിൽ നിന്നും ന്യൂയോർക് ഓഫീസിലേക്ക് മാറേണ്ടി വന്നു. ഹരി കൂടുതൽ തിരക്കിലായി. രണ്ട് രാജ്യങ്ങളിലെയും സമയവ്യത്യാസം അച്ഛനും, മകളും തമ്മിലുള്ള വൈകുന്നേരങ്ങളിലെ വീഡിയോ ചാറ്റിങ്ങിനെയും ബാധിച്ചു. എന്നിരുന്നാലും വോയിസ് മെസ്സേജുകളിലൂടെയും, വീഡിയോ മെസ്സേജുകളിലൂടെയും അച്ഛന്റെയും മകളുടെയും വർത്തമാനങ്ങൾ മുടങ്ങാതെ തുടർന്നു.

രാവിലെ ഫോൺ റിങ് ചെയ്യുന്നത് കേട്ടാണ് ചിത്തു ഉണർന്നത്. അലീന വീഡിയോ കാളിൽ.... 'ചൈതന്യാ.. ഒരു കാര്യം കാണിച്ചുതരാം.' .

ആഹാ...എന്തൊരു ഭംഗി! അലീന ഏതോ ഒരു മലയുടെ മുകളിൽ സൂര്യോദയം കാണുന്നു. അവളുടെ കസിൻസുമുണ്ട് കൂടെ.

'ചൈതന്യ... നിന്റെ ഹോളിഡേയ്സ് എങ്ങനെ പോകുന്നു? അടിപൊളിയല്ലേ?'

'യെസ്. അലീന.. ഇവിടെ എല്ലാം അടിപൊളിയാണ്.' ചിത്തുവിന്റെ മുഖത്തെ നിർവികാരത അലീന ശ്രദ്ധിച്ചില്ല എന്ന് തോന്നുന്നു.

ചിത്തു എഴുന്നേറ്റ് ജനലിലൂടെ കുറേനേരം പുറത്തേക്ക് നോക്കി നിന്നു. ഇന്നലെ ഒരു ട്രാവൽ വ്ളോഗ് കണ്ടുകൊണ്ടിരിക്കെ എപ്പോഴോ ഉറങ്ങിപ്പോയി. എന്തായിരുന്നു അതിൽ അവസാനം കണ്ടത്? ഓർമയില്ല... ചിത്തു മൊബൈലെടുത്ത് തലേദിവസം രാത്രി കണ്ട യൂട്യൂബ് ലിങ്ക് പരതി. രണ്ടു പെൺകുട്ടികൾ യൂറോപ്യൻ രാജ്യങ്ങളിലെ ചരിത്രപ്രധാനമായ സ്ഥലങ്ങൾ തേടിയുള്ള ട്രാവൽ വ്ളോഗ് സീരീസ് ആയിരുന്നു അത്.

ഇന്നലെ അവസാനം കണ്ട വ്ളോഗിൽ അവർ ഗ്രീസിൽ ലാൻഡ് ചെയ്യുന്ന രംഗങ്ങളായിരുന്നു എന്ന് ചിത്തു ഓർത്തു. വീഡിയോ തപ്പിയെടുത്ത് കണ്ടുതുടങ്ങി. പൗരാണിക ചരിത്രമുറങ്ങുന്ന ഗ്രീസിന്റെ തലസ്ഥാനമായ ഏതൻസിലെ കാഴ്ചകൾ വ്ളോഗേഴ്സ് മനോഹരമായി ഷൂട്ട് ചെയ്തിരിക്കുന്നു. ആ രണ്ടു പെൺകുട്ടികൾ

താനും, അലീനയുമായി അവൾ സങ്കൽപ്പിച്ചു. അതിസുന്ദരമായ ദ്വീപുകളുള്ള രാജ്യമാണ് ഗ്രീസ്. ഏഥൻസിന് ശേഷം വ്ളോഗർമാർ ഗ്രീസിലെത്തുന്ന ടൂറിസ്റ്റുകളുടെ പ്രിയപ്പെട്ട സ്ഥലങ്ങളിലൊന്നായ സാന്റോറിനിയിലേക്ക് തിരിച്ചു. സാന്റോറിനിയിലെ ലോകത്തിലേക്കും വെച്ച് സുന്ദരമായ കടൽത്തീരവും, സൂര്യാസ്തമയവുമെല്ലാം കണ്ട് ചിത്തു സ്വയംമറന്നിരുന്നു.

'മ്യാവൂ.....' കുറിഞ്ഞി വന്ന് കാലിൽ മാന്തിയപ്പോഴാണ് ചിത്തു സാന്റോറിനിയിലെ കടൽത്തീരത്തു നിന്നും കട്ടിലിലേക്ക് വീണത്.

ബ്രേക്ക്ഫാസ്റ്റിന് നാണിമുത്തിയുടെ തൂവെള്ള വെള്ളയപ്പത്തിലും അവൾ സാന്റോറിനിയിലെ വെളുത്ത പാറക്കെട്ടുകൾ കണ്ടു. കുറച്ചു ഗ്രീസ് വീഡിയോസ് കണ്ടതോടെ യൂട്യൂബ് അൽഗോരിതം ഗ്രീസിൽ നിന്നുമുള്ള കൂടുതൽ ട്രാവൽ വീഡിയോസ് ചിത്തുവിന്റെ യൂട്യൂബ് ഫീഡിൽ ഡിസ്പ്ലേ ചെയ്തു തുടങ്ങി. ആ വീഡിയോകളിലൂടെ വെറുതെ ഒരോട്ടപ്രദക്ഷിണം നടത്തുന്നിടെയാണ് ഒരു തിളങ്ങുന്ന മുഖത്തിൽ ചിത്തുവിന്റെ കണ്ണുകളുടക്കിയത്. പെട്ടെന്ന് തന്നെ അതിലെ മറ്റൊരുകാര്യം കൂടി ചിത്തുവിന്റെ ശ്രദ്ധയാകർഷിച്ചു...

ആ വ്ളോഗർ സംസാരശേഷിയില്ലാത്ത ഒരു പെൺകുട്ടിയാണെന്ന കാര്യം. കുറച്ചു സമയത്തിനുള്ളിൽ ഒരുപാട് കാര്യങ്ങൾ വ്യൂവേഴ്സിനോട് പറയുന്ന വ്ളോഗേഴ്സിൽ നിന്നും വ്യത്യസ്തമായി ഊമയായ ഈ പെൺകുട്ടി എങ്ങനെ അവളുടെ ചാനലിൽ വൺ മില്യൺ സബ്സ്ക്രൈബർമാരെ ഉണ്ടാക്കി എന്നത് ഒരു നിഗൂഢതയായി ചിത്തുവിന്റെ മനസ്സിൽ കയറിക്കൂടി. വാക്കുകൾക്കതീതമായ, ഹൃദയം ഹൃദയത്തെ തൊടുന്ന ഒരദൃശ്യശക്തി ആ കണ്ണുകൾക്കുണ്ടായിരുന്നു. പറയാതെ പറയുന്ന വാക്കുകൾ അവളുടെ നിശ്ശബ്ദതയിൽ പ്രതിധ്വനിച്ചു.

എലനി കല്ലാസ്... 'അപ്പ് എബോവ് ദി സ്കൈ' എന്ന വലിയൊരു യൂട്യൂബ് ചാനലിന്റെ ജീവനാഡി. മാർക്കറ്റിങ് ഗിമ്മിക്സ്സുകളൊന്നുമില്ലാതെ ശബ്ദലോകത്തു നിന്നും തന്റെ നിശബ്ദലോകത്തേക്ക് വ്യൂവേഴ്സിനെ ശാന്തമായി ആനയിക്കുന്ന ഇരുപത് വയസ്സുകാരി. ഭാഷയുടെ അതിർവരമ്പുകളില്ലാത്ത അവളുടെ ലോകത്ത് കാണികൾ സ്വച്ഛന്ദം വിഹരിച്ചു.. ലോകത്തിന്റെ എല്ലായിടങ്ങളിൽ നിന്നുമുള്ളവർ എലനിയുടെ ഓൺലൈൻ ഇടത്തിലെ സന്ദർശകരായിരുന്നു. അതിലൊരാളായി തൃശൂരെന്നൊരു നാട്ടിൽ നിന്നും ചിത്തുവെന്നൊരു പതിനാല് വയസ്സുകാരിയും സബ്സ്ക്രൈബ് ബട്ട

ണ്ണിലൂടെ എലനിയുടെ ലോകത്തിന്റെ ഭാഗമായി.

സംസാരത്തിന്റെയും, ബാക്ക്ഗ്രൗണ്ട് മ്യൂസിക്കിന്റെയും, ഗ്രാഫിക്സിന്റെയുമെല്ലാം അതിപ്രസരങ്ങൾ നിറഞ്ഞവയായിരുന്നു ചിത്തു ഫോളോ ചെയ്തിരുന്ന മറ്റ് വ്ളോഗുകൾ. അതിൽ പലതും ചിത്തുവിന് ഏറെ പ്രിയപ്പെട്ടവയും ആയിരുന്നു. എന്നാൽ എലനിയുടെ വ്ളോഗുകൾ വ്യത്യസ്തങ്ങളായിരുന്നു, അവൾ കാണിച്ചുതരുന്ന ലോകം അവളെപ്പോലെ തന്നെ ശബ്ദകോലാഹലങ്ങൾക്കതീതമായിരുന്നു. കാറ്റും, കിളികളും, മഞ്ഞും, മഴയും അവളുടെ വ്ളോഗുകളിൽ സിംഫണികൾ തീർത്തു. മാതൃഭാഷ ഗ്രീക്ക് ആണെങ്കിലും ആംഗ്യഭാഷയിലായിരുന്നു എലനി ആശയവിനിമയം നടത്തിയിരുന്നത്, സബ്ടൈറ്റിലുകളും ഇല്ലായിരുന്നു. എന്നാലതിനേക്കാളെല്ലാം ശക്തമായി എലനിക്ക് വേണ്ടി അവളുടെ വാചാലമായ മിഴികൾ സംസാരിച്ചു. ആകാശവും, ഭൂമിയും, അലയാഴിയുമെല്ലാം അവളുടെ കണ്ണുകളിൽ നിറഞ്ഞുനിന്നു. എലനിയുടെ കണ്ണുകളിൽ ചിത്തു ഉദയാസ്തമനങ്ങൾ കണ്ടു...ഇരുളും വെളിച്ചവും കണ്ടു.

വിവരിക്കാനാവാത്തൊരു മാസ്മരികത എലനിയിൽ നിന്നും ചിത്തുവിലേക്ക് പടർന്നു. അവൾക്ക് ചുറ്റും മഞ്ഞുപൊഴിയുന്ന പോലെ അനുഭവപ്പെട്ടു. മഞ്ഞു മൂടിയ മലകളെ തഴുകി വരുന്ന കാറ്റിൽ കൈകാലുകൾ വിറക്കുന്ന പോലെ...ചിത്തു ലാപ്ടോപ്പ് മടക്കിവെച്ച് കൈകൾ കാലുകൾക്കിടയിലേക്ക് തിരുകി ഒരു വൃത്താകൃതിയിലേക്ക് സ്വയമമർന്നു.

8

എലനി കല്ലാസ് ആംഗ്യഭാഷയിലായിരുന്നു സംസാരിച്ചിരുന്നത്.

അവളുടെ വിരലുകളിൽ വിരിയുന്ന ഭാവങ്ങൾ മനോഹരമായ നൃത്തവിന്യാസങ്ങൾ പോലെ ആകർഷകമായിരുന്നു. ഒരു വാക്കുപോലും ഉരിയാടാത്ത നിശ്ശബ്ദ ബാലെ കാണുന്നതുപോലെയായിരുന്നു അത്. സംസാര ഭാഷയെ മറികടക്കുന്ന കൃത്യതയോടെ എലനി തന്റെ സ്വപ്നങ്ങളും, വികാരവിചാരങ്ങളുമെല്ലാം തന്റെ വീഡിയോകളിലൂടെ കാണികൾക്ക് കൈമാറി. വായുവിൽ സങ്കീർണ്ണമായ ചിഹ്നങ്ങൾ രൂപപ്പെടുത്തി തന്റേതായൊരു ഭാഷ അവൾ മിനഞ്ഞെടുത്തു. എലനിയുടെ ആംഗ്യഭാഷ മനസ്സിലാക്കാൻ സാധിക്കുന്നവർക്ക് ആ അടയാളങ്ങൾ അവളുമായുള്ള ഹൃദയസമ്പർക്കത്തിന്റെ ലോകത്തിലേക്കുള്ളൊരു വാതിലായിരുന്നു.

എലനിയുടെ മൗനത്തിന് ആയിരം നാവുകൾ കൊടുക്കുന്ന ആ ആംഗ്യഭാഷ വാചാലമെങ്കിലും ചിത്തു അത് മനസ്സിലാക്കിയെടുക്കുവാൻ ഏറെ ബുദ്ധിമുട്ടി. എലനിയുടെ വിരലുകളിൽ വിരിയുന്ന ഭാവങ്ങൾക്ക് ചിത്തു മനസ്സിൽ തന്റേതായ ഭാഷ്യങ്ങൾ ചമച്ചു.

എലനി വീഡിയോയിൽ പറയുന്ന കാര്യങ്ങളുടെ ഒരു സംഗ്രഹം അവളുടെ മാതൃഭാഷയായ ഗ്രീക്കിൽ വീഡിയോയുടെ ഡിസ്ക്രിപ്ഷനിൽ എഴുതിയിടുമായിരുന്നു. ആ ചെറിയ വിവരണങ്ങൾ ഗൂഗിളിൽ ഇംഗ്ലീഷിലേക്ക് പരിഭാഷ ചെയ്തിട്ടാണ് ചിത്തു കുറെയൊക്കെ കാര്യങ്ങൾ മനസ്സിലാക്കിയിരുന്നത്. പക്ഷേ, ചിത്തുവിന് എലനിയുടെ ഭാഷയിലൂടെ അവളെ അറിയണമായിരുന്നു. അതിന് എലനിയുടെ ഭാഷ പഠിക്കുകയല്ലാതെ വേറെന്തു വഴി? ചാനൽ വാർത്തകളിൽ പലതിലും വാർത്താവായനക്കൊപ്പം ആംഗ്യഭാഷയിലും വാർത്തകൾ വായിക്കപ്പെടുന്ന രീതി ചിത്തു ശ്രദ്ധിച്ചിരുന്നു. അങ്ങനെ ആ വാർത്തകളിലെ ആംഗ്യഭാഷാ പരിഭാഷകൾ കണ്ടു പഠിക്കാനായി അടുത്ത ശ്രമം.

'ഈ കുട്ടിക്ക് എന്താ പറ്റിയത്? ഇതെന്താ തനിച്ചിരുന്ന് ആംഗ്യങ്ങൾ കാണിക്കുന്നത്? എന്തൊക്കെയോ പിറുപിറുക്കുന്നുമുണ്ടല്ലോ...'

നാണിമുത്തിയുടെ പെട്ടെന്നുള്ള ചോദ്യത്തിൽ ഉമ്മറത്തെ സോഫയിൽ മലർന്നു കിടന്നിരുന്ന ചിത്തു ചാടിയെണീച്ചു. പഠിച്ചുവെച്ച കുറച്ചു ബേസിക് ആംഗ്യഭാഷകൾ ഒന്നോർത്തു നോക്കിയതാണെന്ന് പറഞ്ഞാൽ പിന്നെ അതിനെ കുറിച്ചാവും അടുത്ത ചോദ്യം.

'കുട്ടിക്ക് കഥകളി ഇഷ്ടാ? പണ്ടെനിക്കും ഇതുപോലെ കഥകളി പഠിക്കണം എന്നുണ്ടായിരുന്നു. പക്ഷേ വീട്ടിൽ സമ്മതിച്ചില്ല.'

ആശ്വാസം.. ഇത് കഥകളി മുദ്രകളാണെന്ന് വിചാരിച്ച് നാണിമുത്തി പണ്ടത്തെ കഥകളി ഓർമകളിലേക്ക് പോയി.

'ചിത്തൂന് വീട്ടിലിരുന്ന് ബോറടിക്കുന്നുണ്ടെങ്കിൽ കുറച്ചുദിവസം അമ്മായിയുടെ വീട്ടിലേക്ക് വിടട്ടെ? അവിടെ അമ്പിളി ഉണ്ടല്ലോ... നിനക്കൊരു കൂട്ടാകും.'

അപ്പോൾ തന്റെ കഥകളി അമ്മയും ശ്രദ്ധിച്ചിരിക്കുന്നു.

'എന്റെ അമ്മേ.. എപ്പോഴും ടിക് ടോക്കും, റീൽസും ചെയ്തു നടക്കണ അമ്പിളിച്ചേച്ചിക്ക് എന്നോട് മിണ്ടാൻ പോലും സമയം കിട്ടില്ല. എന്റേം അമ്പിളിച്ചേച്ചീടേം ഇന്ററസ്റ്റും സെയിം അല്ല. എനിക്ക് ഇവിടെ ബോറടിയൊന്നും ഇല്ല.. '

'ഇങ്ങനെ തനിച്ചിരിക്കുന്നതും, മുറിയിൽ അടച്ചുപൂട്ടിയിരിക്കു

ന്നതുമൊന്നും നല്ലതല്ല മോളെ....' അമ്മ വിടുന്ന ലക്ഷണമില്ല.

ചിത്തു പതുക്കെ ഉമ്മറത്തു നിന്നും മുറ്റത്തേയ്ക്കിറങ്ങി.

'എന്റെ പൊന്ന് എലനീ.. നീ കാരണമാണ് ഈ സംസാരങ്ങൾ മുഴുവൻ. ഈ പോക്ക് പോയാൽ എനിക്ക് വട്ടാണെന്നുവരെ പറയും ഇവർ' അവളുടെ ആ ആത്മഗതംകേട്ട് അവൾക്കുതന്നെ ചിരിപൊട്ടി. എന്തായാലും സൂക്ഷിച്ചും കണ്ടും നിൽക്കുന്നതാണ് നല്ലത്. ചിത്തുവിന്റെ മനസ്സിലൊരു അപായമണി മുഴങ്ങി.

പിന്നീടങ്ങോട്ട് തന്റെ മുറിയുടെ സ്വകാര്യതയിൽ മാത്രം അവൾ എലനിയുടെ വീഡിയോസ് കണ്ടു. ആംഗ്യഭാഷ മനസ്സിലാക്കാനുള്ള ശ്രമങ്ങൾ തുടർന്നു. കുറിഞ്ഞി മാത്രം ചിത്തുവിന്റെ ആംഗ്യഭാഷാ പഠനം ഏറെ ആസ്വദിച്ചു. അതിനെ കളിപ്പിക്കുകയാണെന്ന് കരുതി കുറിഞ്ഞി ചിത്തുവിന്റെ ആംഗ്യങ്ങൾക്കനുസരിച്ച് കട്ടിലിൽ അങ്ങോട്ടുമിങ്ങോട്ടും ചാടിമറിഞ്ഞു.

എന്തായാലും, ഡിജിറ്റൽ സ്ക്രീനിന്റെ അതിർവരമ്പുകൾക്കപ്പുറം എലനിയോട് ചിത്തുവിന് തോന്നിയ ആത്മബന്ധം അത്ര എളുപ്പത്തിൽ മുന്നോട്ട് കൊണ്ടുപോകാനാവില്ലെന്ന് വൈകാതെതന്നെ അവൾ മനസ്സിലാക്കി. ഇങ്ങനെയൊരു ആത്മബന്ധം തോന്നാൻ കാരണമെന്താവുമെന്ന് ആലോചിച്ചുഴറിയ അവൾ ന്യൂറോ സയൻസിലെ പുതിയ പഠനങ്ങളുടെ ആർട്ടിക്കിളുകൾ വരെ സെർച്ച് ചെയ്ത് വായിക്കാൻ ശ്രമിച്ചിരുന്നു. അവളുടെ മനസ്സിലെ ചിന്തകൾ സങ്കീർണ്ണമായി.. ഒപ്പം എലനിയെ കൂടുതൽ അടുത്തറിയാനുള്ള അവളുടെ ശ്രമങ്ങളും.

ആംഗ്യഭാഷ കൂടുതൽ പഠിക്കാൻ ശ്രമിച്ചപ്പോഴാണ് ഈ ലോകത്ത് ഒരു ആംഗ്യഭാഷ മാത്രമല്ലെന്നും, ലോകത്തെമ്പാടുമായി ഏകദേശം മുന്നോറോളം ആംഗ്യഭാഷകൾ നിലവിലുണ്ടെന്നും ചിത്തു മനസ്സിലാക്കിയത്. ഇന്ത്യയിൽ നിലവിലുള്ള ആംഗ്യഭാഷയും ഗ്രീസിലെ ആംഗ്യഭാഷയും തമ്മിൽ രണ്ട് സംസാരഭാഷകൾ തമ്മിലുള്ള അത്രയുംതന്നെ അന്തരമുണ്ട്.

'എലനീ... നിന്നെ അറിയാൻ ശ്രമിക്കുംന്തോറും നീ ഒരു മരീചിക കണക്കെ അകലുകയാണല്ലോ.' സങ്കടം നിറഞ്ഞൊരു നെടുനിശ്വാസമെങ്കിലും അതിലവളുടെ നിശ്ചയദാർഢ്യം കലർന്നിരുന്നു. എങ്ങനെയെങ്കിലും എലനിയുടെ ഭാഷ പഠിച്ചെടുക്കണം.

എലനിയുടെ നിശബ്ദലോകത്തിന്റെ ആഴങ്ങളിലേക്ക് ഇറങ്ങിച്ചെല്ലാനുള്ള ചിത്തുവിന്റെ ജിജ്ഞാസ കൂടിക്കൂടി വന്നു; അവളുടെ ഓൺലൈൻ പരതലുകളും.

അങ്ങനെ ഗ്രീക്ക് ആംഗ്യഭാഷ പഠിപ്പിക്കുന്ന ഒരു മൊബൈൽ ആപ്പ് ചിത്തു ഡൗൺലോഡ് ചെയ്തു. സാധാരണഗതിയിൽ മൊബൈൽ ആപ്പുകൾ ഡൗൺലോഡ് ചെയ്യുന്നത് ഒരു ചെറിയ കാര്യമാണെങ്കിലും അച്ഛനേയും, അമ്മയേയും മനഃപൂർവ്വം അറിയിക്കാതെ ചിത്തു ജീവിതത്തിൽ ചെയ്ത ആദ്യത്തെ കാര്യമായിരുന്നു അത്. അച്ഛനോട് പറയണമെന്ന് അവളുടെ മനസ്സ് പലവട്ടം പറഞ്ഞു. എന്നാൽ അപ്പോഴൊക്കെ കണക്കുടീച്ചർ അമ്മയോട് പറഞ്ഞ വാചകങ്ങളും, അതിന് അച്ഛൻ അമ്മയ്ക്ക് കൊടുത്ത ഉത്തരവുമായിരുന്നു അവളുടെ മനസ്സിൽ. "ചിത്തൂന്റെ ആത്മവിശ്വാസം നീ നശിപ്പിക്കാതിരുന്നാൽ മതി, ചിത്തൂന്റെ കാര്യം നോക്കാൻ ചിത്തൂനറിയാം. ചിത്തൂന്റെ മേലെയുള്ള അച്ഛന്റെ ആത്മവിശ്വാസമായിരുന്നു അത്. ഒരു കാരണവശാലും അതിനൊരു കുറവോ, സംശയമോ വരരുതെന്ന് ചിത്തു ആത്മാർത്ഥമായി ആഗ്രഹിച്ചു.

ആംഗ്യഭാഷ പഠിക്കുന്നത് അത്ര വലിയ കാര്യമൊന്നുമല്ലെന്നും, അതുകൊണ്ടുതന്നെ അത് ആരോടും പറഞ്ഞില്ലെങ്കിലും കുഴപ്പമൊന്നുമില്ലെന്നും ചിത്തു സ്വയം വിശ്വസിപ്പിച്ചു. ഇതൊന്നുമല്ലെങ്കിലും സംസാരിക്കാനും, കേൾക്കാനും ബുദ്ധിമുട്ടുള്ളവരോട് ആശയവിനിമയം നടത്താനുള്ള ഒരു ഭാഷ പഠിച്ചുവെക്കുക എന്നത് ഒരു സമൂഹജീവിയെന്ന രീതിയിൽ എല്ലാവരും ചെയ്യേണ്ട ഒരു കാര്യമാണെന്നും, ആംഗ്യഭാഷ ലളിതമായ രീതിയിലെങ്കിലും പാഠ്യപദ്ധതിയുടെ ഭാഗമാക്കേണ്ടതാണെന്നും ചിത്തു ചിന്തിച്ചു. സമൂഹത്തിൽ സാധാരണ രീതിയിലുള്ള ആശയവിനിമയം നടത്താൻ സാധിക്കാത്തവരെ ഹൃദയത്തോട് ചേർത്തു നിർത്താൻ അത്രയെങ്കിലും ഓരോരുത്തരും ചെയ്യണ്ടേ? സ്പീക്ക് ഈസി ക്ലബ്ബിലെ സ്പീക്കേഴ്സ് വോയിസ് സെക്ഷനിലേക്ക് നല്ലൊരു ടോപ്പിക്ക് ആയല്ലോ... ചിത്തു നോട്ടുബുക്ക് എടുത്ത് തന്റെ ചിന്തകളെ പകർത്തി വെച്ചു.

അങ്ങനെ പുതിയ കാഴ്ചകളുടേയും, പുതിയ പഠനത്തിന്റെയും രസകരമായ അനുഭവക്കാലമായി ചിത്തുവിന് ആ ഓണക്കാലം. തന്റെ വ്ളോഗുകളിലൂടെ എലനി ചിത്തുവിനെ മറ്റൊരു ലോകത്തേയ്ക്ക് കൊണ്ടുപോയി.. എലനിയുടെ നാടായ ഗ്രീസിലെ മക്രിനീറ്റ്സയിൽ ചിത്തുവിന്റെ പകലുകളും, രാത്രികളും അലിഞ്ഞുചേർന്നു.

ഗ്രീസിലെ തുറമുഖ നഗരമായ വോലോസിൽ നിന്നും പതിനേഴ് കിലോമീറ്റർ അകലെ പെലിയൻ മലനിരകളിലെ അതിമനോഹരമായ ഗ്രാമമാണ് മക്രിനീറ്റ്സ. മക്രിനീറ്റ്സയിലെ വെള്ളക്കല്ലുകൾ നിറഞ്ഞ പാതകളിലൂടെ ചിത്തുവിന്റെ മനസ്സ് ഒഴുകിനടന്നു.

താസോസ് സ്റ്റോൺസ് എന്നാണ് ആ തൂവെള്ളക്കല്ലുകൾ അറിയപ്പെടുന്നത്. അവിടെയുള്ള പരമ്പരാഗത വീടുകളെല്ലാം ആ കല്ലുകൾ കൊണ്ടുണ്ടാക്കിയതാണ്. ലോകത്തിലെതന്നെ ഏറ്റവും വെളുത്ത മാർബിൾസ് ആണ് താസോസ് മാർബിൾസ്. ഗ്രീക്ക്, റോമൻ, ഒട്ടോമൻ വാസ്തുവിദ്യകളുടെ കലാചാതുരി നിറഞ്ഞ മക്രിനീറ്റ്സയിലെ പുരാതന കെട്ടിടങ്ങൾ ഇന്നും പഴമയുടെ പ്രൗഢി കൈവിടാതെ തലയുയർത്തി നിൽക്കുന്നു. ഗ്രീക്ക് ടൂറിസം ബോർഡ് ഈ മനോഹരഗ്രാമത്തെ അതിന്റെ പരമ്പരാഗത രീതികളിൽ തന്നെ നിലനിർത്തുവാൻ അങ്ങേയറ്റം ശ്രമിച്ചുകൊണ്ടുമിരിക്കുന്നു. എലനിയുടെ വ്ളോഗുകളിൽ മക്രിനീറ്റ്സയുടെ സമ്പന്നമായ പാരമ്പര്യവും, വാസ്തുവിദ്യയും, സംസ്കാരവും, പരിതഃസ്ഥിതിയുമെല്ലാം നിറഞ്ഞുനിന്നു. അതീവശ്രദ്ധയോടെ തന്റെ മൊബൈലിൽ ദൃശ്യഭംഗി പകർത്തുന്ന അതേ ശ്രദ്ധയോടെയും, ശുഷ്കാന്തിയോടെയുമാണ് എലനി തന്റെ ഗ്രാമത്തിനെക്കുറിച്ചുള്ള വിവരങ്ങളുടെ വിശദാംശങ്ങളിലേക്കും ഇറങ്ങിച്ചെന്നിരുന്നത്. എലനിയുടെ ഗവേഷണപാടവം ചിത്തുവിനെ അങ്ങേയറ്റം അതിശയിപ്പിച്ചു.

അപൂർവ്വമായ ഔഷധസസ്യങ്ങളുടെ ഒരു കലവറയാണ് പെലിയോൺ പർവ്വതനിരകൾ. അവിടെ വളരുന്ന സസ്യങ്ങളിൽ ഏറ്റവും പ്രധാനപ്പെട്ടതാണ് ഗ്രീക്ക് മൗണ്ടൻ ടീ. അതിന്റെ രോഗപ്രതിരോധശക്തിയെക്കുറിച്ചും, മറ്റ് ഔഷധഗുണങ്ങളെക്കുറിച്ചുമെല്ലാം എലനി തന്റെ തനതായ ഭാവവിന്യാസങ്ങളിലൂടെയും, വിരലുകളിലൂടെയും വാചാലമായി സംസാരിക്കുന്നത് അതിശയത്തോടെയും, അനുകമ്പയോടെയും ചിത്തു കണ്ടുകൊണ്ടിരുന്നു. പണ്ടുകാലത്ത് പല രോഗങ്ങൾക്കും ചികിത്സതേടി ആളുകൾ ഇവിടേയ്ക്ക് വന്നിരുന്നുവത്രെ. പർവതനിരകളുടെ താഴ്ന്ന പ്രദേശങ്ങളിലുള്ള കുറ്റിച്ചെടിക്കാടുകൾ വിവിധങ്ങളായ സുഗന്ധദ്രവ്യങ്ങൾക്കും, ഔഷധസസ്യങ്ങൾക്കും പേരുകേട്ടതാണ്. ഇവയെല്ലാം വിൽക്കാനായി വെച്ചിരിക്കുന്ന പരമ്പരാഗത ഹെർബൽ ഷോപ്പുകൾ എലനിയുടെ വ്ളോഗുകളിലെ സ്ഥിരം ഇടങ്ങളായിരുന്നു. തന്റെ നാട്ടുകാരുടെ ഇത്തരം ചെറിയ കടകളെക്കുറിച്ചും, അവിടത്തെ ഔഷധവീര്യമേറിയ ഉല്പന്നങ്ങളെക്കുറിച്ചുമെല്ലാം ഒരു വൈദ്യശാസ്ത്ര വിദുഷിയെന്നപോലെയായിരുന്നു എലനിയുടെ വിശദീകരങ്ങൾ.

എലനി സുഗന്ധദ്രവ്യങ്ങളെക്കുറിച്ചു പറയുമ്പോൾ ചിത്തുവിന് തനിക്ക് ചുറ്റും ആ സുഗന്ധങ്ങൾ നിറയുന്നതായിത്തോന്നി. അവൾ അതാവോളം ആസ്വദിക്കുന്നപോലെ ആഞ്ഞു ശ്വാസമെടുത്തു.

അതൊന്നും മനഃപൂർവ്വമായിരുന്നില്ല; അവൾ പോലുമറിയാതെ അവളുടെ മനസ്സിന്റെ ആഴങ്ങളിൽ നിന്നുമുള്ള പ്രതിധ്വനികളായിരുന്നു.

പെലിയോൺ പർവത നിരകളുടെ മുകളിലെ മെഡിറ്ററേനിയൻ ഭൂപ്രകൃതിയിലേക്ക് ഹൈക്കിങ് നടത്തുന്നത് എലനിയ്ക്കൊരു ഹരമായിരുന്നു.

ഹൈക്കിങ് ട്രെയിൽസിലൂടെയും, കല്ലുപതിച്ച നടപ്പാതകളിലൂടെയും എലനിയുടെ മൊബൈൽ ക്യാമറ മുന്നോട്ട് നീങ്ങുമ്പോൾ ആ മൊബൈൽ കണ്ണുകൾ തന്റെ കണ്ണുകളായി ചിത്തു സ്വയം സങ്കൽപ്പിച്ചു. ഗ്രീക്ക് വൈദ്യശാസ്ത്രത്തിന്റെ ദേവനായ അസ്ക്ലെപ്പിയസ്, ഗ്രീക്ക് പുരാണങ്ങളിലെ പാതി മനുഷ്യനും, പാതി കുതിരയുമായ സെന്റോർ എന്നിവരെല്ലാം വാണിരുന്ന ഇടമായിരുന്നു അതെന്ന കഥകളെല്ലാം എലനി തന്റെ മൗനം തുളുമ്പുന്ന ആംഗ്യഭാഷയിലൂടെ അനുവാചകരിലേക്ക് പകർന്നു.

എലനിയുടെ ഹൈക്കിങ് ട്രെയ്ൽസ് വീഡിയോകൾ ചിത്തുവിന് ഏറെ ഇഷ്ടപ്പെട്ടു. തന്റെ സുഹൃത്തുക്കളുടെ കൂടെ, അവരുടെ നേതാവായി മുന്നിൽ നടക്കുന്ന എലനി ഒലിവ്, ഓക്ക്, പീച്ച്, ചെസ്റ്റ്നട്ട്, ആപ്പിൾ എന്നിങ്ങനെ അവിടെ വളരുന്ന മരങ്ങളെക്കുറിച്ചെല്ലാം വിവരണങ്ങൾ തന്നുകൊണ്ടാണ് മുന്നോട്ട് പൊയ്ക്കൊണ്ടിരുന്നത്. ചില സമയങ്ങളിൽ അവളെ സഹായിക്കാൻ കൂട്ടുകാരും കൂടെക്കൂടും. ആ കൂട്ടുകാർ പറയുന്ന ഗ്രീക്ക് ഭാഷയേക്കാൾ ചിത്തുവിന് മനസ്സിലായിരുന്നത് എലനിയുടെ ഭാഷ തന്നെയായിരുന്നു.

ചിത്തു എലനിയുടെ കൂടെ ജീവിച്ചു, അവളുടെ വീട്ടിൽ അവളോടൊപ്പമുറങ്ങി. മക്രിനീറ്റ്സ അവളുടേതും കൂടിയായി. പെലിയൻ പർവതനിരയ്ക്ക് തൊട്ടുകിടക്കുന്ന 'ബാൽക്കണി ഓഫ് പെലിയൻ' എന്നറിയപ്പെടുന്ന ഗ്രീസിലെ ഏറ്റവും സുന്ദരമായ ഗ്രാമങ്ങളിലൊന്നായ മക്രിനീറ്റ്സയിലേക്ക് ചിത്തുവിന്റെ മനസ്സ് ചേക്കേറി. എലനിയുടെ ചില വീഡിയോസ് അവസാനിക്കുന്നത് അവൾ അവളുടെ പുതപ്പിനകത്തെ ഇരുട്ടിലേക്ക് ചായുന്നതോടെയായിരുന്നു. അവൾക്ക് ശുഭരാത്രി നേർന്നുകൊണ്ട് ചിത്തു ആ വീഡിയോയുടെ കമന്റ് ബോക്സിൽ ഇങ്ങനെ കുറിക്കും...'1 'ബ്യൂനാസ് നോച്ചെസ് എലനി'

എലനി തന്റെ അമ്മ സോഫിയയെക്കുറിച്ചു സംസാരിക്കുമ്പോഴും ഏറെ വാചാലയായിരുന്നു. സോഫിയയുടെ തിരക്കിട്ട ദിനചര്യകളും എലനിയുടെ വീഡിയോകൾക്ക് വിഷയങ്ങളായി. അവർ രണ്ടുപേരും കൂടി നടത്തുന്ന 'ഫ്ളേവേർസ്' കഫെയാണ് അവരുടെ

ജീവിതോപാധി. അതിൽനിന്നും കിട്ടുന്ന വരുമാനത്തിൽ നിന്നും അവരുടെ സാമാന്യത്തിലും അല്പം വലുതായിരുന്ന കുടുബത്തിനെ അല്ലലറിയിക്കാതെ പരിരക്ഷിച്ചുപോന്നു.

ലോകത്തിന്റെ വിവിധ ഭാഗങ്ങളിൽ നിന്നും വരുന്ന സന്ദർശകരെ എലനി തന്റെ കഫെയിൽ എല്ലാ ആഥിത്യമര്യാദകളോടും കൂടി സ്വീകരിച്ചു. അവരുടെ ചോദ്യങ്ങൾക്കുള്ള മറുപടി ആംഗ്യഭാഷയിലും, കൈയ്യിൽ സ്ഥിരം കൊണ്ടുനടക്കുന്ന ടാബിൽ ടൈപ്പ് ചെയ്തും കാണിച്ചു. ടൂറിസ്റ്റുകളെ സ്വീകരിക്കുന്നതിലും, അവരോട് ഇടപെടുന്നതിലുമെല്ലാം എലനിക്ക് പ്രത്യേകമായൊരു കഴിവുണ്ടായിരുന്നു. ഒരുപക്ഷേ, അതവൾക്ക് അവളുടെ അച്ഛന്റെ ജീൻ വഴി ലഭിച്ചതാവാം. ഒഴിവുസമയങ്ങളിൽ അവൾ മക്രിനീറ്റ്സ ഗ്രാമ ത്തിലെ ഓരോ ഇടങ്ങളും വീഡിയോയിൽ പകർത്തി. ടൂറിസ്റ്റുകളെ നാടു കാണിക്കുന്നതും, ഹൈക്കിങ്ങിന് കൊണ്ടുപോകുന്നതുമെല്ലാം എലനി തന്നെ. രാത്രികളിൽ കഫെയിൽ വരുന്നവർക്കായി എലനി മനോഹരമായി ഗ്രീസിന്റെ സ്വന്തം സംഗീതോപകരണമായ ബൊസൗക്കി വായിച്ചു.

സംസാരശേഷി ഇല്ലെങ്കിലും അതിനെല്ലാമപ്പുറം അവളുടെ ബുദ്ധിശക്തിയും, അദ്ധ്വാനവും, അതിജീവനകലയിലുള്ള പ്രാവീണ്യവുമെല്ലാം ചിത്തുവിനെ ഏറെ സ്വാധീനിച്ചു. പരിഭവങ്ങളും, പരാതികളുമൊന്നും എലനിയുടെ ഭാവങ്ങളിലോ, ഭാഷയിലോ ഒരു തരി പോലും ചിത്തുവിന് കണ്ടുപിടിക്കാനായില്ല.

ആംഗ്യഭാഷയിലും, വീഡിയോ ഡിസ്ക്രിപ്ഷനുകളിലെ വിവരണങ്ങളിലൂടെയും എലനി അവളുടെ നാടിനെ ലോകത്തിന് മുന്നിലേക്ക് വീണ്ടും വീണ്ടും തുറന്നിട്ടു. എലനി അതിനോടകംതന്നെ അപ്ലോഡ് ചെയ്തിട്ടുണ്ടായിരുന്ന നൂറോളം വീഡിയോകൾ ചിത്തു ആദ്യം മുതൽ കണ്ടുതുടങ്ങി. രണ്ടുവർഷം മുൻപ് തുടങ്ങിയ ആ ചാനലിലെ ആദ്യ വീഡിയോകളിൽ നിന്നും ഇന്ന് എലനി തന്റെ ചിന്തകളിലും, പ്രവൃത്തികളിലുമെല്ലാം ഒരുപാട് ഉയർന്നിരിക്കുന്നു. എല്ലാ ജീവിതസാഹചര്യങ്ങളേയും നേരിടാനുള്ള ആ ഇരുപത് വയസ്സുകാരിയുടെ നിശ്ചയദാർഢ്യം ചിത്തുവിനെ വീണ്ടും വീണ്ടും എലനിയിലേക്കടുപ്പിച്ചു.

തന്റെ അമ്മയെക്കുറിച്ചുള്ള ഒരു ഡോക്യുമെന്ററി ഉണ്ടാക്കുക എന്നതായിരുന്നു എലനിയുടെ ഏറ്റവും വലിയ ആഗ്രഹം. അതിന് വേണ്ടി അവൾ കഠിനമായി അധ്വാനിച്ചു. കിട്ടുന്ന പണത്തിൽ ഒരു പങ്ക് അതിനായി മാറ്റിവെച്ചു. സോഫിയയെക്കുറിച്ചുള്ള ഡോക്യു

മെന്ററിയിൽ അവൾ പറയാനാഗ്രഹിക്കുന്നതെല്ലാം പലപ്പോഴായി അവളുടെ വീഡിയോകളിൽ ആത്മഗതങ്ങളായി പുറത്തുവന്നിരുന്നു. വൺ മില്യൺ സബ്സ്ക്രൈബേർസ് കടന്ന 'അപ്പ് എബോവ് ദി സ്കൈ' യൂട്യൂബ് ചാനലിലെ വീഡിയോ സീരീസിലൂടെ എലനിക്ക് സ്വന്തം നാട്ടിലും, ഗ്രീക്ക് ഭാഷ സംസാരിക്കുന്ന ഇടങ്ങളിലൊട്ടാകെയും ആരാധകർ വർദ്ധിച്ചുകൊണ്ടേയിരുന്നു. എന്നാൽ മറ്റൊരു ഭൂഖണ്ഡത്തിൽ, ഇന്ത്യയെന്ന രാജ്യത്തിന്റെ തെക്കേയറ്റത്തുള്ള കേരളത്തിലെ തൃശൂരെന്ന പട്ടണത്തിന്റെ മൂലയ്ക്കൊരു തറവാട്ടിൽ എലനിയ്ക്കൊരു കൂട്ടുകാരിയുണ്ടെന്ന് ഗ്രീസിലാരുമറിഞ്ഞില്ല, എലനിയുമറിഞ്ഞില്ല.

"1 Good night

9

ഹിപ്പോക്രാറ്റസ്, ആർക്കിമിഡീസ്, പൈഥഗോറസ്, പ്ലേറ്റോ.. അങ്ങനെയങ്ങനെ ലോകചരിത്രത്തിൽ സുവർണലിപികളിലെഴുതപ്പെട്ട, ശാസ്ത്രത്തിന്റെ ഗതിമാറ്റിയെഴുതിയ ചരിത്രപുരുഷന്മാരുടെ നാടാണ് ഗ്രീസ്. ഇതിഹാസങ്ങളുടെയും, പ്രാചീന സംസ്കൃതികളുടേയും യവനകഥകളുറങ്ങുന്ന നാട്.

ഗ്രീസിന്റെ തലസ്ഥാനമായ ഏതെൻസിലാണ് എലനിയുടെ ജനനം. അച്ഛൻ റോബർട്ട് കല്ലാസിന്റെയും, അമ്മ സോഫിയ കല്ലാസിന്റെയും കൂടെ സന്തോഷകരമായ ഒരു അന്തരീക്ഷത്തിലാണ് എലനി ജീവിതത്തിലേക്ക് പിച്ചവെച്ചുതുടങ്ങിയത്. അച്ഛന്റെ രൂപഭാവങ്ങളായിരുന്നു അവളിലേറെയും.

ടൂറിസമാണ് ഗ്രീസിന്റെ സമ്പദ്വ്യവസ്ഥയുടെ പ്രധാന ഘടകം. ഏറ്റവും കൂടുതൽ ആളുകൾ ജോലിചെയ്യുന്നതും ആ മേഖലയിൽ തന്നെ. റോബർട്ട് കല്ലാസും ടൂറിസവുമായി ബന്ധപ്പെട്ട ജോലികൾ ചെയ്യുന്ന ഒരാളായിരുന്നു. ടൂറിസ്റ്റുകൾക്ക് വാടകയ്ക്ക് കൊടുക്കാനായി നിറയെ മുറികളുള്ള വലിയൊരു വീട് അയാൾ സ്വന്തമാക്കി. ലോകത്തിന്റെ നാനാഭാഗത്തു നിന്നും വരുന്ന ടൂറിസ്റ്റുകൾക്ക് ആതിഥേയത്വമൊരുക്കിയും അവരുടെ യാത്രാസംബന്ധമായ കാര്യങ്ങൾ നോക്കിയും അത്യാവശ്യം നല്ല സാമ്പത്തിക സ്ഥിതിയും റോബർട്ടിനുണ്ടായിരുന്നു.

വിവിധ രാജ്യങ്ങളിൽ നിന്നുള്ള യാത്രാപ്രേമികളേയും, പ്രകൃതിസ്നേഹികളേയുമെല്ലാം കുട്ടിയായിരിക്കുമ്പോൾ തന്നെ കണ്ടു

തുടങ്ങിയതുകൊണ്ടാവാം ആ പ്രായം മുതൽ എലനിയും യാത്ര കളെ ഇഷ്ടപ്പെട്ടുതുടങ്ങി. ഒരുപക്ഷേ, പിതാവിന്റെ ചില ഇഷ്ടാനിഷ്ട ങ്ങൾ ജന്മനാ ലഭിച്ചതുകൊണ്ടുമാവാം..

എന്നാൽ അമ്മ സോഫിയ വ്യത്യസ്തയായിരുന്നു. ആരവങ്ങൾ ക്കും, ആർഭാടങ്ങൾക്കുമപ്പുറം സാമൂഹ്യപ്രവർത്തനം സോഫിയ തന്റെ വഴിയായി തിരഞ്ഞെടുത്തു. മനുഷ്യത്വം ഒന്നുകൊണ്ട് മാത്രം സാമൂഹ്യപ്രവർത്തകയായ ഒരാൾ... സമാധാനത്തിന്റെയും, പ്രതീ ക്ഷയുടെയും ഒലീവ് ഇലകളായി സ്വയം മാറിയ ജീവിതം.. സോഫി യയുടെ സാമിപ്യമേറ്റ ജീവിതങ്ങളിലും ശാന്തിയും, സമാധാനവും പുലർന്നു. അചഞ്ചലമായ അനുകമ്പയോടെ അവർ നിരാലംബ രുടെ ആത്മനൊമ്പരങ്ങളെ തഴുകി.

റോബെർട്ടിന്റെ ജീവിതത്തിൽ യാത്രകൾ ഒഴിവാക്കാനാവാത്ത താണ്. ചിലപ്പോഴൊക്കെ റോബർട്ട് ജോലിക്കാര്യത്തിനായി വീട്ടിൽ നിന്നിറങ്ങുമ്പോൾ എലനി വാശിപിടിക്കും... അവളെ കാറിന്റെ പുറ കിൽ ബേബി സീറ്റിലിരുത്തി ചെറിയ ഓരോ ഡ്രൈവ് നടത്തി യിട്ടു തിരികെ വീട്ടിൽക്കൊണ്ടു വിടുകയും ചെയ്യും.

എലനിക്ക് ഏഴ് വയസ്സുള്ളപ്പോഴാണ് അതിദാരുണമായ ആ സംഭവം നടന്നത്. അന്ന് ഏതെൻസിൽ നിന്നും കുറച്ചു ദൂരെയുള്ള ഒരു ബന്ധുവീട്ടിലേക്ക് കുടുംബസമേതം പോകേണ്ട ദിവസമായി രുന്നു. എന്നാൽ വീട്ടിൽ നിന്നും ഇറങ്ങേണ്ട സമയമായപ്പോഴേക്കും സോഫിയയുടെ ഒരടുത്ത സുഹൃത്തിനെ ആരോഗ്യപ്രശ്നങ്ങൾ കാരണം അത്യാഹിത വിഭാഗത്തിൽ പ്രവേശിപ്പിക്കുകയും

എലനിയെ റോബർട്ടിന്റെ കൂടെ വിട്ട് സോഫിയ പെട്ടെന്ന് തന്നെ ആശുപത്രിയിലേക്ക് തിരിക്കുകയും ചെയ്തു.

അന്ന് അച്ഛന്റെയും മകളുടെയും സന്തോഷകരമായ ആ യാത്ര യിൽ വിധി മറ്റൊന്നായി. നിയന്ത്രണം വിട്ട് എതിർദിശയിൽ നിന്നും വന്ന മറ്റൊരു കാറുമായുള്ള വലിയ കൂട്ടിയിടിയിൽ രണ്ടുകാറുകളും തകർന്നു. ആ വാഹനങ്ങളിലെ യാത്രക്കാരിൽ ഏഴ് വയസ്സുകാരി യായ എലനി മാത്രം ഒരുപാട് പരിക്കുകളോടെ കഷ്ടിച്ച് രക്ഷപെട്ടു. പക്ഷേ, അതിഭീകരമായ ആ അപകടവും, അവളെ ഏറെ സ്നേഹി ച്ചിരുന്ന അച്ഛന്റെ ദാരുണമായ മരണവും കൺമുന്നിൽ കണ്ട എല നിക്ക് നഷ്ടപ്പെട്ടത് തന്റെ സംസാരശേഷിയായിരുന്നു. മാനസിക മായ ഷോക്കിന് പുറമേ അപകടസമയത്ത് വോക്കൽ കോഡുകൾക്ക് സംഭവിച്ച കടുത്ത ആഘാതം കൂടിയായതോടെ തിരിച്ചെടുക്കാനാ വാത്ത വിധം അവൾക്ക് ശബ്ദം നഷ്ടപ്പെട്ടു.

റോബർട്ടിന്റെ അകാലത്തിലുള്ള ദാരുണമായ മരണത്തിന് ശേഷം സോഫിയയും, എലനിയും ജീവിതത്തിൽ തനിച്ചായി. മാത്രമല്ല, അപകടത്തിൽ എലനിക്ക് നഷ്ടപ്പെട്ടത് ശബ്ദം മാത്രമല്ല, അപകട മേൽപ്പിച്ച മാനസികാഘാതം അവളുടെ ജീവിതത്തിനെ എല്ലാ രീതിയിലും ബാധിച്ചു. ഒരു കിലുക്കാംപെട്ടി പോലെ ഓടിനടന്നിരുന്ന അവൾ എല്ലാകാര്യത്തിലും മന്ദഗതിയിലായി. കൂട്ടുകാരും, കളിപ്പാട്ടങ്ങളുമൊന്നും അവളെ സന്തോഷിപ്പിച്ചില്ല. അവളെ തിരിച്ച് ജീവിതത്തിലേക്ക് കൊണ്ടുവരാൻ സോഫിയ എല്ലാവഴികളിലൂടെയും ശ്രമിച്ചു. ശബ്ദം തിരിച്ചുകിട്ടുന്ന കാര്യത്തിലൊഴിച്ച് ബാക്കി എല്ലാ ആരോഗ്യപ്രശ്നങ്ങളും അവൾ മറികടക്കുമെന്ന് ഡോക്ടർമാർ ഉറപ്പുകൊടുത്തെങ്കിലും ഒന്നും പെട്ടെന്ന് പരിഹരിക്കാൻ പറ്റുന്നതായിരുന്നില്ല. സംസാരശേഷിയും ഒരുപക്ഷേ കാലക്രമേണ തിരിച്ചു കിട്ടിയേക്കാം.

അങ്ങനെ സോഫിയ ജീവിതത്തിൽ തീർത്തും ഒറ്റപ്പെട്ടു. ടൂറിസവുമായി ബന്ധപ്പെട്ട റോബെർട്ടിന്റെ ജോലി ഏറ്റെടുക്കാൻ സോഫിയക്ക് ഒരു താല്പര്യവുമില്ലായിരുന്നു. മനംമയക്കുന്ന ആഡംബരങ്ങളും, ആനന്ദങ്ങളും നൽകി പണം കൊയ്യുന്ന ടൂറിസത്തിന്റെ മായികലോകം സോഫിയയുടെ മൂല്യങ്ങളുമായി ചേർന്ന് പോകുന്നതല്ലായിരുന്നു. അതുകൊണ്ടുതന്നെ റോബെർട്ടിന്റെ മരണശേഷം സോഫിയ ആ ബിസിനസ് നടത്തിക്കൊണ്ടുപോയതുമില്ല.

റോബർട്ടും, ടൂറിസ്റ്റുകളുമില്ലാതെ ആ വലിയ വീട്ടിൽ സോഫിയയും, എലനിയും മാത്രമായി. ഒറ്റപ്പെടലിന്റെ നീറുന്ന വേദന ആദ്യമായി സോഫിയ അനുഭവിച്ചു തുടങ്ങി. സംസാരശേഷി നഷ്ടപ്പെട്ട എലനിയുടെ ചെറിയ ചില അവ്യക്തമായ വാക്കുകളും, കളിപ്പാട്ടങ്ങളുടെ ശബ്ദങ്ങളുമൊഴിച്ചാൽ സോഫിയയുടെ ജീവിതം ശൂന്യമായിരുന്നു. എന്നാലപ്പോഴും വിനോദസഞ്ചാരികളുടെ യാത്രാവിനോദങ്ങളിൽ പങ്കുചേർന്ന് ജീവിതം ഒരാഘോഷമാക്കി മാറ്റാനുതകുന്ന രീതിയിൽ റോബർട്ട് ഒരുക്കിവെച്ചിരുന്ന ടൂറിസം ബിസിനസിനെ ജീവിതത്തിന്റെ ഭാഗമാക്കാൻ സോഫിയയുടെ മനസ്സ് സമ്മതിച്ചില്ല. പകരം, സോഫിയ കാരുണ്യപ്രവർത്തനങ്ങളിൽ സജീവമായി പങ്കെടുത്തു.

ഏതൻസ് എന്ന വിനോദസഞ്ചാരികളുടെ പറുദീസയിലും തന്നെപ്പോലെതന്നെ ഒറ്റപ്പെടൽ അനുഭവിക്കുന്ന, ആരവങ്ങളും, നിറങ്ങളുമില്ലാതെ ഒറ്റയ്ക്ക് ജീവിയ്ക്കാൻ വിധിക്കപ്പെട്ട ഒരുപാട് പേരെ സോഫിയ പരിചയപ്പെട്ടു. സഞ്ചാരമെന്ന ലഹരിയെ മഹത്വവൽ

ക്കരിച്ച് ജന്മം തന്നവരെപ്പോലും വിട്ട് ഈ നിമിഷത്തിന്റെ അനുഭൂതികളിൽ മുങ്ങിത്താഴുന്നവരുടെ ഈറ്റില്ലങ്ങളിലേക്ക് സോഫിയ കടന്നുചെന്നു. അവിടെ മക്കളുടെയോ, ബന്ധുക്കളുടെയോ സാമീപ്യമില്ലാതെ ഏകാന്തതയുടെ മരുഭൂമികളിൽ അലയുന്ന ദയനീയ മുഖങ്ങളെ സോഫിയ പരിചയപ്പെട്ടു. പ്രായംചെന്ന അവർക്ക് സോഫിയ ഒരു സാന്ത്വനമായി. അവരിൽ ചിലർക്കായി സോഫിയയുടെ വലിയ വീടിന്റെ മുറികൾ തുറക്കപ്പെട്ടു. പലയിടങ്ങളിൽ ഒറ്റപ്പെട്ട് പൂക്കാതെ, കായ്ക്കാത്ത നിന്നിരുന്ന കുറച്ചു മനുഷ്യവൃക്ഷങ്ങളെ ഒന്നിച്ചൊരു തുരുത്തിലേക്കവൾ മാറ്റിപ്പാർപ്പിച്ചു.. അവിടമൊരു പൂങ്കാവനമാക്കി.

ഒരു കുടുംബം പോലെ സോഫിയയും, എലനിയും, ആ പ്രായം ചെന്നവരും ഒന്നിച്ചു ജീവിച്ചു. അതുകൊണ്ടുതന്നെ ഓർമവെച്ചനാൾ മുതൽ എലനി വീട്ടിലെ അപ്പൂപ്പന്മാരുടെയും, അമ്മൂമ്മമാരുടെയും ഇടയിലാണ് വളർന്നത്. അവർ പറയുന്ന കഥകളിലെ കഥാപാത്രങ്ങളായിരുന്നു കുഞ്ഞായ എലനിയുടെ കൂട്ടുകാർ. കൗതുകം നിറഞ്ഞ കഥകളുടെ സഞ്ചയമാണ് ഗ്രീക്ക് പുരാണങ്ങൾ. ആ കഥകൾ കേട്ടുവളർന്ന എലനിയുടെ ലോകവും ഭാവനാസമ്പന്നമായിരുന്നു. എലനിയുടെ എല്ലാമെല്ലാമായിരുന്നു അവളുടെ പാപ്പോസുമാരും യായമാരും; ഗ്രീക്ക് ഭാഷയിൽ അപ്പൂപ്പന്മാരേയും, അമ്മൂമ്മമാരേയും വിളിക്കുന്നതങ്ങിനെയാണ്.

തനിക്ക് സംസാരശേഷി ഇല്ലെന്ന വിഷമം അറിയിക്കാതെ അപ്പൂപ്പന്മാരും, അമ്മൂമ്മമാരും അവളെ വളർത്തി. സോഫിയക്കും അതൊരു വലിയ ആശ്വാസമായിരുന്നു. അവർ വന്നതോടെ സോഫിയ എലനിയെ അവരെ ഏൽപ്പിച്ച് ജോലിക്ക് പോയിത്തുടങ്ങി.

ഗ്രീക്ക് പുരാണങ്ങളിലെ കഥാപാത്രങ്ങളുടെ വേഷങ്ങൾ കെട്ടി എലനിക്ക് വേണ്ടി മാത്രം അവർ നാടകങ്ങൾ കളിച്ചു. ഓട്ടസും എഫിയാൾട്ടസുമെല്ലാം അവൾക്ക് മുന്നിൽ ആടിത്തിമർത്തു. ഇതെല്ലാം എലനിക്ക് വേണ്ടി മാത്രമായിരുന്നോ? ജീവിതത്തിന്റെ സായന്തനത്തിൽ വീണുകിട്ടിയ ആ സ്വർഗ്ഗരാജ്യത്തിൽ അപ്പൂപ്പന്മാരും, അമ്മൂമ്മമാരും അതെല്ലാം ആവോളമാസ്വദിച്ചു കാണണം.

എന്തായാലും, സ്നേഹനിധികളായ അവർ മകൾക്ക് കൂട്ടിനുള്ളതുകൊണ്ട് സോഫിയ തന്റെ ജോലിയിൽ കൂടുതൽ ശ്രദ്ധിച്ചു. പകൽ സമയം അക്കൗണ്ടന്റ് ജോലിയും, വൈകിട്ട് വീട്ടിലെത്തിയാൽ വീടിന് ചുറ്റുമുള്ള സ്ഥലത്ത് ചെറിയ കൃഷിപ്പണികളുമെല്ലാം ചെയ്ത് എലനിയുടെയും, വീട്ടിലെ താമസക്കാരുടെയും കാര്യങ്ങൾ

ക്കുള്ള പണം കണ്ടെത്തി. സോഫിയയുടെ കാരുണ്യപ്രവർത്തന ങ്ങളെ അവിടുത്തെ പല സംഘടനകളും പരിഗണിക്കുകയും, ആദ രിക്കുകയും ചെയ്തിരുന്നു.

എലെനിക്ക് ഒമ്പത് വയസ്സായപ്പോഴത്തെ മഴക്കാലം... അതവ രുടെ ജീവിതം മുഴുവനായി മാറ്റിമറിച്ചു. ഏതെൻസ്സിലെ മെഡിറ്റേ റിയൻ കാലാവസ്ഥാ വ്യതിയാനങ്ങൾ എന്നും പ്രവചനാതീതമാണ്. ആ വർഷത്തെ മഴക്കാലത്ത് നിർത്താതെ പെയ്യുന്ന മഴയിൽ നദി കൾ കരകവിഞ്ഞു. വീടുകൾക്കുള്ളിലേക്ക് വെള്ളം കയറി. എന്തെ ങ്കിലും ഉടൻ ചെയ്തില്ലെങ്കിൽ വീട്ടിലെ വയസ്സായ താമസക്കാരുടെ ജീവൻ അപകടത്തിലാവുമെന്ന സ്ഥിതിയിലെത്തി.

ആ സമയത്ത് സോഫിയയുടെ മുന്നിലുള്ള ഒരേയൊരു വഴി വീട്ടിലുള്ളവരെയെല്ലാം ഗവണ്മെന്റിന്റെ കീഴിൽ വളരെ കാര്യക്ഷമ മായി പ്രവർത്തിക്കുന്ന ഓൾഡ് ഏജ് ഹോമുകളിൽ ഏതെങ്കിലു മൊന്നിലേക്ക് പെട്ടെന്നുതന്നെ മാറ്റുക എന്നതായിരുന്നു. എന്നാൽ എലനിയുടെ ജീവന്റെ ഭാഗമായിപ്പോയ അവരെ ഓൾഡ് ഏജ് ഹോ മുകളിലേക്ക് മാറ്റാൻ സോഫിയക്ക് മനസ്സുവന്നില്ല. റോബർട്ടിന്റെ മരണശേഷം പൊടുന്നനെ ഒറ്റപ്പെട്ടുപോയ തന്റെ ജീവിതത്തിനെ പ്രകാശത്തിന്റെ വഴിയിലേക്ക് നയിച്ച ആ അച്ഛനമ്മമാരെ പിരിയുക എന്നത് സോഫിയക്കും സാധിക്കുന്ന കാര്യമല്ലല്ലോ.

ഏതൻസിൽ മഴ കൂടിക്കൂടിവന്നു. രക്ഷാപ്രവർത്തകർ മുന്നറി യിപ്പുകൾ കൊടുത്തുകൊണ്ടേയിരുന്നു. വൃദ്ധരായവരെ എത്രയും പെട്ടെന്ന് സുരക്ഷിത സ്ഥാനങ്ങളിലേക്ക് മാറ്റാനുള്ള അറിയിപ്പു കൾ തുടർച്ചയായി സോഫിയക്ക് കിട്ടിത്തുടങ്ങി.

അതിശക്തമായ കാറ്റിൽ വീടിന്റെ ജനാലകൾ തെറിച്ചുപോയി രിക്കുന്നു. മഴവെള്ളം വീടിനകത്തേയ്ക്ക് വീശിയടിക്കുന്നു. എല നിയുടെ മേൽ ഒരു തുള്ളിവെള്ളം പോലും വീഴാതിരിക്കാൻ അവ ളുടെ അപ്പൂപ്പന്മാരും അമ്മൂമ്മമാരും അവൾക്ക് ചുറ്റും കൂടിയിരു ന്നൊരു മതിൽ തീർത്തിരുന്നു. അതിനുള്ളിലവൾ സുരക്ഷിതയായി കളിപ്പാട്ടങ്ങൾ വെച്ച് കളിച്ചുകൊണ്ടിരിക്കുന്നു. ദുഃഖം തളംകെട്ടിയ മൂകതയിൽ നിസ്സഹായരായി ഇരിക്കുന്ന അവരുടെ അവസ്ഥ കൂടു തൽ സമയം കണ്ടിരിക്കാൻ സോഫിയക്കായില്ല.

സോഫിയ മറ്റൊന്നും ചിന്തിച്ചില്ല, എങ്ങനെയൊക്കെയോ ഒരു ട്രക്ക് അറേഞ്ച് ചെയ്ത് എല്ലാവരെയും അതിൽ കയറ്റി, കൈയ്യിൽ കിട്ടിയതൊക്കെ വാരിപ്പെറുക്കി ദൂരെ സോഫിയയുടെ കുറച്ചു ബന്ധു ക്കൾ താമസിക്കുന്ന മക്രിനീറ്റ്സയിലേക്ക് യാത്ര തിരിച്ചു.

⏩ എലനി

മക്രിനീറ്റ്സയിൽ എത്തിയ സോഫിയക്ക് സംസാരശേഷിയില്ലാത്ത എലനിയേയും, കൂടെക്കൂട്ടിയ പത്തോളം വൃദ്ധരെയും വെച്ച് ഒരു ജീവിതം കരുപ്പിടിപ്പിക്കുക ഒട്ടും എളുപ്പമുള്ള കാര്യമായിരുന്നില്ല. ഏതൻസിൽ ചെയ്തിരുന്ന പോലെ ഒരു അക്കൗണ്ടന്റ് ജോലിയൊന്നും മക്രിനീറ്റ്സയിൽ ലഭിച്ചതുമില്ല. അവസാനം സോഫിയയുടെ അമ്മാവന്റെ സഹായത്തിൽ ഒരു വീട് വാടകയ്ക്ക് എടുക്കുകയും, വീടിനോട് ചേർന്ന് ഫ്ലേവേഴ്സ് എന്നൊരു കഫെ ആരംഭിക്കുകയും ചെയ്തു. മക്രിനീറ്റ്സയിലും സോഫിയ തന്റെ പരോപകാരപ്രവർത്തനങ്ങൾ തുടർന്നുകൊണ്ടേയിരുന്നു.

അമ്മയായിരുന്നു എലനിയുടെ ലോകം. എല്ലാ പ്രതിസന്ധികളേയും അതീവ ജാഗ്രതയോടെയും, ധൈര്യത്തോടെയും അതിജീവിക്കുന്ന സോഫിയയുടെ കരുത്ത് മകളായ എലനിക്കും കിട്ടിയിരുന്നു. നിശ്ശബ്ദതക്കും, സൗമ്യതക്കുമുള്ളിൽ അപാരമായ മനഃശ്ശക്തിയുമായി മക്രിനീറ്റ്സ ഗ്രാമത്തിൽ എലനി വളർന്നുവന്നു.

10

ആ ഓണക്കാലം മുഴുവൻ 'അപ് എബോവ് ദി സ്കൈ'യിലൂടെ ചിത്തു മക്രിനീറ്റ്സയുടെ സൗന്ദര്യങ്ങളിൽ മുഴുകിനടന്നു. വീട്ടിൽ വിരുന്നുകാർ വരുമ്പോഴും, ഭക്ഷണം കഴിക്കാൻ വിളിക്കുമ്പോഴും മാത്രമാണ് ചിത്തുവും മക്രിനീറ്റ്സയും തമ്മിൽ വേർപെട്ടത്. എലനി തന്റെ ബൊസൗക്കി സംഗീതോപകരണം ഈണത്തിൽ മീട്ടുമ്പോൾ ചിത്തു അതിന് വരികൾ ചേർത്ത് കൂടെപ്പാടി. അവളുടെ കഫെയിൽ വരുന്ന സന്ദർശകർക്ക് ഭക്ഷണം വിളമ്പി, വീട്ടിലെ അപ്പൂപ്പന്മാരോടും, അമ്മൂമ്മമാരോടും, സോഫിയാമ്മയോടുമെല്ലാം കളിതമാശകൾ പറഞ്ഞ് ചിത്തു എലനിയുടെ കൂടെപ്പിറപ്പായി.

ഒന്നിടവിട്ട ദിവസങ്ങളിലായിരുന്നു എലനിയുടെ പുതിയ വീഡിയോ അപ്‌ലോഡുകൾ. ഇടദിവസങ്ങളിൽ പഴയ ഏതെങ്കിലും വീഡിയോ ഒരു ഷോർട്ട് ആയും അപ്‌ലോഡ് ചെയ്തുകൊണ്ടിരുന്നു. എലനിയുടെ ലേറ്റസ്റ്റ് വീഡിയോ കണ്ടുകഴിഞ്ഞാലും ചിത്തു അപ്പ് എബോവ് ദി സ്കൈയിൽ തന്നെ ചുറ്റിപ്പറ്റി നിൽക്കും. രണ്ടുവർഷം മുൻപുമുതലുള്ള വീഡിയോകൾ ഓരോന്നോരോന്നായി കണ്ടുകൊണ്ടിരിക്കുകയാണ് അടുത്ത പരിപാടി. ഓരോ വീഡിയോയ്ക്കും താഴെ വരുന്ന കമന്റുകൾ വായിക്കുന്നതുമൊരു ശീലമായി. ഗ്രീക്ക്

ഭാഷയിലുള്ളത് ട്രാൻസ്ലേറ്റർ വഴി വായിക്കും.

പുതിയ കാര്യങ്ങൾ കേൾക്കുകയും, വായിക്കുകയുമെല്ലാം ചെയ്യുമ്പോൾ അതിന്റെയെല്ലാം ചെറിയ ഡയറികുറിപ്പുകൾ എഴുതിവെയ്ക്കുക പണ്ടേ ശീലമായിരുന്നു ചിത്തുവിന്. ഇപ്പോഴത്തെ പുതിയ പഠിത്തങ്ങൾക്ക് ചെറിയ ഡയറിനോട്ടുകൾ പോരല്ലോ... അത് മറ്റൊരു രാജ്യത്തിനെക്കുറിച്ചുള്ളതു മാത്രമല്ല, മറ്റൊരു ലോകത്തിനെക്കുറിച്ചുള്ളതല്ലേ.. എത്ര എഴുതിയാലും തീരാത്ത മക്രിനീറ്റ്സയിലെ എലനിയുടെ ജീവിതകഥയ്ക്കായി ഒരു വലിയ നോട്ടുബുക്ക് തന്നെ ചിത്തു മാറ്റിവെച്ചു. അപ് എബോവ് ദി സ്കൈ എന്ന് വലിയ അക്ഷരത്തിൽ പേരുകൊടുത്ത ആ പുസ്തകത്തിൽ അന്നന്നത്തെ കാര്യങ്ങൾ എഴുതിക്കഴിഞ്ഞശേഷം അത് മേശമേലെയിരിക്കുന്ന മറ്റുപുസ്തകങ്ങളുടെ ഏറ്റവും അടിയിൽ വയ്ക്കാനും ചിത്തു ശ്രദ്ധിച്ചു.

'ചിത്തൂ...ഇസ്തിരിയിടാനുള്ള യൂണിഫോമുകളെല്ലാം എടുക്ക്... ദാ.. ഇസ്തിരിക്കാരൻ വന്നിരിക്കുന്നു.'

'യൂണിഫോമോ? എന്ത് യൂണിഫോം?' അമ്മ പെട്ടെന്ന് മുറിയിലേക്ക് കയറിവന്നപ്പോൾ എഴുതിക്കൊണ്ടിരിക്കുന്ന പുസ്തകം പെട്ടെന്നടച്ചുവെച്ച് ചിത്തു ചോദിച്ചു.

'എവിടത്തെ യൂണിഫോം.. ആരടെ യൂണിഫോം എന്നുകൂടി ചോദിക്ക്..'

ലക്ഷ്മി ചിത്തുവിനെ തറപ്പിച്ചൊന്ന് നോക്കി.

'ആഹ്.. യൂണിഫോം.. അത് നാളെ കൊടുത്താൽ മതിയോ?'

തലചൊറിഞ്ഞുകൊണ്ടുള്ള ചിത്തുവിന്റെ ചോദ്യം കേട്ട് ലക്ഷ്മി പറഞ്ഞു.

'മറ്റന്നാൾ സ്കൂൾ തുറക്കുന്ന കാര്യം നീ മറന്നോ? നാളെ ഞായറാഴ്ച, ഇസ്തിരിക്കാരൻ വരില്ല.'

ചിത്തുവിനെ കാത്തുനിൽക്കാതെ ലക്ഷ്മി യൂണിഫോമുകളെല്ലാമെടുത്ത് താഴേക്ക് പോയി.

ലക്ഷ്മി മുറിയിൽ നിന്നും പോയിക്കഴിഞ്ഞ് ചിത്തു മുറിയുടെ മൂലക്കിരിക്കുന്ന സ്കൂൾ ബാഗിലേക്ക് നോക്കി. സ്കൂൾ അടച്ച ദിവസം വെച്ച അതേ പൊസിഷനിൽ അതവിടെയിരിക്കുന്നു. സ്കൂൾബാഗിലേക്ക് കുറച്ചുനേരം തുറിച്ചുനോക്കി ഒന്ന് തലകുടഞ്ഞ് ചിത്തു വീണ്ടും മേശപ്പുറത്ത് തിരിച്ചുവെച്ചിരിക്കുന്ന പുസ്തകം തുറന്നു. വീണ്ടും അവൾ അപ് എബോവ് ദി സ്കൈയുടെ നോട്ട്ബുക്കിലേക്ക് ഊളിയിട്ടു.

പിറ്റേദിവസം വൈകുന്നേരമാണ് ചിത്തു മൂലക്കിരിക്കുന്ന സ്കൂൾ

ബാഗ് പൊടിതട്ടിയെടുത്തത്. പുസ്തകങ്ങളെല്ലാമെടുത്ത് മേശയുടെ മുകളിൽ വയ്ക്കുമ്പോഴാണ് മിന്നൽപ്പിണർ പോലെ ഒരോർമ്മ കടന്നുവന്നത്.

'അയ്യോ... ഒരു പ്രോജക്റ്റ് ചെയ്യാനുണ്ടല്ലോ.. അതിനുള്ള മെറ്റീരിയൽസും വാങ്ങിച്ചിട്ടില്ല.'

ചിത്തു താഴേക്ക് ഗോവണിപ്പടികൾ ചാടിയിറങ്ങി.

ചിത്തുവിന്റെ ഓടിച്ചാടിയുള്ള വരവും, ഭാവവുമെല്ലാം കണ്ട് ലക്ഷ്മി ഭയന്നുപോയി.

'എന്താ മോളെ.. എന്താ പറ്റിയത്?'

ചിത്തു കാര്യം പറഞ്ഞു.

ആദ്യം ഭയന്നുപോയ ലക്ഷ്മിയുടെ മുഖഭാവം പെട്ടെന്ന് മാറി.

'അമ്മയ്ക്ക് ദേഷ്യം വന്നിരിക്കുന്നു ഞാനൊന്ന് കണ്ടോൾ ചെയ്താൽ മതിയായിരുന്നു.' ചിത്തു മനസ്സിലോർത്തു.

ചിത്തുവിന്റെ നിൽപ്പും ഭാവവുമെല്ലാം കണ്ട് ലക്ഷ്മിയുടെ മനസ്സലിഞ്ഞു.. 'സാധാരണ നിനക്ക് ഇങ്ങനെ അശ്രദ്ധയുണ്ടാവാറില്ലല്ലോ മോളെ? പോട്ടെ.. സാരമില്ല, ഇന്ന് ഞായറാഴ്ച ആയതുകൊണ്ട് എല്ലാ കടകളും തുറന്നിട്ടുണ്ടാവില്ല, എന്താ ചെയ്യാൻ പറ്റുക എന്ന് ഞാനൊന്ന് നോക്കട്ടെ.'

എന്തായാലും ലക്ഷ്മി പെട്ടെന്ന് തന്നെ പരിഹാരമുണ്ടാക്കി. പരിചയത്തിലുള്ള ഒരു സ്റ്റേഷനറി കടയുടെ ഉടമയെ വിളിച്ച് സഹായമഭ്യർത്ഥിച്ചു. അവർ അപ്പോൾ തന്നെ ചിത്തുവിന് ആവശ്യമുള്ള കാര്യങ്ങൾ കടയിൽ നിന്നെടുപ്പിച്ച് വീട്ടിലെത്തിക്കുകയും ചെയ്തു. കുറച്ചു സമയത്തിനുള്ളിൽ തന്നെ ചിത്തു ഭംഗിയായി പ്രോജക്റ്റ് ചെയ്തുതീർത്തു. എങ്കിലും, കൃത്യസമയത്ത് അമ്മയുടെ ബുദ്ധി പ്രവർത്തിച്ചില്ലായിരുന്നെങ്കിൽ ആ പ്രോജക്റ്റ് ചെയ്യാനാവുമായിരുന്നില്ല എന്ന ചിന്ത ചിത്തുവിന്റെ ഉള്ളിൽ ഒരു കുറ്റബോധമായി കടന്നുകൂടി. അതൊരു തുടക്കമായിരുന്നു...

പിറ്റേദിവസം സ്കൂളിലെത്തിയപ്പോൾ ചിത്തുവിന് പഴയപോലെ ഉത്സാഹത്തോടെ ഓടിനടക്കാനായില്ല. അവളുടെ മനസ്സിൽ മുഴുവൻ എലനിയായിരുന്നു. ഫ്ളേവേഴ്സ് കഫേയിൽ ഇന്ന് എത്ര സന്ദർശകർ വന്നിട്ടുണ്ടാകും, ഏതൊക്കെ രാജ്യക്കാർ? പുതിയൊരു ഹൈക്കിങ് ട്രെയിൽ എലനി കണ്ടുപിടിച്ചിരുന്നു. ഇന്ന് അതിലൂടെ പോയിക്കാണുമോ? മുൻപ് പോയി ശീലമില്ലാത്ത ആ പുതിയ വഴിയിൽ എലനിക്ക് വഴിതെറ്റിപ്പോയെങ്കിലോ? ചിത്തുവിന്റെ മനസ്സ് കാടുകയറി. മക്രിനീറ്റ്സയിലെ നടവഴികളിലെ കല്ലുകളുടെ തണുപ്പ്

അവളിലേക്ക് പതിയെ പടർന്നു. ക്ലാസ്സിൽ അവൾക്ക് ശ്രദ്ധിക്കാൻ പറ്റാതായി.

അലീനയും, സിദ്ധാർഥുമെല്ലാം അവരുടെ ഹോളിഡേ കഥകൾ പൊടിപ്പും തൊങ്ങലും വെച്ച് പറഞ്ഞുകൊണ്ടിരുന്നപ്പോഴും ചിത്തു എല്ലാം നിർവികാരമായി കേട്ടിരുന്നതല്ലാതെ ഒന്നും തിരിച്ചു പറഞ്ഞില്ല. അവളുടെ ഹോളിഡേ ട്രിപ്പിനെക്കുറിച്ച് അവരോട് പറയാനാവില്ലല്ലോ. ഇപ്പോഴും അവൾ ആ ഹോളിഡേ സ്ഥലത്തുനിന്നും തിരിച്ചുവന്നിട്ടുമില്ല.

വീട്ടിലെത്തിയാലും ഹോംവർക്കുകൾ എങ്ങനെയൊക്കെയോ ചെയ്തെന്നു വരുത്തി 'അപ് എബോവ് ദി സ്കൈ' ചാനലിലേക്കവൾ കയറും. ചിത്തുവിനിപ്പോൾ മക്രിനീറ്റ്സയുടെ മുക്കും മൂലയും പരിചയമായിരിക്കുന്നു. ആയിടയ്ക്ക് എലനിയുടെ അപ്പൂപ്പന്മാരിലൊരാൾ പ്രായാധിക്യത്താൽ മരണപ്പെട്ടപ്പോൾ എലനിയും, സോഫിയയും സങ്കടപ്പെട്ടതിലും കൂടുതൽ സങ്കടപ്പെട്ടത് ചിത്തുവായിരുന്നു. ഒരു മരണം നേരിൽ കണ്ടതുപോലെ അവൾ നടുങ്ങി, വിങ്ങിപ്പൊട്ടി.

ഹരികൃഷ്ണൻ ന്യൂയോർക് ഓഫീസിലായിരുന്നതുകൊണ്ട് പണ്ടത്തെപ്പോലെ അവളുടെ ഹോംവർക്കുകൾ കഴിയുന്ന സമയത്ത് വീഡിയോ കാളിൽ വരാറുമില്ലായിരുന്നു. എന്നാലും മെസ്സേജുകൾ ഓഡിയോ, വീഡിയോ രൂപങ്ങളിൽ ചിത്തുവിന്റെ മൊബൈലിൽ വന്നുകൊണ്ടിരിക്കും. അതിനും പണ്ടത്തെ പോലെ വിശദമായ മറുപടികൾ ചിത്തു കൊടുക്കാതെയായി. ഒന്നും മനഃപൂർവ്വമായിരുന്നില്ല. കൃത്യനിഷ്ഠതയോടെ കാര്യങ്ങൾ നടക്കുന്നില്ല എന്ന് അവൾ തിരിച്ചറിയുന്നു പോലുമുണ്ടായിരുന്നില്ല.

'ചൈതന്യാ.. എന്തുകൊണ്ടിതു പഠിച്ചില്ല?' ക്ലാസ്സിൽ പലപ്പോഴും ടീച്ചർമാരുടെ ചോദ്യങ്ങൾക്ക് ശരിയായി ഉത്തരം പറയാനാവാതെ അവൾ കുഴങ്ങി. ഹോംവർക്കുകൾ ശരിയായി ചെയ്യാത്തതിന് വിശദീകരണം കൊടുക്കാൻ അവളേറെ കഷ്ടപ്പെട്ടു. 'ചൈതന്യാ.. വാട്ട് ഹാപ്പെൻഡ് ടു യു?'

അധ്യാപകർ അവളെ വിളിക്കുന്നതിന്റെ രീതിപോലും മാറിയിരിക്കുന്നു. സ്നേഹവും, പ്രോത്സാഹനവും നിറഞ്ഞുനിന്നിരുന്ന അവരുടെ സ്വരത്തിൽ ഇപ്പോൾ എന്തൊക്കെയോ മാറ്റങ്ങൾ. പഠിത്തത്തിൽ എപ്പോഴും മോശം പ്രകടനം കാഴ്ചവെക്കുന്ന കുട്ടികളോട് ചെലുത്തുന്ന ഒരു സമ്മർദ്ദം ടീച്ചേർസ് അവളുടെ നേരെയും കാണിച്ചുതുടങ്ങി. ചിത്തുവിന്റെ സ്കൂൾ ജീവിതത്തിൽ മുൻപൊരിക്കലും

സംഭവിച്ചിട്ടില്ലാത്ത കാര്യങ്ങളായിരുന്നു അതെല്ലാം. ചിത്തുവിന്റെ കൂട്ടുകാർ അവളുടെ മാറ്റങ്ങൾ ശ്രദ്ധിക്കുന്നുണ്ടായിരുന്നു. ചിത്തുവിന്റെ ഗംഭീരമായ പ്രകടനങ്ങളിൽ അവളെ അസൂയയോടെ നോക്കിയിരുന്നവർ ഇന്നവൾ പഠനത്തിൽ താഴേക്ക് വരുന്നത് കണ്ട് നിഗൂഢമായൊരു ആനന്ദത്തോടെ ആ മാറ്റങ്ങൾ തിരിച്ചറിഞ്ഞു.

'ഞാൻ ഒരു ബാക്ക്ബെഞ്ചർ ആവുകയാണോ?'

ഒരു ഞെട്ടലോടെ ചിത്തു ഓർത്തു.

എന്നാൽ ചൈതന്യ ഹരികൃഷ്ണൻ ജീവിതത്തിൽ അങ്ങനെ പെട്ടെന്നൊന്നും വഴുതിപ്പോകുന്ന ആളല്ലല്ലോ. കുറച്ചു ദിവസങ്ങൾക്കുള്ളിൽത്തന്നെ അവളിലെ മാറ്റം അവൾ സ്വയം തിരിച്ചറിഞ്ഞു. ഈ അവസ്ഥയിൽ നിന്ന് മോചിതയാവണം എന്നവൾ അദമ്യമായി ആഗ്രഹിച്ചു.

അന്നുതന്നെ അച്ഛന് ചിത്തു മെസ്സേജ് അയച്ച് തനിക്ക് വളരെ പ്രധാനപ്പെട്ട ഒരു കാര്യം പറയാനുണ്ടെന്നും, അവൾക്കായി സമയം മാറ്റിവയ്ക്കണമെന്നും പറഞ്ഞു. ഗൗരവമേറിയ എന്തോ ഒന്നാണ് ചിത്തുവിന്റെ മനസ്സിലെന്ന് ഹരികൃഷ്ണൻ അപ്പോഴേ ഊഹിച്ചു. അന്ന് വൈകുന്നേരംതന്നെ നീണ്ട ഒരു വീഡിയോ ചാറ്റിങ്ങിലൂടെ അതുവരെ നടന്ന എല്ലാ കാര്യങ്ങളും അവൾ അച്ഛനെ അറിയിച്ചു. ആംഗ്യഭാഷ പഠിക്കുന്നതുൾപ്പെടെ.

ഹരികൃഷ്ണൻ ക്ഷമയോടെ, സമചിത്തതയോടെ എല്ലാം കേട്ടിരുന്നു. ഭാരിച്ച ഹൃദയത്തോടെയാണ് ചിത്തു പറഞ്ഞുതുടങ്ങിയതെങ്കിലും സംസാരിക്കുന്തോറും അവളുടെ ഹൃദയഭാരം അച്ഛനിലേക്കൊഴുകി അദൃശ്യമാകുന്നപോലെ തോന്നി. അല്ലെങ്കിലും, ചിത്തുവിന് ബുദ്ധിയുറച്ച നാൾതൊട്ട് അവരുടെ ജീവിതത്തിലെ എല്ലാ വെല്ലുവിളികളും അച്ഛനും മോളും ഒന്നിച്ചല്ലേ നേരിട്ടിട്ടുള്ളൂ. വിദൂരങ്ങളിലാണെങ്കിൽ പോലും മനസ്സുകൾ തമ്മിൽ ഒരിക്കലും അകന്നിട്ടില്ല. എല്ലാ ന്യൂ ജെൻ ടെക്നോളോജികളും അതിനവർക്ക് കൂട്ടാവുകയും ചെയ്തു.

എലനി എന്ന ഗ്രീക്ക് പെൺകുട്ടിയോട് ചിത്തുവിന് തോന്നുന്ന ആത്മബന്ധത്തിൽ യാതൊരു കുറ്റബോധത്തിന്റെയും ആവശ്യമില്ലെന്നും, മറ്റൊരാൾ സൃഷ്ടിക്കുന്ന ഓൺലൈൻ ലോകത്തിൽ സ്വയം മറന്ന് മുഴുകിപ്പോവുകയാണെങ്കിൽ അതിൽനിന്നൊക്കെ വളരെ എളുപ്പത്തിൽ തിരിച്ചുവരാവുന്നതേ ഉള്ളൂ എന്നുമാണ് അച്ഛൻ അവളോട് പറഞ്ഞത്.

'ചിത്തൂ...നമ്മൾ കാണുകയും, കേൾക്കുകയുമൊക്കെ ചെയ്യുന്ന

കാര്യങ്ങൾ മനസ്സിന്റെ പലതലങ്ങളിലാണ് ചെന്ന് പതിക്കുന്നത്. അതിൽ പലതും നാം പോലുമറിയാതെ നമ്മളെ സ്വാധീനിച്ചുതുടങ്ങുന്നു. പക്ഷേ, പലപ്പോഴും ഇതൊക്കെ നമ്മുടെ സ്വകാര്യമായ വികാരവിചാരങ്ങൾ എന്ന അവസ്ഥയിൽ നിന്നും ദൈനംദിന ജീവിതത്തിനെ ബാധിച്ചു തുടങ്ങുമ്പോഴാണ് നമ്മൾ തിരിച്ചറിഞ്ഞു തുടങ്ങുന്നത്. പലപ്പോഴും അതുമനസ്സിലാകുമ്പോഴേക്കും ഒരു തിരിച്ചുവരവ് അസാധ്യമായിട്ടുണ്ടാവും. എന്നാൽ, മോളെ... നീ ബുദ്ധിയുള്ള കുട്ടിയാണ്.. എത്ര പെട്ടെന്നാണ് നീ സ്വയം തിരിച്ചറിഞ്ഞതും, തിരിച്ചുവരണമെന്ന് ആഗ്രഹിച്ചതും..'

ചിത്തുവിന്റെ ആത്മാഭിമാനത്തെ തെല്ലുപോലും ചോദ്യം ചെയ്യാതെ മകളുടെ മനസ്സിനെ മഥിക്കുന്ന പുതിയ ശീലത്തിൽ നിന്ന് പുറത്തുവരാനുള്ള ഉപായങ്ങൾ പറഞ്ഞുകൊടുത്തുകൊണ്ട് ഹരികൃഷ്ണൻ അവളുടെ കൂടെനിന്നു. ചിത്തുവിന്റെ ജീവിതത്തിലെ ഉത്തരവാദിത്വങ്ങളെ ഒന്നുകൂടി ഓർമപ്പെടുത്തുകയും ചെയ്തു.

എന്തും തുറന്നുപറയാൻ അച്ഛൻ കൂടെയുണ്ട് എന്ന വിശ്വാസം അവളെ വീണ്ടും പഴയ ചൈതന്യ ഹരികൃഷ്ണനാക്കി. എന്നാൽ ദിവസവും എലനിയുടെ വീഡിയോകൾ കാണാനവൾ സമയം കണ്ടെത്തി. എലനിയുടെ വിശേഷങ്ങൾ അച്ഛനും, കൂട്ടുകാരുമായും ചിത്തു പങ്കുവെക്കുകയും ചെയ്തു.

'ഹസ്താ ലാ മനാന, അമിഗോ.. ' സ്കൂൾവിട്ട് ക്ലാസ്സിൽ നിന്നും പുറത്തേക്കിറങ്ങുന്ന നേരത്ത് ചിത്തു അലീനയോടും, സിദ്ധാർഥിനോടും പറഞ്ഞു.

'ഇവളുടെ കടിച്ചാൽ പൊട്ടാത്ത ഇംഗ്ലീഷും, ഹിന്ദിയും സഹിക്കുന്ന കൂട്ടത്തിൽ ഇനി ഗ്രീക്കും സഹിക്കണമല്ലോ കർത്താവേ..' അലീന തലയിൽ കൈവെച്ചു.

'സീ യു ടുമാറോ ഫ്രണ്ട്സ് എന്ന് പറഞ്ഞതാണ്.' ചിത്തുവിന്റെ കൃസൃതിക്കണ്ണുകൾ ഒന്നുകൂടെ തിളങ്ങി.

അങ്ങനെ മക്രിനീറ്റ്സയും, എലനിയുമെല്ലാം അവരുടെയും പ്രിയപ്പെട്ടതായി.

'അച്ഛാ... എനിക്ക് ഗ്രീക്ക് ഭാഷ പഠിക്കണമെന്നൊരാഗ്രഹം.' ഒരു ദിവസം അച്ഛനും മോളുമായുള്ള വീഡിയോ കാൾ സമയത്ത് അവൾ പറഞ്ഞു.

'അതിനെന്താ മോളെ.. പുതിയൊരു ഭാഷ പഠിക്കുന്നത് എപ്പോഴും നല്ലതാണ്. ഓർമശക്തി കൂടാനും വളരെ നല്ലത്.'

'ഇതിനെല്ലാം കൂടെ അവൾക്ക് സമയമെവിടെ ഹരി? ഗ്രീക്കിലെ

ഏതോ സീരീസ് ഇരുന്നു കാണുന്നത് കാണാം. ഇനി ആ ഭാഷയും കൂടി പഠിച്ചാൽ നല്ല കഥയായി. അടുത്ത വർഷം ചിത്തു ഒൻപതിലേക്കാണ്. കഴിഞ്ഞദിവസം അലീനയുടെ അമ്മയെ കണ്ടപ്പോൾ അവർ പറഞ്ഞു ഈ വർഷം കൂടി കഴിഞ്ഞാൽ അലീനയുടെ പാട്ടു പഠിത്തം നിർത്തുമെന്ന്. ഇനി പത്താംക്ലാസ്സ് കഴിഞ്ഞ് ആലോചിക്കാമെന്നാണ് പറയുന്നത്. ബാക്കിയുള്ളവരൊക്കെ അങ്ങനെ ആലോചിക്കുമ്പോ ഹരി ചിത്തൂനെ ഇങ്ങനെ അവളുടെ ഇഷ്ടത്തിന് വിടല്ലേ... പഠിത്തം കൈവിട്ടുപോയിട്ട് പിന്നെ പറഞ്ഞിട്ട് കാര്യമില്ല.'

'ചിത്തുവിന്റെ മനസ്സിൽ എലനി കയറിയപോലെയാണല്ലോ നിന്റെ മനസ്സിൽ മാത്സ് ടീച്ചർ ദേവികമാം. അവർ പറഞ്ഞ ഡയലോഗിലെ ഒരു വാക്ക് പോലും മറന്നിട്ടില്ല' ഹരി ലക്ഷ്മിയെ കളിയാക്കിച്ചിരിച്ചു.

അച്ഛൻ പറഞ്ഞതിന്റെ കൂട്ടത്തിൽ എലനിയെക്കൂടെ ഒന്ന് കളിയാക്കിയത് അവൾക്ക് അത്രക്കിഷ്ടപ്പെട്ടില്ല....എന്നാലും ചിത്തുവിനെ സപ്പോർട്ട് ചെയ്യാൻ പറഞ്ഞ ഡയലോഗ് ആണല്ലോ എന്നോർത്തവൾ സമാധാനിച്ചു.

ഗ്രീക്ക് ആംഗ്യഭാഷയ്ക്കൊപ്പം ഗ്രീക്ക് ഭാഷ കൂടെ പഠിച്ചു തുടങ്ങണമെന്ന ചിത്തുവിന്റെ ആഗ്രഹം അച്ഛന്റെ മുഴുവൻ സമ്മതത്തോടെയും അമ്മയുടെ പാതി സമ്മതത്തോടെയും ചിത്തു സഫലമാക്കി. നല്ലൊരു ഗ്രീക്ക് ഭാഷാ ഓൺലൈൻ കോഴ്സ് അച്ഛൻ തന്നെ അവൾക്ക് സെലക്ട് ചെയ്തു കൊടുത്തു.

ഗ്രീക്ക് ഭാഷ പഠിക്കാൻ തുടങ്ങിയതോടെ ഇന്റർനാഷണൽ തലത്തിൽ പ്രവർത്തിക്കുന്ന സ്പീക്ക് ഈസി ക്ലബ്ബിലും ചിത്തു കൂടുതൽ സ്വീകാര്യയായി. അന്തർദേശീയ ഭാഷകൾ പഠിക്കാനുള്ള ചൈതന്യ ഹരികൃഷ്ണന്റെ അർപ്പണമനോഭാവത്തെ അവർ പ്രശംസിച്ചു. ഫ്രഞ്ച്, ജർമൻ ഭാഷകൾ പഠിക്കുന്നവർ അവിടെ ഉണ്ടെങ്കിലും ഗ്രീക്ക് ഭാഷയോട് പ്രിയം തോന്നിയത് ചിത്തുവിന് മാത്രമായിരുന്നു.

'എലനീ.. നീ എത്ര ആഴത്തിലാണ് എന്നെ സ്പർശിക്കുന്നത്. നീ എപ്പോഴും പറയാറില്ലേ.. ആത്മാവ് തൊടുന്ന ഗ്രീക്ക് മൗണ്ടൻ ടീ എന്ന്. അതിനേക്കാൾ വീര്യമേറിയതാണ് നിന്റെ വ്യക്തിത്വം. സഗാപോ എലനി.'

*1 - സഗാപോ (S' Agapo) - I love you

11

'നെക്സ്റ്റ് കണ്ടസ്റ്റന്റ്, ചൈതന്യ ഹരികൃഷ്ണൻ, ക്ലാസ് 8 ബി.'

തികഞ്ഞ ആത്മവിശ്വാസത്തോടെ ചിത്തു സ്റ്റേജിലേക്ക് കാലെടുത്തു വെച്ചു. മൈക്ക് കൈയ്യിലെടുത്ത് തിളങ്ങുന്ന കണ്ണുകളോടെ, ഒരു മന്ദഹാസത്തോടെ അവൾ വലിയ ഓഡിറ്റോറിയത്തിൽ തിങ്ങി നിറഞ്ഞ കാണികളെ നോക്കി... ചൈതന്യ സംസാരിക്കാൻ തയ്യാറാവുകയാണ്.

ബുദ്ധിപരമായ കാര്യങ്ങളിൽ എത്രത്തോളം ആഴത്തിൽ ഇടപെടുന്നുവോ അത്രത്തോളം കൂടുതൽ പ്രസരിപ്പോടെ കാര്യങ്ങൾ നിറവേറ്റുക എന്നതായിരുന്നു എക്കാലത്തേയും ചൈതന്യയുടെ രീതി. പുതിയ ഭാഷാപഠനം തുടങ്ങിയപ്പോഴും അങ്ങനെതന്നെ. ക്ളാസ്സിലെ ഒരു കാര്യത്തിലും അശ്രദ്ധ കാണിച്ചില്ലെന്ന് മാത്രമല്ല, പാഠ്യേതര പ്രവർത്തനങ്ങളിലും ചൈതന്യ ഹരികൃഷ്ണൻ തന്റെ വൈദഗ്ധ്യം തെളിയിച്ചു. സ്കൂൾ കലോത്സവങ്ങളിൽ കവിത, കഥാരചന, പുസ്തക നിരൂപണം തുടങ്ങി ഭാഷാസംബന്ധിയായ വിവിധ മത്സരങ്ങളിൽ വിജയിയായി. എന്നിരുന്നാലും, സാഹിത്യസമാജത്തിൽ അവതരിപ്പിച്ച സെമിനാറിലാണ് അവളേറ്റവും കൂടുതൽ തിളങ്ങിയത്.

ഓണാവധിക്ക് വായിച്ച പുരാതന ഗ്രീക്ക് സാഹിത്യത്തിലെ ഒരു ഇതിഹാസ കവിതാസമാഹാരമായിരുന്നു സെമിനാർ ടോപ്പിക്കായി ചിത്തു തിരഞ്ഞെടുത്തത്. ഗ്രീക്ക് സാഹിത്യചരിത്രത്തിലെ ഏറ്റവും ആദരണീയരായ പ്രതിഭാധനരിൽ ഒരാളായ ഹോമറിന്റെ ഒഡീസി എന്ന കൃതിയെക്കുറിച്ച് ചൈതന്യ സെമിനാറിൽ വാചാലയായി. ഒഡീസിയുടെ നിരവധി ഇംഗ്ലീഷ് പരിഭാഷകളിൽ ടീനേജ് വായനക്കാർക്ക് ഉതകുന്ന തരത്തിൽ എഴുതപ്പെട്ട പുസ്തകമാണ് ചിത്തു പരിചയപ്പെടുത്തിയത്.

ഗ്രീക്ക് സാഹിത്യത്തിനോടുള്ള ചിത്തുവിന്റെ അഭിനിവേശവും, ഗ്രീക്ക് ഭാഷയിൽ തന്നെ പറഞ്ഞ ചില ചൊല്ലുകളും കേൾവിക്കാരെ അതിശയിപ്പിച്ചു. അതിലൊരാൾ തന്റെ സംശയം മറച്ചുവെച്ചതുമില്ല.

'പുസ്തകത്തിനേയും, ആ ഭാഷയേയും എത്ര സൂക്ഷ്മമായി മനസ്സിലാക്കിയിരിക്കുന്നു. ചൈതന്യ ഗ്രീസിൽ പോയിട്ടുണ്ടോ?'

അർത്ഥഗർഭമായൊരു ചിരിയായിരുന്നു ചിത്തുവിന്റെ ആദ്യത്തെ പ്രതികരണം. 'അതിന് ഞാൻ ഗ്രീസിൽ തന്നെയാണല്ലോ

ഇപ്പോഴും!' എന്ന് ചിത്തുവിന്റെ കുസൃതിക്കണ്ണുകളിൽ വായിക്കാമായിരുന്നു. എങ്കിലും, നേരിട്ട ചോദ്യത്തിന് സന്ദേഹമൊന്നുമില്ലാതെ ബുദ്ധിപരമായി അവൾ മറുപടി കൊടുത്തു.

'ചൈതന്യയുടെ ഭാഷാവൈദഗ്ധ്യം പ്രശംസനീയം തന്നെ. അനായാസമായി ഇങ്ങനെ ഭാഷകൾ കൈകാര്യം ചെയ്യാൻ എങ്ങനെ സാധിക്കുന്നു?' കാണികളിൽ മറ്റൊരാളുടെ ചോദ്യം ചിത്തുവിനെ തെല്ലൊന്ന് കുഴക്കി. ഭാഷകൾ എളുപ്പത്തിൽ സ്വായത്തമാക്കാൻ തനിക്കെങ്ങനെ സാധിക്കുന്നു എന്ന് ഇതുവരെ ചിത്തുവും ചിന്തിച്ചിട്ടില്ലായിരുന്നു.

എങ്കിലും ചോദ്യത്തിന് മറുപടി കൊടുക്കാതെ പറ്റില്ലല്ലോ..

'ആശയവിനിമയം എന്നതിനപ്പുറം ഭാഷ ആത്മപ്രകാശനമാണ്. ജനിച്ചുവീണ കുഞ്ഞിന് പോലും സ്വന്തമായൊരു ഭാഷയുണ്ട്. മനസ്സിലാക്കണമെന്നും, മനസ്സിലാക്കപ്പെടണമെന്നും നമ്മൾ ശക്തമായി ആഗ്രഹിക്കുമ്പോൾ ഭാഷ പെട്ടെന്ന് വഴങ്ങുന്നു. ഓരോ ഭാഷക്കും അതിന്റേതായ സങ്കീർണ്ണ ഘടനയുണ്ട്. എന്നിരുന്നാലും അത് മനസ്സിലാക്കണമെന്ന അദമ്യമായ ആഗ്രഹം തന്നെയാണ് ഭാഷയെ കൈക്കുള്ളിലാക്കാനുള്ള ആദ്യപടി.'

ഭാഷാശാസ്ത്രത്തിനെ കുറിച്ച് ചിത്തുവിനറിയാവുന്ന കുറച്ചുകാര്യങ്ങൾ കൂടി പറഞ്ഞ് ആ ചോദ്യത്തിനെ അവൾ സമർത്ഥമായി നേരിട്ടു.

അതിർത്തികളെ മറികടന്ന് ബന്ധങ്ങൾ ഊട്ടിയുറപ്പിക്കാനും, വൈവിധ്യമാർന്ന ലോകങ്ങളെ പരസ്പരം ബന്ധിപ്പിക്കാനുമുള്ള കഴിവിലാണ് ഭാഷയുടെ തനതായ സൗന്ദര്യം എന്ന വാചകത്തോടെ ചിത്തു ആ സെമിനാറിലെ തന്റെ വാക്കുകൾ ഉപസംഹരിച്ചു.

ആ സെമിനാർ കഴിഞ്ഞതിന് ശേഷം അവിടെയെത്തിയ സ്ഥലത്തെ ഒരു പ്രധാന സാഹിത്യകാരൻ കേട്ടറിഞ്ഞ് ചിത്തുവിനെ അന്വേഷിച്ചെത്തിയപ്പോൾ അവാർഡിന് തുല്യമായൊരു അനുഭവമായി ചിത്തുവിനത്.

അതുപോലെതന്നെ മറ്റൊരനുഭമായിരുന്നു ഫെസ്റ്റിവൽ കാണാൻ വന്ന സംസാരശേഷിയില്ലാത്ത ഒരു കുട്ടിയോട് ആംഗ്യഭാഷയിൽ സംസാരിച്ചത്. വളരെ മനോഹരമായി ചിത്തു ആ കുട്ടിയോട് ആശയവിനിമയം നടത്തുന്നത് കണ്ടപ്പോൾ അദ്ധ്യാപകരടക്കം അവിടെയുണ്ടായിരുന്നവരെല്ലാം അതിശയിച്ചുപോയി. ആ സമയത്തെ അവളുടെ കണ്ണുകളിലെ തിളക്കം, അത് ചിത്തുവിന്റേതായിരുന്നില്ല.. മനസ്സിന്റെ ആഴങ്ങളിലേക്കിറങ്ങിയ പ്രിയപ്പെട്ട കൂട്ടുകാരി എലനിയു

ടേതായിരുന്നു.

'ചൈതന്യ.. മി അമീഗാ... നിന്റെ സെമിനാർ അവതരണം കേട്ടത്തിന് ശേഷം ഞാൻ ഡാഡിയുടെ ബുക്ക് ഷെൽഫിൽ നിന്നും പരിഭാഷാ പുസ്തകങ്ങൾ എടുത്തു വായിച്ചുതുടങ്ങി കേട്ടോ...'

ഉം.. ഉം... ചിത്തു യൂണിഫോമിന്റെ കോളർ ശരിയാക്കി നാടകീയമായി ഒന്ന് ചിരിച്ചു മുരടനക്കി.

തുടർന്നുള്ള ആഴ്ചകളിൽ സെമിനാറിലെ ചിത്തുവിന്റെ പ്രകടനവും, അതിന് അവൾക്ക് കിട്ടിയ അംഗീകാരങ്ങളുമെല്ലാം പലർക്കും പ്രചോദനമായി.

കഥപറച്ചിലിന്റെ മാന്ത്രികത ഓരോ ഭാഷയിലും വ്യത്യാസമാണെന്നും, അത് വായിച്ചനുഭവിക്കേണ്ടതാണെന്നുമുള്ള ചിത്തുവിന്റെ വാക്കുകൾ പുസ്തകങ്ങളെ ഇഷ്ടപ്പെടുന്ന ഏവരും ഹൃദയത്തോട് ചേർത്തിരുന്നു. പരിഭാഷകൾ ഉള്ളിടത്തോളം സാഹിത്യത്തിന്റെയും, അറിവിന്റെയും സഞ്ചാരസ്വാതന്ത്ര്യം അനന്തമാണ്.

ദിവസങ്ങൾ കടന്നുപോയി.. വീട്ടിൽ അച്ഛമ്മ സുഖം പ്രാപിച്ചുവന്നു. ലക്ഷ്മിക്ക് അതൊരു വലിയ ആശ്വാസമായിരുന്നു. ദുബായിലെ ആഡംബര ജീവിതവും, ഹരിയുടെ സ്നേഹംനിറഞ്ഞ കരുതലും, ദാമ്പത്യത്തിന്റെ മനോഹാരിതകളുമെല്ലാം നഷ്ടപ്പെട്ടതിന്റെ മനോവിഷമങ്ങൾ ലക്ഷ്മിയെ ചെറുതായി അലട്ടിത്തുടങ്ങി. ചിത്തു അച്ഛനോട് അതൊന്ന് സൂചിപ്പിക്കുകയും ചെയ്തു. മകളുടെ നിരീക്ഷണം കേട്ടപ്പോൾ ഹരി പെട്ടെന്ന് നിശബ്ദനായി. അല്പസമയം ആലോചനയിലാണ്ടെങ്കിലും പ്രശ്നങ്ങൾ പരിഹരിക്കാനുള്ള ഹരിയുടെ അനിതരസാധാരണമായ കഴിവ് ഉടൻ പുറത്തുവരികയും ചെയ്തു.

'മോളേ... അമ്മ എത്ര നന്നായിട്ടാണ് നമുക്ക് പാട്ടുകൾ പാടിത്തന്നിരുന്നത് അല്ലേ? ഷീ ഈസ് റിയലി ടാലന്റഡ്. സംഗീതത്തിൽ താല്പര്യമുള്ള അമ്മയെ എന്തുകൊണ്ട് ഒരു സംഗീതക്ലാസ്സിൽ പോകാൻ പ്രോത്സാഹിപ്പിച്ചുകൂടാ?'

'അത് ശരിയാണല്ലോ അച്ഛാ.. അമ്മക്കൊരു മാറ്റം അത്യാവശ്യമാണ്. ഞാനൊന്ന് സംസാരിച്ചു നോക്കട്ടെ..' ചിത്തു അതീവഗൗരവത്തോടെ പറഞ്ഞു.

പാട്ടു പഠിക്കേണ്ട കാലമൊക്കെ കഴിഞ്ഞുപോയീ എന്നൊക്കെ പറഞ്ഞ് ലക്ഷ്മി ഒഴിഞ്ഞുമാറി. എന്നാൽ ഹരി വിട്ടില്ല, ചിത്തുവും. രണ്ടുദിവസത്തെ തുടർച്ചയായ സംസാരത്തിനൊടുവിൽ ലക്ഷ്മി സമ്മതം മൂളി. അങ്ങനെ വൈകുന്നേരങ്ങളിൽ ടൗണിൽ തന്നെ

യുള്ള നല്ലൊരു മ്യൂസിക് ക്ലാസ്സിൽ ലക്ഷ്മി പോയിത്തുടങ്ങി. ലക്ഷ്മിക്ക് തന്റെ പ്രായത്തിലുള്ള കൂട്ടുകാരികളെത്തന്നെ കിട്ടി അവിടെ.

അമ്മയുടെ ജീവിതത്തിലെ മാറ്റങ്ങൾ ചിത്തുവും, ഹരിയും ഏറെ ആസ്വദിച്ചു. ഒരു വൈകുന്നേരം പാട്ടുപുസ്തകവും, കാറിന്റെ ചാവിയുമെടുത്ത് പാട്ടുംപാടി മുറ്റത്തേക്കോടിയിറങ്ങുന്ന ലക്ഷ്മിയുടെ ഭംഗിയുള്ള ഒരു സ്ലോ മോഷൻ വീഡിയോ ചിത്തു ഹരിക്ക് ഷെയർ ചെയ്തു.. വാട്ട്സാപ്പിൽ ഒരിക്കലും സ്റ്റാറ്റസ് ഇടാത്ത ഹരി അന്നത് സ്റ്റാറ്റസ് ആയി വെച്ചിരിക്കുന്നത് കണ്ടപ്പോൾ ചിത്തു സന്തോഷത്തോടെ അമ്മയെ കളിയാക്കി..

'പണ്ട് അമ്മ കോളേജിൽ പാട്ടുപാടുമ്പോൾ ആദ്യമായി അമ്മയെ കണ്ട കാര്യമൊക്കെ അച്ഛന് ഓർമ്മ വന്നിട്ടുണ്ടാവും ല്ലേ?'

'പോടീ.. അച്ഛനതൊക്കെ അന്നേ മറന്നു..' ദേഷ്യമഭിനയിക്കാൻ ലക്ഷ്മി പണ്ടേ മിടുക്കിയാണ്.

'ഉം... എന്റെ അച്ഛൻ അങ്ങനെയൊന്നും മറക്കില്ല.' ചിത്തു അമ്മയെ കെട്ടിപ്പിടിച്ചു.

കാര്യങ്ങൾ സന്തോഷത്തോടെ പോകുമ്പോഴും ഒരു കാര്യത്തിൽ ചിത്തു അസ്വസ്ഥയായിരുന്നു. ഒന്നിടവിട്ട ദിവസങ്ങളിലുള്ള എലനിയുടെ വീഡിയോ അപ്ലോഡിങ് മൂന്ന് ദിവസത്തിലൊരിക്കലായി. പതുക്കെപ്പതുക്കെ അത് വീണ്ടും നീണ്ടുപോയി.

എലനിയുടെ ചാനൽ തുടങ്ങിയതിനുശേഷം രണ്ടുദിവസത്തിലൊരിക്കൽ ഒരു പുതിയ വീഡിയോ എന്നതിന് ഒരു മാറ്റവും വന്നിട്ടില്ല. പത്ത് മിനുട്ടിന്റെ ഒരു ചെറിയ വീഡിയോയെങ്കിലും എലനി മുടങ്ങാതെ ഇട്ടിരുന്നു.

'എന്ത് സംഭവിച്ചുകാണും അവിടെ? ' ആശയക്കുഴപ്പത്തിന്റെ കൊടുങ്കാറ്റിൽ പലപ്പോഴും ചിത്തുവിന് സ്വയം നഷ്ടപ്പെടുന്നപോലെ തോന്നി.

ജീവിതത്തിലെ എല്ലാ പ്രതിസന്ധികളേയും ഒറ്റക്ക് നേരിടുമ്പോഴും കാരുണ്യത്തിന്റെ മെഴുകുതിരിവെട്ടവുമായി ആലംബഹീനരുടെ ജീവിതത്തിലേക്കിറങ്ങി ചെല്ലുന്ന സോഫിയയെക്കുറിച്ചുള്ള ഡോക്യുമെന്ററി, എലനിയുടെ ഏറ്റവും വലിയ ആഗ്രഹമായ ആ ഡോക്യുമെന്ററിയുടെ നിർമ്മാണത്തിനെക്കുറിച്ച് എലനി സംസാരിച്ചുകൊണ്ടേയിരുന്നു. അതിന് തയ്യാറായ പ്രൊഡ്യൂസർമാർ ഉണ്ടെങ്കിൽ കമന്റ് ആയിട്ടോ, ഡിസ്ക്രിപ്ഷനിൽ കൊടുത്തിരിക്കുന്ന നമ്പറിൽ വിളിച്ചോ അറിയിക്കണമെന്ന അവളുടെ അപേക്ഷ ഓരോ വീഡിയോയിലും തുടർന്നു. എന്നാൽ ആ നമ്പർ അവളുടെ സുഹൃ

ത്തിന്റേതാണ് എന്നും അറിയിക്കുന്നു.

'എന്തുകൊണ്ട് സ്വന്തം നമ്പർ വയ്ക്കുന്നില്ല? ഒരുപക്ഷേ, സുരക്ഷാകാരണങ്ങൾ കൊണ്ടാകാം.' ചിത്തു സ്വയം സമാധാനിച്ചു.

'നിങ്ങൾ കാഴ്ചക്കാർ മാത്രമല്ല, നമുക്കൊരുമിച്ച് സർഗാത്മകമായി ഒരുപാട് കാര്യങ്ങൾ ചെയ്യാൻ സാധിക്കും. അതിന്റെ ഒരു തുടക്കം മാത്രമാണ് ഇത്..' വളരെ ആവേശഭരിതയായി ആംഗ്യഭാഷയിലൂടെ എലനി അതുപറയുമ്പോഴും അവൾ ഒതുക്കിവെയ്ക്കാൻ ശ്രമിക്കുന്ന ഗദ്ഗദങ്ങൾ അവളുടെ കണ്ണുകളിലൂടെ ചിത്തു അറിയുന്നുണ്ടായിരുന്നു.. ഒരുപക്ഷേ, എലനിയുടെ ഒരു മില്യൺ സബ്സ്ക്രൈബേർസിൽ ആ ഗദ്ഗദങ്ങൾ കേൾക്കുന്ന ഒരേയൊരാൾ ചിത്തു മാത്രമായിരിക്കും.

എലനിയുടെ ഏറ്റവും പുതിയ വീഡിയോ അവളുടെ പുതിയൊരാശയമായിരുന്നു. ഡോക്യുമെന്ററിക്കു വേണ്ടിയുള്ള പ്രൊഡ്യൂസർമാരെ കിട്ടാനുള്ള അവളുടെ അറ്റകൈ ശ്രമമാണോ അതെന്നുപോലും തോന്നിപ്പോയി. സോഫിയയേയും, അവരുടെ വീട്ടിലെ അപ്പൂപ്പന്മാരേയും, അമ്മൂമ്മമാരേയുമെല്ലാം കഫെയിൽ ഒരു ചെറിയ സ്റ്റേജ് അറേഞ്ച് ചെയ്ത് അവിടെയിരുത്തി തന്റെ പ്രിയപ്പെട്ട ബൗസൗക്കി അവർക്കായി വായിച്ചുകൊണ്ടായിരുന്നു വീഡിയോയുടെ തുടക്കം.

അത്യന്തം ഹൃദയസ്പർശിയായ ആ എപ്പിസോഡ് ചിത്തു എത്ര തവണ കണ്ടിട്ടുണ്ടാവും എന്നതിന് കണക്കില്ല. എലനിയുടെ ആംഗ്യഭാഷയിലുള്ള ചോദ്യങ്ങൾക്കുള്ള സോഫിയയുടെ സംശയലേശമന്യേയുള്ള ഉത്തരങ്ങൾ ഗംഭീരമായിരുന്നു. ആ എപ്പിസോഡിൽ ആദ്യമായി അവൾ ഇംഗ്ലീഷ് ട്രാൻസ്ലേഷൻ കൊടുക്കുകയും ചെയ്തു.

സോഫിയയെക്കുറിച്ച് ആ പ്രായംചെന്നവർ പറയുന്ന കാഴ്ച കണ്ണുനനയാതെ ആർക്കും കാണാനായില്ല. കമന്റ്ബോക്സിൽ മെസ്സേജുകൾ നിറഞ്ഞൊഴുകി. കാഴ്ചയും, കേൾവിയും കുറഞ്ഞ അവർ വാക്കുകൾ ഓർമയിൽ നിന്ന് തപ്പിയെടുക്കുമ്പോൾ ശ്രോതാക്കൾക്ക് കേൾക്കാനാവാത്തവിധം അവരുടെ ആനന്ദക്കണ്ണീർ ആ വാക്കുകളെ കഴുകിക്കളയുന്ന കാഴ്ച ചിത്തുവിന്റെ മനസ്സിനെ വല്ലാതെ മഥിച്ചു. സോഫിയയോടുള്ള അവരുടെ സ്നേഹത്തിന്റെ ആഴം വിളിച്ചോതുന്ന ആ എപ്പിസോഡിന് അന്നുവരെ മറ്റൊരു വീഡിയോക്കും കിട്ടാത്തത്ര വ്യൂവർഷിപ്പുമായിരുന്നു.

സോഫിയയെ കുറിച്ച് വളരെ ആധികാരികമായി സംസാരിക്കാനും ആളുകളുണ്ടായി അവിടെ. നാട്ടുകാരും, സ്ഥലത്തെ

സാമൂഹ്യ -രാഷ്ട്രീയ നേതാക്കളുമെല്ലാം സന്നിഹിതരായിരുന്നു. അവരെയെല്ലാം വെച്ച് അത്രയും മനോഹരമായി എലനി ആ എപ്പിസോഡ് പൂർത്തീകരിച്ചപ്പോൾ വലിയരീതിയിലുള്ള വിദ്യാഭ്യാസമോ, സാധാരണക്കാരെ പോലെ ആശയവിനിമയം നടത്താനുള്ള ഭാഗ്യം പോലുമോ ഇല്ലാത്ത ആ ഇരുപതുകാരിയുടെ കഴിവിനും, കാര്യപ്രാപ്തിക്കും മുന്നിൽ ചിത്തു സ്വയം ചെറുതാകുന്ന പോലെ തോന്നി. അങ്ങനെയൊരാളെ തന്റെ ആത്മമിത്രമായി സ്നേഹിക്കുന്നതിലുള്ള അഭിമാനവും.

'ഹാറ്റ്സ് ഓഫ് ടു യു മൈ അമീഗാ..*'

ചിത്തു വീഡിയോയുടെ താഴെ കമന്റ് ബോക്സിൽ കുറിച്ചു.

സോഫിയയുടെ കഥ എന്തുകൊണ്ട് അത്രയും പ്രാധാന്യമർഹിക്കുന്നു എന്നതിന്റെ ഏറെ പ്രസക്തമായ ഒരു രത്നചുരുക്കമായിരുന്നു ആ വീഡിയോ. സോഫിയയോട് ചിത്തുവിന് കൂടുതൽ സ്നേഹം തോന്നിത്തുടങ്ങി.

സോഫിയയുടെ സാമൂഹ്യപ്രവർത്തനങ്ങളുടെയും, വീട്ടിലെ വൃദ്ധരായ അന്തേവാസികളെ പരിചരിക്കുന്നതിന്റെയുമൊക്കെ വീഡിയോകൾ എലനി കൂടുതലായി അപ്‌ലോഡ് ചെയ്തു തുടങ്ങി. ഡോക്യുമെന്ററി ഉണ്ടാക്കാൻ എലനി ഇത്രയും തിടുക്കപ്പെടുന്നതെന്തിന് എന്ന ചിന്ത ചിത്തുവിനെ അലട്ടിക്കൊണ്ടേയിരുന്നു.

*ചീലേ: മി അമീഗാ: എന്റെ സുഹൃത്ത്

12

ചക്രവാളസീമയിലേക്ക് സൂര്യൻ സാവധാനം താഴുമ്പോൾ കൈപ്പിടിയിൽനിന്ന് ഊർന്നുപോയപോലെ നിറങ്ങൾ ആകാശച്ചെരുവിൽ വീണുപടർന്നു. വെയിലിന്റെ തളർന്ന നാളങ്ങൾ സ്കൂൾ മുറ്റത്തിടറി വീണു. ശബ്ദങ്ങളകലുന്നു. ക്ലാസ് മുറികളുടെ വാതിലുകൾ ഒന്നിന് പുറകെ ഒന്നായടയുന്നു.

'ദേ.. പ്യൂൺ അങ്കിൾ വരുന്നു. എല്ലാം പാക്ക് ചെയ്യ്.. പോകാം. ഇനി നാളെ മതി.' പിറ്റേ ദിവസത്തെ ക്ലാസ് ഇവന്റിന് പോസ്റ്ററുകൾ തയ്യാറാക്കുന്നതിൽ മുഴുകിയിരുന്നിരുന്ന ചൈതന്യയോടും, സിദ്ധാർഥിനോടും അലീന ഉറക്കെ വിളിച്ചുപറഞ്ഞു.

എല്ലാം പെറുക്കിയെടുത്ത് വരാന്തയിലൂടെ നടന്ന്, നീണ്ടുപരന്നു കിടക്കുന്ന മുറ്റവും താണ്ടി മെയിൻ ഗേറ്റിനടുത്തെത്തിയപ്പോഴേക്കും സ്കൂൾ ബസ് സ്റ്റാർട്ട് ചെയ്തു നിൽക്കുന്നു. ഡ്രൈവർ അക്ഷമ

യോടെ ഹോണടിച്ചു തുടങ്ങി. ചിത്തുവും കൂട്ടുകാരും ബസിലേ ക്കോടിക്കയറി.

ബസ്സിൽ സീറ്റ് തപ്പിപ്പിടിച്ച് സ്കൂൾ ബാഗ് മടിയിലൊതുക്കി കാറ്റിൽ പറക്കുന്ന മുടിയിഴകളെയൊതുക്കി ചിത്തു ചടഞ്ഞിരുന്നു. ചുറ്റും കുട്ടികളുടെ കലപില ശബ്ദം, ട്രാഫിക്കിനിടയിലൂടെ ഊളി യിടുന്ന ബസ്സിന്റെ ആവശ്യത്തിനും അനാവശ്യത്തിനുമുള്ള ഹോ ണടിശബ്ദം. ഈ പതിവുകാഴ്ചകൾക്കിടയിലും ചിത്തു അസ്വസ്ഥ യായി. സാധാരണയിൽ സാധാരണമായ ആ അന്തരീക്ഷത്തിൽ അകാരണമായി ചിത്തുവിന്റെ ഹൃദയം ധൃതഗതിയിൽ മിടിച്ചു. താള ക്രമങ്ങൾ തെറ്റുന്നപോലെ....

വീട്ടിലെത്തിയപാടെ ചിത്തു നേരെ മുകളിലെ മുറിയിലേക്കു പോയി ചുമലിൽ നിന്നും ബാഗ് ഊരി താഴെവെച്ചു. മേശപ്പുറത്തി രുന്ന മൊബൈലെടുത്ത് യൂട്യൂബ് തുറന്നതും സന്തോഷം കൊണ്ട വളുടെ കണ്ണുകൾ വിടർന്നു. കുറച്ചു ദിവസങ്ങൾക്ക് ശേഷം എലനി പുതിയ വീഡിയോ അപ്‌ലോഡ് ചെയ്തിരിക്കുന്നു. വീഡിയോ വിശ ദമായിത്തന്നെ കാണാൻ ചിത്തു വേഗം ലാപ്ടോപ്പ് തുറന്നു.

'ചിത്തൂ... സ്കൂളിൽ നിന്ന് വന്ന് ഡ്രസ്സ് പോലും മാറ്റാതെ മൊ ബൈലും ലാപ്ടോപ്പുമെടുത്തോ? ലക്ഷ്മി ദേഷ്യത്തിൽ ഓടിവന്ന് ലാപ്ടോപ്പ് ശക്തിയായി അടച്ചു.'

'അമ്മേ.. പ്ളീസ് ഗിവ് മി ടെൻ മിനിറ്റ്സ്.'

'ഒരു ടെൻ മിനുട്ടുമില്ല. വേഗം ഡ്രസ്സ് മാറി താഴേക്ക് വാ. അച്ഛമ്മ നിനക്ക് സ്പെഷ്യലായി പരിപ്പുവട ഉണ്ടാക്കി വെച്ചിരിക്കുന്നു.'

ഇനി വേറെ വഴിയൊന്നുമില്ല. ചിത്തു ഒന്ന് ഫ്രഷായി താഴേക്ക് ചെന്നു.

അച്ഛമ്മ ഉണ്ടാക്കുന്ന പരിപ്പുവടയുടെ സ്വാദ് ഒന്നു വേറെതന്നെ. ചൂടോടെ പരിപ്പുവടയും ചായയും മുന്നിലെത്തിയപ്പോൾ അച്ഛമ്മ യുടെ കൈപ്പുണ്യത്തിന് മുന്നിൽ അവൾ തൽക്കാലത്തേക്ക് മറ്റെല്ലാം മറന്നു. വയറുനിറയെ കഴിച്ച് കൈ കഴുകി വരുമ്പോഴേ ക്കും അമ്മ ഒരുങ്ങി നല്ല സുന്ദരിക്കുട്ടിയായി പാട്ട്ക്ലാസ്സിലേക്ക് പോ കാൻ റെഡിയായിരിക്കുന്നു.

'ചിത്തൂ... മൊബൈൽ നോക്കിയിരിക്കാതെ പോയി പഠിക്കണേ...'

ഇന്ന് അമ്മയ്ക്ക് കാര്യമായ എന്തോ വിശ്വാസക്കുറവുണ്ടല്ലോ..

ചിത്തു കൈതിരുമ്മി ചൂടുപിടിപ്പിച്ച് ആ കൈച്ചൂട് കണ്ണിൽവെച്ചു. മനസ്സിലുള്ള ആശങ്കകൾ മുഖത്ത് നിഴലിക്കുന്നുണ്ടോ എന്ന് ശങ്കി ച്ചതു കൊണ്ടാവാം.

'യെസ് അമ്മേ.. കുറെ പഠിക്കാനുണ്ട്.'

'ശരി മോളെ... പോയി പഠിക്ക്. അമ്മ പോയിട്ട് വരാം.'

ലക്ഷ്മിയുടെ കാർ ഗേറ്റ് കടക്കുന്നതുവരെ ചിത്തു മുറ്റത്ത് കാത്തു നിന്നു. പിന്നയൊരൊറ്റയോട്ടം മുകളിലെ മുറിയിലേക്ക്. മുറിയിലേക്കെന്നല്ല, മക്രിനീറ്റ്സയിലേക്ക് എന്നല്ലേ ശരി? ഒരു മൂളിപ്പാട്ടിന്റെ അകമ്പടിയോടെ സന്തോഷപൂർവ്വം ചിത്തു ലാപ്ടോപ്പ് തുറന്ന് എലനിയുടെ പുതിയ അപ്‌ലോഡ് പ്ലേ ചെയ്തു.

രണ്ടു വശങ്ങളിലും മരങ്ങളുള്ള വെള്ളാരം കല്ലുകൾ പാകിയൊരു വഴിയിലൂടെ എലനിയുടെ ക്യാമറ മുന്നോട്ട് പോയി. അവളുടെ കാലിനടിയിൽ കല്ലുകളും, ഉണങ്ങിയ ഇലകളും ഞെരിയുന്ന ശബ്ദം മാത്രം കേൾക്കാം. ശീതക്കാറ്റിൽ പൂക്കളും, ഇലകളും പാതയിലേക്ക് വീണു കൊണ്ടിരിക്കുന്നു.

'എലനി എവിടേക്കാണ് അവളുടെ രാജ്യ രാജ്യാന്തരങ്ങളിലുള്ള കാണികളെ കൊണ്ടുപോകുന്നത്? ആ വഴിയിലെങ്ങും ആരുമില്ലല്ലോ...'

സ്വസ്ഥമായി ഇരിക്കാനുള്ള ഒരിടത്തെത്തിയപ്പോൾ എലനി നടത്തം നിർത്തി. കൈയ്യിലുള്ള മൊബൈൽ സ്റ്റാൻഡ് നിലത്തുറപ്പിച്ച് അവൾ വീഡിയോയുടെ മുന്നിലിരുന്നു. കൈയ്യിലൊരു ഫയൽ അടുക്കിപ്പിടിച്ചിരിക്കുന്നു. കാറ്റിൽ പൊഴിയുന്ന ഇലകളേക്കാൾ ജീവനറ്റതായിരിക്കുന്നു അപ്പോഴവളുടെ മുഖം. വിളറി വെളുത്ത് മ്ലാനമായ ആ മുഖത്ത് കൂടുതൽ നേരം നോക്കിയിരിക്കാനാവില്ലായിരുന്നു. ഒരിക്കലും വറ്റാത്ത ആ കണ്ണുകളിലെ പ്രകാശം കരിന്തിരി കത്തി ഏതുനിമിഷവും അണയുമെന്ന് തോന്നി.

നിമിഷങ്ങൾക്ക് യുഗങ്ങളുടെ നീളം...എലനിയുടെ ഹൃദയമിടിപ്പ് ചിത്തു സ്വന്തം ഹൃദയത്തിലറിഞ്ഞു. എലനി പതുക്കെ തന്റെ കൈവിരലുകൾ കൂട്ടിത്തിരുമ്മി. മനസ്സിൽ നിന്നു വാക്കുകളെ വിരലുകളിലേക്ക് ഏറെ കഷ്ടപ്പെട്ട് ആവാഹിക്കുന്ന പോലെ;. വാക്കുകൾ വിരലുകളിലേക്ക് വരാൻ മടിക്കുന്ന പോലെ..

ഒടുവിലവളുടെ വിരലുകൾ സംസാരിച്ചു തുടങ്ങി....

'കുറച്ചു നാളുകളായി പലതരത്തിലുള്ള ശാരീരിക ബുദ്ധിമുട്ടുകൾ എന്നെ അലട്ടുന്നുണ്ടായിരുന്നു. ഒരുപാട് തവണ ഹോസ്പിറ്റലുകളിൽ കയറിയിറങ്ങി. നിരന്തരമായ ചെക്കപ്പുകളും, ട്രീറ്റുമെന്റുകളും നടന്നു. എന്റെ അമ്മയും കുടുംബവും മാത്രമല്ല ഈ മക്രീനീറ്റ്സ മുഴുവനുമുണ്ട് എന്റെ കൂടെ. ഈ കാറ്റും, കിളികളുമെല്ലാം.... '

മരക്കൊമ്പിലിരുന്ന് ചിലച്ച ഒരു കിളിയെ നോക്കി അവൾ ദയ

നീയമെങ്കിലും ചെറിയൊരു ചിരിയോടെ പറഞ്ഞു... 'ദാ കണ്ടോ!' 'ഇനിയെനിക്ക് വേണ്ടത് നിങ്ങളുടെ പ്രാർത്ഥനയാണ്....'

ചിത്തു കാതുകൾ കൊട്ടിയടച്ചു. എലനിയുടെ വിരലുകളിൽ നിന്നുയരുന്ന ആംഗ്യഭാഷ കാതടപ്പിക്കുന്ന ശബ്ദവീചികളായി ചിത്തുവിനെ പൊതിയുന്ന പോലെ...

ഒരു നിമിഷത്തെ നിശബ്ദതക്ക് ശേഷം എലനി ഫയൽ തുറന്ന് ഒരു പേപ്പറെടുത്ത് ക്യാമറക്ക് മുന്നിലേക്ക് നീട്ടി.. അത് വീഡിയോയിലൂടെ വായിക്കാൻ പറ്റുന്നതായിരുന്നില്ല. ഒരു മെഡിക്കൽ റിപ്പോർട്ട് ആണെന്ന് മാത്രം മനസ്സിലായി. എലനി പേപ്പർ തിരികെ ഫയലിൽതന്നെവെച്ച് റിപ്പോർട്ടിന്റെ ഉള്ളടക്കം വിശദീകരിച്ചു. ആ സമയത്ത് എലനിയുടെ വിരലുകളുടെ ചലനങ്ങളിലൂടെ തകർന്നത് ചിത്തുവിന്റെ മനസ്സിന്റെ സമനിലയായിരുന്നു....

എലനി വളരെ വിശദമായി പറഞ്ഞുകൊണ്ടിരുന്നു. തന്റെ ആത്മശക്തി അവൾ വീണ്ടെടുത്തിരുന്നു. മക്രീനീറ്റ്സയിലെ ഒരു വിശേഷം പങ്കുവെയ്ക്കുന്ന പോലെ അവളുടെ വിരലുകളിലൂടെ വാക്കുകളൊഴുകി. ചിത്തുവിന്റെ സർവ്വ നാഡികളും തളർന്നു.. കണ്ണിൽ ഇരുട്ടു പടർന്നു. താൻ പഠിച്ചുവെച്ച ആംഗ്യഭാഷ തെറ്റിപ്പോയതാവണേ എന്നവൾ ആത്മാർത്ഥമായി ആഗ്രഹിച്ചു.

ഒടുവിൽ എലനി പറഞ്ഞ കാര്യങ്ങളുടെ ഒരു ചെറിയ നോട്ട് ആദ്യം ഗ്രീക്ക് ഭാഷയിലും, അതിനുശേഷം ഇംഗ്ലീഷിലും സ്ക്രീനിൽ തെളിഞ്ഞു വന്നു. അത്രയും പ്രധാനപ്പെട്ട ആ ഒരു വിവരം ആരും തെറ്റായി ധരിക്കരുതെന്ന് അവൾക്കത്രയും നിർബന്ധമായിരുന്നു.

അവസാന പ്രതീക്ഷയും കൈവിട്ട ചിത്തു കിടക്കയിലേക്ക് മറിഞ്ഞു വീണു. ഏറെനേരത്തെ കരച്ചിലിനൊടുവിൽ കണ്ണീരിന്റെ പെരുമഴ തേങ്ങലിന്റെ കാനൽ തുള്ളികളായി ഇറ്റുവീണുതുടങ്ങിയപ്പോൾ അവളെഴുന്നേറ്റു. മുറിയുടെ നാലുചുമരുകൾ ചുരുങ്ങിച്ചുരുങ്ങി വന്ന് അവളെ അപ്പാടെ മൂടുന്നപോലെ തോന്നി. നിസ്സഹായതയിൽ നിന്നുയിർക്കൊണ്ട നിർവികാരതയുടെ മഞ്ഞുപാളികൾക്കുള്ളിൽ അവൾ മരവിച്ചു പോയിരുന്നു. എലനിക്ക് ബ്രെയിൻ ട്യൂമെറാണെന്ന സത്യത്തിലേക്ക് ചിത്തു ആഴ്ന്നിറങ്ങി. സമനില നഷ്ടപ്പെട്ട അവളുടെ മനസ്സിൽ നിഷ്ഠൂരമായ ആ യാഥാർഥ്യം കൂട്ടിലടക്കപ്പെട്ട വന്യമൃഗത്തിനെപ്പോലെ മുരണ്ടു.

ആ ദിവസത്തോടുകൂടി ചിത്തു ആളാകെ മാറി. ദിനരാത്രങ്ങൾ യാന്ത്രികമായി. ഊർജസ്വലവും, വർണ്ണാഭവുമായിരുന്ന അവളുടെ

ദിവസങ്ങളെ യാഥാർത്ഥ്യത്തിന്റെ വേട്ടപ്പട്ടികൾ കടിച്ചുവലിച്ചു. രാത്രികളിലവൾ ഞെട്ടിയുണർന്നു. മൗനത്തിന്റെ കൂരിരുൾ പുതപ്പിലേക്കവൾ വീണ്ടും വീണ്ടുമുൾവലിഞ്ഞു. മനസ്സിനുള്ളിൽ ഇത്രയും വലിയൊരു അഗ്നിപർവതം പുകയുമ്പോഴും ആ വേദനകൾ ആരെയും അറിയിക്കാതെ സൂക്ഷിക്കാൻ ചിത്തു ശ്രദ്ധിച്ചു.

പക്ഷേ, ഒരു ദിവസം രാത്രി എല്ലാം തകിടം മറിഞ്ഞു....

ഉറക്കത്തിൽ നിന്നും ഞെട്ടിയുണർന്ന ചിത്തു കട്ടിലിൽ തനിക്കൊപ്പം കിടന്നുറങ്ങുന്ന എലനിയെക്കണ്ട് അത്യന്തം അത്ഭുതവും, ആഹ്ളാദവും കൊണ്ട് കട്ടിലിൽ നിന്നും ചാടിയെഴുന്നേറ്റു. തന്റെ ബൗസൗക്കി മാറോട് ചേർത്ത് ഒരു കൊച്ചുകുട്ടിയെപ്പോലെ ഉറങ്ങുന്ന എലനിയെക്കണ്ട് ചിത്തു അതിശയിച്ചു. അവൾ എലനിയെ കൺനിറയെ കണ്ടു... ആ മുടിയിഴകളിൽ മൃദുവായി തലോടി. അവളുടെ കൈകൾക്കുള്ളിൽനിന്ന് ആ ബൗസൗക്കി പതുക്കെയെടുത്തു. അതൊന്ന് മീട്ടാൻ ചിത്തു വല്ലാതെ കൊതിച്ചു. പക്ഷേ, ശബ്ദം കേട്ട് അവളുണർന്നെങ്കിലോ....മുറിയുടെ മൂലയിൽ പോയിരുന്ന് കട്ടിയുള്ള ഒരു പുതപ്പെടുത്ത് മൂടി അതിനകത്തിരുന്ന് അവൾ ബൗസൗക്കി മീട്ടിത്തുടങ്ങി. പക്ഷേ, അതിൽനിന്നുയർന്ന ശബ്ദം എലനി മീട്ടുമ്പോഴുള്ള ശബ്ദമായിരുന്നില്ല. ഏതോ കാട്ടുമൃഗത്തിന്റെ മൃഗീയമായ മുരളലായിരുന്നു. അവൾ മീട്ടുംന്തോറും ആ മൃഗത്തിന്റെ വന്യമായ കിതപ്പ് അവൾക്ക് ചുറ്റും നിറഞ്ഞു. അമ്മേ എന്ന് ഉറക്കെ നിലവിളിക്കാനാഞ്ഞെങ്കിലും ശബ്ദം അവളുടെ തൊണ്ടയിൽ കുരുങ്ങി.

ചിത്തു വിയർത്തൊഴുകി.

ഒടുവിലവൾ സർവ്വശക്തിയുമെടുത്ത് പുതപ്പ് കുടഞ്ഞ് ചാടിയെഴുന്നേറ്റു. ഒഴിഞ്ഞുകിടക്കുന്ന കട്ടിലിലേക്കവൾ തുറിച്ചു നോക്കി.....

മേശപ്പുറത്തുവെച്ചിരിക്കുന്ന ജഗ്ഗിലെ വെള്ളം മുഴുവൻ ചിത്തു ഒറ്റവലിക്ക് കുടിച്ചു തീർത്തു. സമയം രാത്രി മൂന്ന് മണിയായിരിക്കുന്നു. അവൾ മൊബൈലെടുത്ത് വാട്സ്ആപ്പ് തുറന്നു...

'ഹൗ ആർ യു മൈ ഡാർലിംഗ്? ഹോപ്പ് എവെരിതിങ് ഈസ് ഫൈൻ വിത്ത് യു'

ചിത്തു ഉറങ്ങിയതിന് ശേഷം അച്ഛനയച്ച വോയ്സ് മെസ്സേജ്. അവൾ മെസ്സേജ് വീണ്ടും പ്ലേ ചെയ്തു. ആ കനത്ത നിശബ്ദതയിൽ അച്ഛന്റെ ശബ്ദം മുറിയിൽ മുഴങ്ങി. വാത്സല്യം നിറഞ്ഞ തലോടൽ അവളെ പൊതിഞ്ഞു. ആ സമയത്ത് മറ്റൊന്നും അവൾക്ക് ചിന്തിക്കാനില്ലായിരുന്നു. വാട്ട്സ്ആപ്പിന്റെ വീഡിയോ കാൾ ബട്ടനിലേക്ക് വിരലുകൾ നീണ്ടു. സെക്കൻഡുകൾക്കുള്ളിൽ തന്നെ ഹരി

ഫോൺ അറ്റൻഡ് ചെയ്തു.

'മോളേ... വാട്ട് ഹാപ്പെൻഡ്? നീ ഉറങ്ങിയില്ലേ? എല്ലാം ഓക്കെ അല്ലേ?' ഹരി ഉത്തരത്തിനായി കാത്തുനിന്നു. ചിത്തു അച്ഛന്റെ മുഖത്തേക്ക് കണ്ണിമയ്ക്കാതെ നോക്കിയിരുന്നു. ക്ലോക്കിലെ സെക്കന്റ് സൂചി നീങ്ങുന്ന ശബ്ദം മാത്രം.. അതോ അവളുടെ ഹൃദയമിടിപ്പിന്റെയോ?

'മോളേ..' അല്പസമയത്തെ മൗനം ഭഞ്ജിച്ച് ഹരിയുടെ ശാന്തമായ സ്വരം.

'അച്ഛാ.....' ഒരൊറ്റ കരച്ചിലായിരുന്നു അവൾ. പെയ്ത് അമരാൻ കാത്തുനിന്ന കറുത്തിരുണ്ട മേഘങ്ങൾ ഒരു നിമിഷം കൊണ്ട് ആകാശത്തുനിന്നും പൊട്ടിത്തകർന്ന് താഴേക്ക് വീഴുംപോലെ അവൾ പെയ്തുതോർന്നു. കണ്ണീർപെയ്ത്തിനിടയിലൂടെ അവൾ അച്ഛനോടെല്ലാം തുറന്നു പറഞ്ഞു. പിന്നീടങ്ങോട്ടുള്ള ദിവസങ്ങൾ ഒട്ടും സുഖകരമായിരുന്നില്ല. ചിത്തുവിന്റെ മനസ്സ് മാറ്റിയെടുക്കാൻ ഹരികൃഷ്ണൻ എല്ലാ ദിവസവും ചിത്തുവിന് വേണ്ടി സമയം മാറ്റിവെച്ചു. അച്ഛനും, മകളും തമ്മിലുള്ള നീണ്ട സംസാരങ്ങൾക്കിടയിൽ ലക്ഷ്മി പലപ്പോഴും മൂകസാക്ഷിയായി.

സ്കൂളിൽ നിന്നും ക്ലാസ് ടീച്ചർ ലക്ഷ്മിയെ വിളിപ്പിച്ചു. ലക്ഷ്മി അത് പ്രതീക്ഷിച്ചിരുന്നു. എന്നാൽ പ്രതീക്ഷിച്ചതിലും അപ്പുറമാണ് ലക്ഷ്മി അവിടെ കേട്ടതും അനുഭവിച്ചതും. ക്ലാസ്സിൽ ഒരു പ്രതിമ പോലെയിരിക്കുന്ന ചിത്തുവിനെക്കുറിച്ച് അദ്ധ്യാപകർ പറയുന്നത് കേട്ട് ലക്ഷ്മി തലകറങ്ങി വീഴുമെന്ന അവസ്ഥയിലായി. ജീവിതത്തിൽ അങ്ങനെ ഒരു സാഹചര്യം നേരിടേണ്ടിവരുമെന്ന് ലക്ഷ്മി സ്വപ്നത്തിൽ പോലും ചിന്തിച്ച കാര്യമല്ല.

മകളുടെ കാര്യത്തിലുള്ള ഉത്തരവാദിത്വമില്ലായ്മയാണ് ഇതിനെല്ലാം കാരണമെന്ന കുറ്റപ്പെടുത്തൽ ഒരായിരം കൂർത്ത മുള്ളുകളായി ലക്ഷ്മിയുടെ മനസ്സിലേക്കാഞ്ഞു തറച്ചു. തിരിച്ചൊരു വാക്കുപോലും പറയാനാവാതെ ലക്ഷ്മി ചിന്തകളുടെ കൊടുങ്കാറ്റിൽ ചിതറിത്തെറിച്ച്, സ്വയം നഷ്ടപ്പെട്ട് സ്കൂളിൽ നിന്നിറങ്ങിവന്നു.

13

'ഇന്ന്.. ഇപ്പൊ.. ഈ നിമിഷം...ചിത്തൂന്റെ ലാപ്ടോപ്പും മൊബൈലും ഞാൻ ഇവിടെനിന്നും എടുത്തു മാറ്റും. ഇനി അവളിതു രണ്ടും കൈകൊണ്ടു തൊടാൻ ഞാൻ സമ്മതിക്കില്ല.' ലക്ഷ്മി ദേഷ്യം കൊണ്ട് വിറച്ചു.

'ഞാൻ പണ്ടേ പറഞ്ഞിട്ടുള്ളതല്ലേ ഹരീ, കുട്ടികൾക്ക് ഈ പ്രായത്തിൽ മൊബൈലും, ലാപ്ടോപ്പും കൊടുക്കുന്നത് ഒട്ടും ശരിയായ കാര്യമല്ലെന്ന്? ദുബായിലായിരുന്നപ്പോൾത്തന്നെ ആ സ്കൂളിലെ ചില കുട്ടികൾക്ക് സംഭവിച്ചതൊക്കെ എത്ര പ്രാവശ്യം ഞാൻ പറഞ്ഞു മനസ്സിലാക്കാൻ ശ്രമിച്ചിരിക്കുന്നു.. പക്ഷേ, ഒരിക്കലും അതൊന്നും ഹരിക്ക് മനസ്സിലായിട്ടില്ല. ചിത്തു വിവരമുള്ള കുട്ടിയാണ്, വിവേകശാലിയാണ്. അച്ഛന്റെ മോളാണ്... അച്ഛനറിയാതെ അവളുടെ ജീവിതത്തിൽ ഒന്നും നടക്കില്ല... എന്തൊക്കെയായിരുന്നു ഡയലോഗുകൾ... എന്നിട്ടിപ്പോ എന്തായി?'

വീഡിയോ കോളിലൂടെ ലക്ഷ്മി ഹരിക്ക് മുൻപിൽ തകർക്കുകയാണ്.

'ഭൂമി പിളർന്ന് താഴെ പോയിരുന്നെങ്കിലെന്ന് ചിന്തിച്ചു പോയി. ടീച്ചേഴ്സിന് സംശയം മുഴുവൻ ദാ ഈ എന്നെയാണ്. എന്റെ ഉത്തരവാദിത്വ ബോധമില്ലായ്മയാണ് പോലും. ചിത്തുവിന് മൊബൈലും, ഇന്റർനെറ്റും കൊടുക്കരുതെന്ന് ഹരിയോട് കൈയും കാലും പിടിച്ചുപറഞ്ഞ ഞാനിപ്പോ അവരുടെ മുന്നിൽ കുറ്റക്കാരി.'

'ലച്ചൂ....' ഹരി ആത്മസംയമനം വിടാതെ ലക്ഷ്മിയെ വിളിച്ചു.

'ഹരിക്ക് എന്ത് എസ്ക്യൂസ് ആണ് ഇനി ചിത്തൂനെ സപ്പോർട്ട് ചെയ്യാൻ പറയാനുള്ളത്?'

ഹരി ലക്ഷ്മിയുടെ കണ്ണിലേക്ക് നോക്കി നിശ്ശബ്ദനായിരുന്നു. ആ കണ്ണുകളിലെ ആജ്ഞാശക്തിക്ക് മുന്നിൽ ലക്ഷ്മിയുടെ വാക്കുകൾ മുറിഞ്ഞു. മുറിയിൽ തലങ്ങും വിലങ്ങും നടന്ന് ഉറക്കെയുറക്കെ സംസാരിച്ചിരുന്ന ലക്ഷ്മി കസേരയിൽ ഇരിപ്പുറപ്പിച്ചു. സാരിത്തുമ്പുകൊണ്ട് കണ്ണും മുഖവും തുടച്ചു.

'ലച്ചൂ... ഇന്ന് നമ്മുടെ മുന്നിലുള്ള പ്രശ്നം ടീച്ചേർസ് നിന്നെ കുറ്റപ്പെടുത്തി എന്നതാണോ അതോ നമ്മുടെ മോളുടെ ഈ തകർന്ന അവസ്ഥയാണോ? എന്തിനാണ് നമ്മൾ ആദ്യം പരിഹാരം കാണേണ്ടത്?'

'നമുക്ക് നമ്മുടെ മോള് തന്നെയല്ലേ വലുത് ഹരീ....' ലക്ഷ്മിയുടെ കണ്ണുകൾ വീണ്ടും നിറഞ്ഞു തുളുമ്പി.

'അതേ ലച്ചൂ... നമുക്ക് നമ്മുടെ മോളെ മനസ്സിലാവുന്ന പോലെ വേറെ ആർക്ക് മനസ്സിലാവും? ഞാൻ എന്നും പറയുന്നതു തന്നെ ഇന്നും പറയുന്നു. അവൾ എട്ടും പൊട്ടും തിരിയാത്ത ഒരു കൊച്ചു കുട്ടിയല്ല.. ബുദ്ധിമതിയാണ്.. പക്വതയുള്ളവളാണ്. ചുറ്റുമുള്ളവരോട് അനുകമ്പയുള്ള, എല്ലാവരേയും സ്നേഹിക്കാനറിയുന്ന ഒരു നല്ല

മനുഷ്യനാണവൾ. കരുണ നിറഞ്ഞ അവളുടെ നല്ല മനസ്സിന്റെ മറ്റൊരു വശം മാത്രമാണ് അവളുടെ ഇന്നത്തെ ഈ അവസ്ഥ. നീ ഏറ്റവും കൂടുതൽ എതിർത്തിരുന്ന മൊബൈലും, ഇന്റർനെറ്റുമെല്ലാം ഈ അവസ്ഥയുമായി ബന്ധപ്പെട്ട് കിടക്കുന്നത് കൊണ്ടു മാത്രമാണ് ചിത്തൂനെ മനസ്സിലാക്കാൻ ലച്ചൂന് ചെറിയൊരു ബുദ്ധിമുട്ട്.' ചിത്തൂന്റെ ഇന്നത്തെ ഈ മാനസികാവസ്ഥ സ്കൂളിലെ ഏതെങ്കിലും കൂട്ടുകാരിക്ക് സംഭവിച്ച ഒരു ദുര്യോഗത്തിന്റെ മേലെയായിരുന്നെങ്കിലോ? അങ്ങനെയായിരുന്നെങ്കിൽ ലച്ചു ഒരിക്കലും മോളെ ഇങ്ങനെ കുറ്റപ്പെടുത്തില്ലായിരുന്നു. നീ കാര്യങ്ങൾ മനസ്സിലാക്കി മോളുടെ കൂടെ നിന്നേനെ അല്ലേ?'

ലക്ഷ്മി ഒന്നും മിണ്ടാതെ ഹരിയുടെ മുഖത്തേക്ക് തന്നെ നോക്കിയിരുന്നു.

'അപ്പൊ ഇവിടെ യഥാർത്ഥ പ്രശ്നം ഇന്റർനെറ്റും മൊബൈലുമല്ല... ചിത്തുവിന്റെ കരുണ നിറഞ്ഞ മനസ്സിന്റെ തരളതയാണ്. അവളുടെ ഉള്ളിലെ നന്മയെ തിരിച്ചറിഞ്ഞ് ഈ ലോകത്തിലെ സങ്കടങ്ങളെ മനസ്സ് തളരാതെ അഭിമുഖീകരിക്കാനുള്ള ശക്തിയാണ് നമ്മൾ അവൾക്ക് കൊടുക്കേണ്ടത്. ഇന്ന് ഒരു വീഡിയോ സീരീസിലൂടെ ചിത്തൂനെ പിടിച്ചുലച്ച ഈ സംഭവത്തിന്റെ പല വകഭേദങ്ങൾ നാളെ അവളുടെ ജീവിതത്തിൽ ഏത് വഴിയിലൂടെയും കടന്നുവരാം. മാത്രമല്ല, തകർന്നിരിക്കുന്ന ഈ അവസ്ഥയിൽ നമ്മുടെ സമ്മർദ്ദം കൂടി താങ്ങാൻ ഇന്നവൾക്കാവില്ല. അങ്ങനെ ചെയ്താൽ അതിന്റെ ആഘാതം ജീവിതകാലം മുഴുവൻ ചിത്തൂന്റെ മനസ്സിൽ നീറിപ്പുകയും.. അത് എക്കാലത്തേക്കും നമ്മളോടുള്ള അടങ്ങാത്ത ദേഷ്യമായിപ്പോലും മാറാം.'

ഹരിയുടെ വാക്കുകൾ ലക്ഷ്മി ശ്രദ്ധയോടെ കേട്ടിരുന്നു.

'ലച്ചൂന്റെ ഇന്നത്തെ ഈ താൽക്കാലികമായ ദുഃഖത്തിന്റെ കണ്ണിലൂടെ നമ്മുടെ മോളുടെ മനസ്സിനെ മാറ്റാൻ ശ്രമിക്കരുത്. അവളെ ഇപ്പോൾ എലനിയിൽ നിന്നും നിർബന്ധപൂർവ്വം മാറ്റിനിർത്തുന്നതല്ല പരിഹാരം. ഒരു വാതിലടയുമ്പോൾ മറ്റൊരു വാതിൽ കണ്ടുപിടിക്കാൻ കുട്ടികൾക്ക് യാതൊരു ബുദ്ധിമുട്ടുമില്ല. ലാപ്ടോപ്പും, മൊബൈലും തിരിച്ചു വാങ്ങിയാൽ സുഹൃത്തുക്കളുടെ മൊബൈലിലൂടെ അവൾ കാര്യങ്ങളറിഞ്ഞു തുടങ്ങും. അതുകൊണ്ട് ഈ അവസ്ഥയിൽ നിന്ന് അവൾ സ്വയം തിരിച്ചുവരാനുള്ള സാഹചര്യമാണ് നമ്മൾ ഒരുക്കിക്കൊടുക്കേണ്ടത്. '

ലക്ഷ്മിയുടെ മനസ്സ് കുറച്ചൊന്ന് ശാന്തമായെങ്കിലും വീട്ടിൽ ഇന്റർ

നെറ്റ് കട്ട് ചെയ്യണമെന്നും, ചിത്തുവിന്റെ മൊബൈലിൽ ഡാറ്റ റീചാർജ് ചെയ്തുകൊടുക്കരുതെന്നുമുള്ള നിലപാടിൽ ലക്ഷ്മി ഉറച്ചുനിന്നു. ഹരി ഹരിയുടെ നിലപാടിലും.

അച്ഛന്റെ സമനില കൈവിടാതെയുള്ള നിരന്തരമായ ഇടപെടലുകൾ ചിത്തുവിന് ധൈര്യം പകർന്നു. പുസ്തകങ്ങളിലൂടെ ജീവിതത്തിന്റെ പല ഇരുണ്ട തലങ്ങളെയും അറിഞ്ഞവളാണ്. എങ്കിലും വായിച്ച് പുസ്തകം മടക്കുന്നതോടെ അടയുന്ന വായനാലോകങ്ങൾക്കപ്പുറം മാസങ്ങളായുള്ള എലനിയുടെ ജീവിതത്തിന്റെ നേർക്കാഴ്ചകൾ ചിത്തുവിന്റെ ഹൃദയാന്തരങ്ങളിൽ മറ്റൊരു ലോകം പണിതിരുന്നു..

മകളോട് നിരന്തരം സംസാരിക്കുന്നതിനോടൊപ്പം തന്നെ ഹരി എലനിയുടെ യൂട്യൂബ് ചാനൽ സൂക്ഷ്മമായി പരിശോധിച്ചു.

'ഇത് ഗ്രീസിലെ ഒരു പെൺകുട്ടിയുടെ യഥാർത്ഥ കഥ തന്നെയോ? അതോ ചാനൽ സബ്സ്ക്രിപ്ഷൻ കൂട്ടാൻ വേണ്ടിയുള്ള യാഥാർത്ഥ്യമെന്ന് തോന്നിക്കും വിധമുള്ള ഫാന്റസി കഥകളോ?' ഹരിയുടെ ഡിറ്റക്റ്റീവ് ബുദ്ധിയുണർന്നു. 'എലനിയും അവളുടെ ലോകവുമെല്ലാമൊരു സ്ക്രിപ്റ്റഡ് കണ്ടന്റ് ആണെങ്കിലോ? അങ്ങനെയെങ്കിൽ അത് ചിത്തുവിനെ മനസ്സിലാക്കിക്കാൻ എളുപ്പമാണ്. പക്ഷേ, പറയുന്നത് സത്യമാവണം. അല്ലെങ്കിൽ സത്യാവസ്ഥ ചിത്തു തന്നെ തെളിയിച്ചുതരും. അവളുടെ ബുദ്ധിശക്തിയെ കുറച്ചുകാണുന്നത് ആനമണ്ടത്തരമാണ്. അവളാരാ മോൾ! ആരുടേയാ മോൾ!' ഹരിയുടെ ആത്മഗതം കേട്ട് ഹരി തന്നെ ചിരിച്ചുപോയി. ഒപ്പം മകളോടുള്ള വാത്സല്യത്തിൽ കണ്ണുകൾ ഈറനണിയുന്നതും ഹരിയറിഞ്ഞു.

ലോകം മുഴുവൻ നെറ്റ്‌വർക്ക് ഉള്ള ഹരിക്ക് ഒരു യൂട്യൂബ് ചാനലിന്റെ ആധികാരികത മനസ്സിലാക്കിയെടുക്കുക എന്നതൊന്നും ഒട്ടും ബുദ്ധിമുട്ടുള്ള കാര്യമായിരുന്നില്ല. അന്താരാഷ്ട്ര ട്രാവൽ കമ്പനികളുടെ മേധാവികൾ തന്നെ കൈയ്യിലിരിക്കുന്ന ഹരി എലനിയെ കുറിച്ച് ദിവസങ്ങൾക്കുള്ളിൽ തന്നെ മനസ്സിലാക്കി. അങ്ങനെ മക്രിനീറ്റ്സയിൽ ട്രാവൽ ഏജന്റായി ജോലിചെയ്യുന്ന ക്രിസ്റ്റഫർ എന്ന യുവാവിന് ഹരിയുടെ ഡിറ്റക്ടീവ് ഏജന്റ് പണികൂടെയായി.

ക്രിസ്റ്റഫറിലൂടെ ഹരി എലനിയെ അറിഞ്ഞു. സത്യത്തിൽ, ചിത്തു വീഡിയോകളിലൂടെ അറിഞ്ഞതിലും തീവ്രമായിരുന്നു ഹരി നേരിട്ടറിഞ്ഞ കാര്യങ്ങൾ. തൽക്കാലത്തേക്ക് ചിത്തുവിനോട് അതെല്ലാം പറയാതിരിക്കുന്നതാണ് നല്ലതെന്ന് ഹരി തീരുമാനിച്ചു.

അതിനിടയിൽ എലനി ആശുപത്രിയിൽ അഡ്മിറ്റ് ആയി. അവളുടെ ആരോഗ്യം ദിവസം ചെല്ലുന്തോറും മോശമായി വന്നു. ആശുപത്രിക്കിടക്കയിൽ വെച്ചും അവൾ അവളുടെ ആഗ്രഹം പറഞ്ഞുകൊണ്ടേയിരുന്നു... പല വീഡിയോകളിലും സോഫിയ ഏറെ വിഷമത്തോടെ എലനിയുടെ വാക്കുകളെ തടയാൻ ശ്രമിക്കുന്നുണ്ടായിരുന്നു. മകൾ ആരോഗ്യവതിയായി ജീവിതത്തിലേക്ക് തിരിച്ചുവരണമെന്നല്ലാതെ മറ്റെന്താണ് ആ അമ്മയ്ക്ക് ആഗ്രഹിക്കാനുള്ളത്...

എന്തായാലും, സോഫിയയെക്കുറിച്ചുള്ള ഡോക്യുമെന്ററി നിർമ്മിക്കാൻ പ്രൊഡ്യൂസറെ കിട്ടാനുള്ള എലനിയുടെ അഭ്യർത്ഥനകൾക്ക് മാത്രം ആരും മറുപടി നൽകിയില്ല. എന്നാൽ എലനിയുടെ അസുഖം മാറി ആരോഗ്യം വീണ്ടെടുക്കാൻ വേണ്ടിയുള്ള ആശംസകളും, പ്രാർത്ഥനകളും കൊണ്ട് അവളുടെ യൂട്യൂബ് കമന്റ്സ് നിറഞ്ഞൊഴുകി.

എലനിയുടെ ദയനീയമായ ആരോഗ്യാവസ്ഥ ചിത്തുവിനെ ഏറെ തളർത്തിയെങ്കിലും സ്കൂൾ വിഷയങ്ങളിലവൾ വീഴ്ച വരുത്തിയില്ല. ഹരിയും, ലക്ഷ്മിയും ചിത്തുവിനെ കൂടുതൽ ചേർത്തുപിടിച്ചു. രാത്രി ചിത്തുവിനെ തനിച്ചു കിടക്കാൻ സമ്മതിക്കാതെ അച്ഛമ്മയുടെ മുറിയിൽ ലക്ഷ്മി തന്നോടൊപ്പം കിടക്കാൻ നിർബന്ധിച്ചു. ചിത്തുവിന് അതത്ര താൽപ്പര്യമില്ലാത്ത കാര്യമാണെങ്കിലും സമ്മതിച്ചു. ഉറങ്ങുന്നതിന് മുൻപ് ഒരു അര മണിക്കൂറെങ്കിലും പുസ്തകം വായിച്ച് കിടക്കുന്നതാണ് അവളുടെ പതിവ്. പാട്ടും, പുസ്തകങ്ങളുമെല്ലാമായി അവളുടേതായ ലോകത്ത്... പക്ഷേ, എലനിയുടെ ഓപ്പറേഷൻ ദിവസം അടുത്തു വരുംതോറും ചിത്തുവിന് ആധി കൂടിത്തുടങ്ങി. അമ്മയുടെ കൂടെ കിടക്കുന്നതു തന്നെയാണ് നല്ലതെന്ന് സ്വയം തോന്നി.

ഒച്ചിഴയുന്ന പോലെ ദിവസങ്ങൾ നീങ്ങി.

അവസാനം ആ ദിവസം അടുത്തുവന്നു.

അന്ന് എലനിയുടെ ഓപ്പറേഷൻ ദിവസമായിരുന്നു. ചിത്തു സ്കൂളിൽ പോകാതെ വീട്ടിൽ തന്നെയിരുന്നു. അന്നത്തെ ദിവസം ക്ലാസ്സിൽ പോയി ഇരുന്നിട്ട് ഒരു കാര്യവുമില്ലെന്ന് അവൾക്കറിയാമായിരുന്നു. ഒരു പക്ഷേ, അത്രയും പരിതാപകരമായ അവളുടെ ആ അവസ്ഥയിൽ ടീച്ചർമാർ വീണ്ടും അമ്മയെ വിളിപ്പിക്കാനുള്ള സാധ്യതയുമുണ്ട്. അതുകൊണ്ടാവണം, സ്കൂളിൽ പോകുന്നില്ലെന്ന് പറഞ്ഞപ്പോൾ ലക്ഷ്മിയും കൂടുതലൊന്നും പറഞ്ഞില്ല. 'വയ്യെങ്കിൽ ഇന്ന് പോകേണ്ട.. പക്ഷേ, വീട്ടിലിരുന്ന് പഠിക്കണം.' രണ്ടുവാക്കിൽ

ലക്ഷ്മി നിർത്തി.

എലനിയുടെ അടുത്ത വീഡിയോ അപ്‌ലോഡ് ആകുന്നതിന് വേണ്ടി ചിത്തു അക്ഷമയോടെ കാത്തിരുന്നു. അവസാനം 'അപ്പ് എബോവ് ദി സ്കൈ' ചാനലിൽ അവളുടെ വീഡിയോ അപ്‌ലോഡ് ആയി. ഓപ്പറേഷൻ തീയേറ്ററിന്റെ പുറത്തുനിന്നുമുള്ള തീരെ ചെറിയ ഒരു വീഡിയോ ആയിരുന്നു അത്.

'എല്ലാവരും എനിക്ക് വേണ്ടി പ്രാർത്ഥിക്കണം. എന്റെ അമ്മയ്ക്ക് വേണ്ടി ഞാൻ തിരിച്ചുവരും..' ശാന്തമായ മുഖത്തോടെ അവൾ ക്യാമറയിലേക്ക് നോക്കി മന്ദഹസിച്ചു. പതുക്കെ കൈകളുയർത്തി വീശി യാത്രപറഞ്ഞു.... നേഴ്സുമാർ സ്ട്രക്ച്ചർ തള്ളി ഓപ്പറേഷൻ തീയേറ്ററിലേക്ക് കടന്ന് വാതിലടയുന്നതോടെ വീഡിയോ തീരുകയും ചെയ്തു. എലനിയുടെ രണ്ടു സുഹൃത്തുക്കളും അവളോടൊപ്പമുണ്ടായിരുന്നു. അവരാണ് ആ വീഡിയോ റെക്കോർഡ് ചെയ്തത്.

അന്നത്തെ ദിവസം മുഴുവൻ ചിത്തു കാത്തിരുന്നു. എലനിയുടെ വീഡിയോയുടെ താഴെ വരുന്ന കമന്റുകളിലൂടെ അവൾ കണ്ണോടിച്ചുകൊണ്ടേയിരുന്നു. സുഹൃത്തുക്കളാരെങ്കിലും ഓപ്പറേഷൻ വിജയിച്ചുവെന്ന കമന്റ് ഇടുമെന്ന പ്രതീക്ഷയിൽ.

രാത്രി ചിത്തുവിന് ഉറങ്ങാനായില്ല. അമ്മ അടുത്തുണ്ടായിട്ടു പോലും എലനിയുടെ ബൗസൗക്കിയിൽ നിന്ന് കേട്ട മൃഗീയമായ സ്വരം അവൾക്കു ചുറ്റും വീണ്ടും പ്രതിധ്വനിച്ചു. അതിരാവിലെ, ഇരുട്ടിൽ നിന്നും പകൽ വേർപെടുന്ന വേളയിൽ ചിത്തു യൂട്യൂബ് തുറന്ന് കമന്റുകളിൽ പരതി. പത്തുനിമിഷം മുൻപ് ഒരു പുതിയ കമന്റ് വന്നിരിക്കുന്നു...ഓപ്പറേഷൻ റൂമിന് പുറത്തുവെച്ചു കണ്ട എലനിയുടെ സുഹൃത്തിന്റേതായിരുന്നു അത്... ചിത്തു പെട്ടെന്ന് ചാടിയെഴുന്നേറ്റ് കണ്ണുതിരുമ്മി ഗ്രീക്കിലെഴുതിയ ആ കമന്റിലേക്ക് സൂക്ഷിച്ച് നോക്കി.... ശരിയാണോ എന്ന് പലതവണ നോക്കി ഉറപ്പുവരുത്തി..

ശരിയാണ്... വായിച്ചത് ശരിയാണ്.....

'അവൾ നമ്മെ വിട്ടുപോയി...'

ഒരു വലിയ ശബ്ദത്തോടെ ചിത്തുവിന്റെ മൊബൈൽ ചുമരിൽ ആഞ്ഞടിച്ചു തകർന്നു. ഒപ്പം അവളുടെ വല്ലാത്തൊരു ശബ്ദവും...

'ചിത്തൂ... എന്താ മോളെ പറ്റിയത്? നീയാകെ വിയർത്തിരിക്കുന്നല്ലോ..'

ചിത്തുവിന്റെ നിലവിളി കേട്ട് ഉറക്കത്തിൽ നിന്നും ചാടിയെഴു

ന്നേറ്റ ലക്ഷ്മി മകളുടെ ഭാവം കണ്ട് ഞെട്ടിത്തരിച്ചു....

ആ ഒരൊറ്റ ദിവസം കൊണ്ട് ചൈതന്യ ഹരികൃഷ്ണൻ ഒരു മനോരോഗിയുടെ നിലയിലെത്തി. ലക്ഷ്മി ചിത്തുവിന്റെ ലാപ്ടോപ്പും, പൊട്ടിയടർന്ന മൊബൈലുമെടുത്ത് അലമാരയിൽ പൂട്ടി വെച്ചു. നിർവികാരയായി ചിത്തു അത് നോക്കിനിന്നു. അല്ലെങ്കിലും ഇനി അവൾക്കെന്തിനാണ് ലാപ്ടോപ്പും മൊബൈലും... അവൾ സ്കൂളിൽ പോകാൻ പോലും കൂട്ടാക്കിയില്ല.

രാവിലെ ലക്ഷ്മി ഹരിയെ വിളിക്കുന്നതിന് മുൻപുതന്നെ വീഡിയോ കോളിൽ ഹരി വിളിച്ചു.. മക്രിനീറ്റ്സയിൽ നിന്നും ക്രിസ്റ്റഫർ ഹരിയെ വിവരം അറിയിച്ചിരുന്നു.

'ലച്ചൂ... ഫോൺ ചിത്തൂന് കൊടുക്കൂ...' ലക്ഷ്മി ഒന്നും മിണ്ടാതെ ഫോൺ ചിത്തുവിന് കൈമാറി. അച്ഛനും, മോളും ഒരുവാക്ക് പോലും പരസ്പരം മിണ്ടിയില്ല...

വാചാലമായ ആ മൗനത്തിനൊടുവിൽ ഇത്രമാത്രം...

'മോളേ... ഞാൻ വരുന്നു. ഇന്ന് തന്നെ...'

14

ഹരികൃഷ്ണൻ ന്യൂയോർക്കിൽ നിന്നും ഉടൻ എമർജൻസി ക്വാട്ടയിൽ നാട്ടിലേയ്ക്ക് ടിക്കറ്റെടുത്തു. കമ്പനിയിലെ ഏറെ വെല്ലുവിളികൾ നിറഞ്ഞ പുതിയ സംരഭങ്ങളുടെ ചുക്കാൻ പിടിക്കുന്ന ഹരിക്ക് ആ സാഹചര്യത്തിൽ പെട്ടെന്ന് കുറച്ചു ദിവസങ്ങൾ മാറിനിൽക്കുക തീർത്തും അസാധ്യമായിരുന്നു. പക്ഷേ, മകളേക്കാൾ വലുതല്ലല്ലോ ഹരിക്ക് ജോലിയും, പദവിയുമൊന്നും. ഹരി കമ്പനിയുടെ ചെയർമാൻ മിസ്റ്റർ ജോൺ വില്യംസുമായി ഉടൻ ബന്ധപ്പെട്ടു. ബിസിനസ് ലോകത്തിലെ ഒരതികായനാണെങ്കിലും അതിലുമുപരി മാനുഷികമൂല്യങ്ങളുള്ള അദ്ദേഹം പെട്ടെന്ന് തന്നെ ഹരി താമസിക്കുന്ന അപ്പാർട്മെന്റിലെത്തി കാര്യമന്വേഷിച്ചു. ഹരി എല്ലാം തുറന്നുപറഞ്ഞു. ചിത്തുവിനെ ജീവിതത്തിലേക്ക് തിരിച്ച് കൊണ്ടുവരാൻ എന്തുസഹായവും വാഗ്ദാനം ചെയ്ത് അദ്ദേഹം ഹരിയുടെ കൂടെ നിന്നു.

പിറ്റേന്ന് രാവിലെ ഹരി നാട്ടിലെത്തി. എയർപോർട്ടിൽ നിന്ന് വീട്ടിലേക്കുള്ള യാത്രയിൽ മുഴുവൻ ഹരി ഉത്കണ്ഠാകുലനായിരുന്നു. എങ്കിലും, എത്രയും പെട്ടെന്ന് ചിത്തുവിനെ ജീവിതത്തിലേക്ക് തിരിച്ച് കൊണ്ടുവരണമെന്ന കാര്യത്തിൽ യാതൊരു വിട്ടു

വീഴ്ചക്കും ഒരുക്കവുമല്ലായിരുന്നു. ലോകത്തിന്റെ പലഭാഗങ്ങളിൽ നിന്നുമുള്ള ഔദ്യോഗിക ഫോൺ കോളുകളെല്ലാം ഒഴിവാക്കി നാട്ടിൽ തനിക്ക് ഏറ്റവും വിശ്വസ്തരായ രണ്ടുമൂന്ന് പേരെ മാത്രം വിളിച്ചു. ഉടൻതന്നെ നല്ലൊരു സൈക്കോളജിസ്റ്റിനെ കണ്ടുപിടിക്കുകയായിരുന്നു ഉദ്ദേശം.

ഹരിയുടെ കാർ ഗേറ്റിനടുത്തെത്തിയപ്പോൾ ഗേറ്റ് അടഞ്ഞുകിടക്കുന്നു. ഹരി കാറിൽ നിന്നിറങ്ങി ഗേറ്റ് തുറന്ന് മുറ്റത്തേക്ക് നടന്നു. ഉമ്മറവാതിലും അടഞ്ഞുകിടക്കുന്നു. ഹരി വരാന്തയിലേക്ക് കയറി കോളിങ് ബില്ലിൽ വിരലമർത്തി. വാതിൽ തുറന്ന ലക്ഷ്മി ഹരിയെ നിശബ്ദമായി ഒന്ന് നോക്കുക മാത്രം ചെയ്തു.

വീട്ടിലെ മൂകത തളം കെട്ടിയ അന്തരീക്ഷത്തിലേക്ക് കാലെടുത്തു വെച്ചപ്പോൾ അതൊരു മരണവീടായിത്തന്നെ ഹരിക്ക് അനുഭവപ്പെട്ടു. ലോകത്തിന്റെ ഏതോ കോണിലെ അപരിചിതയായ ഒരു പെൺകുട്ടി തന്റെ വീട്ടിൽ സൃഷ്ടിച്ച ആഘാതം അവിശ്വസനീയമായി തോന്നി ഹരിക്ക്.

മുകളിലെ മുറിയിൽ ചിത്തു ഒരു പുസ്തകം മടിയിൽ വെച്ച് കിടക്കയിലിരിക്കുന്നു. അതവളുടെ 'അപ്പ് എബോവ് ദി സ്കൈ' നോട്ടുബുക്ക് ആയിരുന്നു. പുസ്തകത്തിനെ തലോടി ജനലിലൂടെ ആകാശത്തിന്റെ അനന്തതയിലേക്ക് കൺപായിച്ചിരിക്കുന്ന ചിത്തു ഹരി മുറിയിലേക്ക് വന്നതുപോലുമറിഞ്ഞില്ല.

'മോളേ...' ഹരി ശാന്തമായി വിളിച്ചു.

ഏതോ ലോകത്തിൽ നിന്നും പൊടുന്നനെ താഴേക്ക് പൊട്ടിവീണപോലെ അവൾ ആകാശത്തുനിന്നും കണ്ണുകൾ പറിച്ചെടുത്ത് ഹരിയെ നോക്കി.

കട്ടിലിൽനിന്ന് മെല്ലെയെഴുന്നേറ്റ് അവൾ അച്ഛനെ കെട്ടിപ്പിടിച്ചു. ശബ്ദമില്ല, ബഹളമില്ല, കണ്ണുനീരുമില്ല. ശൂന്യത നിറഞ്ഞ ആ മുഖത്തേക്ക് ഹരി നിസ്സഹായതയോടെ നോക്കി. എന്തോ പറയാനായി ചിത്തു വീർപ്പുമുട്ടുന്നപോലെ.. വാക്കുകൾ തൊണ്ടയിൽ കുരുങ്ങിയതുപോലെ...

'എലനി മരിച്ചുപോയി അച്ഛാ..അവളുടെ അമ്മ ഇപ്പോൾ എന്ത് ചെയ്യുകയായിരിക്കും?' ചിത്തുവിന്റെ അടഞ്ഞ ശബ്ദത്തിലൂടെ പുറത്തേക്ക് മുറിഞ്ഞുവീണ വാക്കുകളെ ഹരി മനസ്സിൽ കൂട്ടിച്ചേർത്തു.

അവൾ അച്ഛനോട് ഒന്നുകൂടെ ചേർന്നുനിന്ന് ആ കണ്ണുകളിലേക്ക് കണ്ണിമയ്ക്കാതെ നോക്കി. ഒരു ദീർഘനിശ്വാസത്തോടെ ഹരി ചിത്തുവിനെ കെട്ടിപ്പിടിച്ച് ആ നെറുകയിൽ മുത്തമിട്ടു. ഹരിയുടെ കണ്ണു

കളിൽ നിന്നുതിർന്ന നീർതുള്ളികൾ ചിത്തുവിന്റെ നെറ്റിയിലൂടെ താഴേക്കൊഴുകിയിറങ്ങി.

15

പിന്നീടങ്ങോട്ട് ദിവസങ്ങൾ നീണ്ടുനിന്ന തെറാപ്പി സെഷനുകൾ. ജെന്നി മാത്യൂസ് എന്ന പ്രശസ്തയായ സൈക്കോളജിസ്റ്റ്, അവർ ഹരിയേയും, ലക്ഷ്മിയേയുമെല്ലാം തെറാപ്പിയുടെ ഭാഗമാക്കി. ലക്ഷ്മിയുടെ മനോഭാവത്തെക്കൂടി മാറ്റിയെടുക്കാതെ ചിത്തുവിന് കൗൺസിലിംഗ് കൊടുത്തിട്ട് കാര്യമില്ലായിരുന്നു.

അച്ഛന്റെയും, അമ്മയുടെയും കൂടെ ജെന്നി മാത്യൂസിന്റെ ക്ലിനിക്കിലേക്ക് പ്രവേശിച്ച ചിത്തുവിനെ ആദ്യം ആകർഷിച്ചത് ആ അന്തരീക്ഷം തന്നെയാണ്. വായുവിൽ നിറഞ്ഞുനിന്ന ലാവെൻഡറിന്റെ നനുത്ത സുഗന്ധം അവളെ തഴുകി. മുറിയുടെ മൂലയിൽ വെച്ചിരിക്കുന്ന ചെറിയൊരു ജലധാരയിൽ നിന്നുയരുന്ന മഞ്ഞുപടലത്തിലേക്ക് കൺതുറക്കുന്ന ഇളംനീല വെളിച്ചങ്ങൾ. കർണ്ണപുടങ്ങളിലൂടെ മനസ്സിന്റെ ആഴങ്ങളിലേക്കിറങ്ങുന്ന നേർത്ത ഓടക്കുഴൽ നാദം... ശാന്തമായ ആ മരുപ്പച്ചയിൽ ചിത്തുവിന്റെ മനസ്സ് ഒരപ്പൂപ്പൻ താടിയായി ഒഴുകി.

ഡോക്ടർ ജെന്നി മാത്യൂസ് കസേരയിൽ നിന്നെഴുന്നേറ്റുവന്ന് ചിത്തുവിനെ ഒരാലിംഗനത്തിലൂടെ സ്വാഗതം ചെയ്തു.

ചിത്തുവിനോട് സംസാരിക്കാൻ ഏറെക്കാലമായി കാത്തിരിക്കുന്ന പോലെയായിരുന്നു ഡോക്ടറുടെ പെരുമാറ്റം. ചിത്തു വായിക്കുന്ന പുസ്തകങ്ങളെക്കുറിച്ചും, അവളുടെ സ്പീക്ഈസി ക്ലബ് പ്രവർത്തനങ്ങളെക്കുറിച്ചുമെല്ലാം പുസ്തകങ്ങളെ സ്നേഹിക്കുന്ന ഒരാളുടെ വളരെ സ്വാഭാവികമായ ഭാവങ്ങളോടെ അവർ ചോദിച്ചറിഞ്ഞു. പല പുതിയ കാര്യങ്ങളും ചിത്തുവിൽ നിന്നറിയുമ്പോഴുള്ള ഡോക്ടറുടെ ജിജ്ഞാസ നിറഞ്ഞ പ്രതികരണങ്ങളിലൂടെ അവരുടെ ഇടയിൽ ശക്തമായൊരു സൗഹൃദം രൂപപ്പെട്ടുവരുകയായിരുന്നു. ചികിത്സ തേടിവന്ന ഒരാളെന്നതിനപ്പുറം ഞാനിവിടുത്തെ ഒരു വിശിഷ്ടതിഥി ആണോ എന്ന തോന്നലുണ്ടായി ചിത്തുവിന്. മേശപ്പുറത്തിരുന്ന ചോക്കലേറ്റ് ബോക്സ് ഡോക്ടർ അവൾക്കരികിലേക്ക് നീക്കി.

കുറച്ചു സമയത്തിനകംതന്നെ നാവിലലിയുന്ന ചോക്കലേറ്റ് പോലെ ചിത്തുവിന്റെ മനസ്സ് ജെന്നി മാത്യൂസിലേക്ക് അലിഞ്ഞി

റങ്ങി. പക്വതയാർന്ന രണ്ടുപേരുടെ ബുദ്ധിപരമായ ചർച്ചകൾ കേൾക്കുന്നപോലെയാണ് ഹരിക്കും ലക്ഷ്മിക്കും ചിത്തുവിന്റെയും, ഡോക്ടറുടെയും സംസാരരീതിയും, ഇടപെടലുകളും അനുഭവപ്പെട്ടത്.

ജെന്നി മാത്യൂസിന്റെ സുരക്ഷിതമായ കരങ്ങളിൽ മകൾ അവളുടെ മനസ്സിന്റെ ഭാരമിറക്കിവയ്ക്കുമ്പോൾ ഹരിയുടെയും ലക്ഷ്മിയുടെയും മനസ്സിലെ ഭാരങ്ങളും താനേ ഒഴിയുകയായിരുന്നു.

എലനിയോടുള്ള ആത്മബന്ധത്തിന്റെ വൈകാരികതയിൽ അടഞ്ഞുപോയ ചിത്തുവിന്റെ പ്രായോഗിക മനസ്സിനെ ഉണർത്താൻ ജെന്നി മാത്യൂസിന് വളരെ എളുപ്പമായിരുന്നു. ചിത്തുവിന്റെ ബുദ്ധികൂർമ്മത തന്നെയാണ് അവളുടെ ശക്തിയുടെ ഉറവിടം. അത് ഡോക്ടർ ആദ്യത്തെ കാഴ്ചയിൽ തന്നെ മനസ്സിലാക്കിയിരുന്നു.

സഹജീവികളോടുള്ള അനുകമ്പ മനസ്സിന്റെ ബലഹീനതയല്ല, ശക്തിയുടെയും, മനുഷ്യത്വത്തിന്റെയും അടയാളമാണ്. അതിനെ അംഗീകരിക്കുകയും, സ്വീകരിക്കുകയുമാണ് ചെയ്യേണ്ടത്. അമിതമായ വൈകാരികതയിൽ സ്വയം നഷ്ടപ്പെടാതിരിക്കാനുള്ള ചില പരിശീലനങ്ങൾ മാത്രമാണ് നമുക്കാവശ്യം. ഡോക്ടറുമായുള്ള സെഷനുകൾ ലക്ഷ്മിക്കും ഏറെ ഉപകാരപ്പെട്ടു. ചിത്തുവിന്റെ വിഷമങ്ങൾ പരിഹരിക്കുന്നതിനപ്പുറം ഡോക്ടറുമായുള്ള ചർച്ചകൾ ലക്ഷ്മിക്ക് തന്റെ ജീവിതത്തിനെക്കുറിച്ച് പുതിയൊരു ഉൾക്കാഴ്ച നൽകി.

ആഴ്ചകൾക്കുള്ളിൽത്തന്നെ ചിത്തു പതിയെ ജീവിതത്തിലേക്ക് തിരിച്ചുവന്നു. പഴയതിലും കൂടുതൽ തെളിച്ചമുള്ള മനസ്സായിരുന്നു പിന്നീടവളുടേത്. എങ്കിലും ദിവസവും കുറച്ചു സമയം 'അപ്പ് എബോവ് ദി സ്കൈ' യൂട്യൂബ് ചാനലിലെ പഴയ അപ്‌ലോഡുകളും, മക്രിനീറ്റ്സയും, അതിന് അനുബന്ധ സ്ഥലങ്ങളെക്കുറിച്ചുള്ള മറ്റ് ട്രാവൽ വ്‌ളോഗേഴ്സിന്റെ വീഡിയോകളുമെല്ലാം കാണുക അവളുടെ പതിവായി. ഹരി മക്രിനീറ്റ്സയിലെ ക്രിസ്റ്റഫറിനെ പരിചയപ്പെട്ട കാര്യങ്ങൾ ചിത്തുവിനോട് പറഞ്ഞു. ക്രിസ്റ്റഫർ പറഞ്ഞ കാര്യങ്ങളെല്ലാം വളരെ പക്വതയോടെ മനസ്സിലാക്കാൻ അവൾ പ്രാപ്തയായിരുന്നു. മാത്രമല്ല, ഫ്ളവേഴ്സ് കഫേയിൽ നിന്നും സോഫിയയെക്കുറിച്ചുള്ള അപ്ഡേറ്റുകൾ ചിത്തു ക്രിസ്റ്റഫറിലൂടെ കൃത്യമായി അറിഞ്ഞുതുടങ്ങുകയും ചെയ്തു.

ഗ്രീക്ക് ഹിസ്റ്ററിയും, സാഹിത്യവുമെല്ലാം അവൾക്ക് പ്രിയപ്പെട്ടതായി. ന്യൂയോർക്കിൽ നിന്നും ഹരികൃഷ്ണൻ മകളുടെ ജീവിതത്തിലെ ഓരോ കാര്യവും, അതെത്ര ചെറുതാണെങ്കിലും ശ്രദ്ധ

യോടെയും, കൗതുകത്തോടെയും വീക്ഷിച്ചു..
കണ്ണിമയ്ക്കാതെ ലക്ഷ്മിയും..

16

'ഏവർക്കും സന്തോഷകരമായ ഒരു വാർത്തയാണ് അടുത്തത്....' രാവിലെ അസംബ്ലി അവസാനിക്കുന്നതിന് മുൻപ് പ്രിൻസിപ്പാൾ സെലിൻ മാഡം വിദ്യാർത്ഥികളുടെ മുഖത്തെ ആകാംക്ഷ ആസ്വദിച്ചുകൊണ്ട് തുടർന്നു..

'തൃശൂരിൽ ഈ വർഷത്തെ അന്താരാഷ്ട്രാ പുസ്തകോത്സവം അടുത്തുതന്നെ നടക്കാൻ പോകുന്നു. നമ്മുടെ സ്കൂളിന് തൊട്ടടുത്തുള്ള കെഎം ഹാൾ ആണ് ഇത്തവണത്തെ പുസ്തകോത്സവ വേദി.'

വൗ! കൈയ്യടികളോടെ ഏവരും ആ വാർത്ത സ്വീകരിച്ചു. പുസ്തകവായനക്കാർക്കും അല്ലാത്തവർക്കുമൊക്കെ പുസ്തകമേളയുടെ പേരിൽ സുഹൃത്തുക്കളുടെ കൂടെ കറങ്ങാനുള്ള ഒരു സുവർണ്ണാവസരം! കുട്ടികളുടെ മനസ്സിലിരുപ്പ് മനസ്സിലാക്കിയെന്നോണം സെലിൻ മാഡം ഒരു കുസൃതിയോടെ കൂട്ടിച്ചേർത്തു.. 'പ്രദർശനവേദിയുടെ എല്ലാ വശങ്ങളിലും ക്യാമറകൾ ഘടിപ്പിച്ചിട്ടുണ്ടായിരിക്കും. സൂക്ഷിക്കുക!' അങ്ങനെ കളിചിരികളോടെ അന്നത്തെ അസംബ്ലി പിരിഞ്ഞു.

കുറച്ചു ദിവസത്തിനകം തന്നെ പുസ്തകോത്സവം ആരംഭിച്ചു. വിദ്യാദീപ് സ്കൂളിലെ കുട്ടികൾക്ക് സ്പെഷ്യൽ പാസ്സുകളും അനുവദിച്ചു. ഒരു വലിയ ഇരുനില കെട്ടിടമായിരുന്നു കെഎം ഹാൾ. പുസ്തകപ്രദർശനത്തിന് പുറമെ സെമിനാറുകൾ, പുസ്തക പരിചയം, വിവിധരാജ്യങ്ങളിൽ നിന്നുമുള്ള പ്രഗൽഭരായ എഴുത്തുകാരുടെ സംഗമം, പുതിയ പുസ്തകങ്ങളുടെ റിലീസുകൾ എന്നിങ്ങനെ ഒട്ടനവധി പരിപാടികളും, വിപുലമായ മാധ്യമ സാന്നിധ്യവുമൊക്കെയായി ഗംഭീരമായ ഒരു സാഹിത്യോത്സവം. ആയിരക്കണക്കിന് പുസ്തകങ്ങൾ പ്രദർശിപ്പിക്കപ്പെട്ട ആ മേളയിൽ പുസ്തകപ്രേമികൾ ആവേശപൂർവ്വം പങ്കെടുത്തു.

ചിത്തു സ്കൂളിൽ നിന്ന് കുട്ടികളുടെ കൂടെയും, സ്കൂൾ ഇല്ലാത്ത ദിവസങ്ങളിൽ അമ്മയുടെ കൂടെയും പുസ്തകോത്സവത്തിലെ വിവിധ പരിപാടികളിൽ പങ്കെടുത്തു. ബാലസാഹിത്യവേദിയിലെ കുട്ടികൾക്ക് വേണ്ടി കുട്ടികൾ തന്നെയെഴുതിയ വിഭാഗമാണ് അവളെ ഏറ്റവും കൂടുതൽ ആകർഷിച്ചത്. ലോകത്തിലെ പലകോണു

കളിൽ നിന്നും കുട്ടികളെഴുതിയ പുസ്തകങ്ങളുടെ പരിഭാഷകൾ ഒട്ടനവധിയുണ്ടായിരുന്നു. ആ കുട്ടികളിൽ പലരും അവരുടെ പുസ്തകങ്ങളെ കുറിച്ചു പറയുന്ന വീഡിയോകൾ ഹാളിലെ വലിയ സ്ക്രീനിൽ തുടർച്ചയായി കാണിച്ചുകൊണ്ടിരുന്നു. സ്കൂൾ കുട്ടികൾക്കായി അവിടെ സംഘടിപ്പിച്ച എല്ലാ പരിപാടികളിലും ചിത്തു ആവേശത്തോടെ പങ്കെടുത്തു. അവളുടെ സ്പീക്ഈസി ക്ലബ് അംഗങ്ങളും ഉത്സാഹഭരിതരായി ഓടിനടക്കുന്നുണ്ടായിരുന്നു.

ലോകത്തിലെ പല ഭാഷകളെയും പ്രതിനിധീകരിച്ച് അവിടെ എഴുത്തുകാർ സന്നിഹിതരായി. ഓരോരുത്തരും അവരുടെ ഭാഷയിലെ പഴയതും, പുതിയതുമായ എഴുത്തുരീതികളേയും, പുസ്തകങ്ങളേയും പരിചയപ്പെടുത്തി സംസാരിച്ചു.

പുസ്തകോത്സവത്തിൽ ഗ്രീക്ക് ഭാഷയെ പ്രതിനിധീകരിച്ചെത്തിയത് ഗ്രീസിലെ അറിയപ്പെടുന്ന നോവലിസ്റ്റും, തിരക്കഥാകൃത്തുമായ മരിയ ഡാവോസ് ആണ്. അവർ എഴുതിയ പുസ്തകങ്ങളും, നിർമ്മിച്ച സിനിമകളും ഏറ്റവും കൂടുതൽ കുട്ടികൾക്ക് വേണ്ടിയുള്ളതായിരുന്നു. ഊർജ്ജസ്വലരും, സാഹസികരുമായ കുട്ടികളുടെ കഥകളാണ് അതെല്ലാം. നിരവധി ഭാഷകളിലേക്ക് തർജമ ചെയ്യപ്പെടുന്ന അവരുടെ ഓരോ പുതിയ റിലീസിനും വേണ്ടി ഏറ്റവും കൂടുതൽ കാത്തിരിക്കുന്നതും കുട്ടികൾ തന്നെ.

നിരവധി ദേശീയ-അന്തർദേശീയ പുരസ്കാരങ്ങൾ ലഭിച്ചിട്ടുള്ള മരിയ ഡാവോസിന്റെ സെമിനാറിൽ സംബന്ധിക്കണമെന്ന് ചിത്തു ആദ്യമേ തീരുമാനിച്ച കാര്യമാണ്. ഗ്രീസിൽ നിന്ന് ഏതെങ്കിലും എഴുത്തുകാർ വരുന്നുണ്ടോ എന്നതുതന്നെയാണ് അവളാദ്യം അന്വേഷിച്ചതും.. അതറിയാതിരിക്കാൻ അവൾക്കാവില്ലല്ലോ...

അങ്ങനെ ചിത്തുവിന്റെ നീണ്ട കാത്തിരിപ്പിനൊടുവിൽ മരിയ ഡാവോസ് പുസ്തകോത്സവത്തിലെ സെമിനാർ വേദിയിലെത്തി. ചെസ്റ്റ്നട്ടിന്റെ തവിട്ടുനിറമുള്ള മൃദുലമായ മുടിയിഴകൾ പുറകോട്ടൊതുക്കി അവർ വേദിയിലേക്ക് കയറി. സർഗാത്മകത ജ്വലിക്കുന്ന മരിയയുടെ കണ്ണുകൾ കാഴ്ചക്കാരിലേക്ക് നീണ്ടു. ഉൾക്കാഴ്ചയുള്ള പ്രതിഭാശാലിയായ ഒരെഴുത്തുകാരിയുടെ സൂക്ഷ്മമായ നിരീക്ഷണപാടവം അവരുടെ ഭാവങ്ങളിൽ പ്രകടമായിരുന്നു.

'നമസ്കാരം' കൈകൾ കൂപ്പി ഇംഗ്ലീഷ് ഉച്ചാരണ ശൈലിയിൽ മരിയ ഡാവോസ് അഭിസംബോധന ചെയ്തു. ഒരു മലയാളം വാക്ക് പഠിച്ചതിന്റെ കൗതുകം നിറഞ്ഞിരുന്നു ആ സ്വരത്തിൽ. അതിന് ശേഷം ഇംഗ്ലീഷ് ഭാഷയിൽ സംസാരമാരംഭിച്ചു. മരിയ ഡാവോസ്

പ്രസംഗം തുടങ്ങിയത് ഒരു ചോദ്യത്തിലൂടെയായിരുന്നു. 'ഇവിടെ ഇരിക്കുന്ന പ്രിയപ്പെട്ട സ്നേഹിതരിൽ ഗ്രീക്ക് പുസ്തകങ്ങൾ വായിച്ചിട്ടുള്ളവർ ആരെങ്കിലുമുണ്ടോ?'

കാണികൾക്കിടയിൽ നിന്നും തികഞ്ഞ നിശ്ശബ്ദതയായിരുന്നു അതിനുള്ള മറുപടി. 'ഒന്ന് കൈ ഉയർത്തിയാലോ?' വേണോ വേണ്ടയോ എന്ന ആശങ്കയിൽ ഉയർത്താനിരുന്ന കൈ ചിത്തു മറുകൈ കൊണ്ട് അമർത്തിപ്പിടിച്ചു. ഒരാളെങ്കിലും പ്രതികരിക്കുമെന്ന പ്രതീക്ഷയിൽ മരിയ ഒരു ചെറുചിരിയോടെ കാണികളെ നോക്കി. അക്കൂട്ടത്തിൽ അങ്ങനെയൊരാൾ ഉണ്ടെന്ന് അവരുടെ മനസ്സ് പറയുന്ന പോലെയായിരുന്നു ആ നോട്ടം.

'എസ്.. മിസ് മരിയ ഡാവോസ്. അങ്ങനെ ഒരാൾ ഇവിടെയുണ്ട്'

സുപരിചിതമായൊരു സ്വരം കേട്ട് ചിത്തു പെട്ടെന്ന് തിരിഞ്ഞു നോക്കി. തന്റെ പുറകിലെ വരിയിൽ ഇരുന്നിരുന്ന ചിത്തുവിന്റെ പ്രിയപ്പെട്ട ഇംഗ്ലീഷ് ടീച്ചർ സ്വാതി മാം.

'മാം വായിച്ച ഗ്രീക്ക് പുസ്തകങ്ങളെക്കുറിച്ചൊന്നും ഇതുവരെ ക്ലാസ്സിൽ പറഞ്ഞിട്ടില്ലല്ലോ..' ചിത്തു സ്വാതിമാമിനെ അവിശ്വസനീയമായി നോക്കി. കാണികളുടെ കണ്ണുകൾ മുഴുവൻ ടീച്ചറിലാണ്. ഏറെ ആത്മവിശ്വാസത്തോടെ അവർ മരിയ ഡാവോസിനെ നോക്കി പറഞ്ഞു.. 'എന്റെ സ്റ്റുഡന്റ് ചൈതന്യ ഹരികൃഷ്ണൻ ഇവിടെയുണ്ട്. ഗ്രീക്ക് സാഹിത്യം വായിക്കാൻ ഏറെ ഇഷ്ടമുള്ള ഒരു കുട്ടിയാണ്.' ഇത് പറഞ്ഞ് സ്വാതി ടീച്ചർ ചിത്തുവിന്റെ നേരെ വിരൽ ചൂണ്ടി. പെട്ടെന്ന് എല്ലാവരുടെയും ശ്രദ്ധ ചിത്തുവിലേക്കായി.

താൻ ഉദ്ദേശിച്ചപോലൊരാൾ ഇക്കൂട്ടത്തിലുണ്ട് എന്ന് മനസ്സിൽ തോന്നിയത് എത്ര ശരിയായി എന്ന ഭാവത്തിൽ മരിയ ഒരു ചിരിയോടെ ഒന്നുകൂടി നിവർന്നു നിന്നു. കൈയ്യിലെ മൈക്ക് അൽപ്പം കൂടെ അടുപ്പിച്ചു പിടിച്ചു.

'ചൈതന്യ... വിരോധമില്ലെങ്കിൽ സ്റ്റേജിലേക്ക് ഒന്ന് വരാമോ?' മരിയ ചിത്തുവിനെ സ്റ്റേജിലേക്ക് വിളിച്ചു.

തികച്ചും അപ്രതീക്ഷിതമായിരുന്നു അത്. ചിത്തുവിന് പെട്ടെന്ന് തൊണ്ട വരളുന്നതുപോലെ തോന്നി. അവളുടെ ഹൃദയമിടിപ്പ് അവൾക്ക് വ്യക്തമായി കേൾക്കാമായിരുന്നു. പക്ഷേ, മനസ്സിനുള്ളിൽ നിന്ന് അച്ഛന്റെ ശാന്തമായ ചോദ്യമവൾ കേട്ടു. 'ഹു ഈസ് ചൈതന്യ ഹരികൃഷ്ണൻ?' അവൾ പോലുമറിയാതെ അവളുടെ ചുണ്ടുകളനങ്ങി... 'എ ബ്രേവ് ഗേൾ..' പിന്നീട് മറ്റൊന്നുമാലോചിച്ചില്ല, ചിത്തു എഴുന്നേറ്റ് ധൈര്യത്തോടെ സ്റ്റേജിലേക്ക് കയറിച്ചെന്നു. ഗ്രീക്ക് ഭാഷ

യിൽ അഭിസംബോധന ചെയ്യാനും, നന്ദി വാക്കുകൾ പറയാനും അവൾ മറന്നില്ല. മരിയ ഡാവോസ് ചോദിച്ച ചോദ്യങ്ങൾക്കെല്ലാം കൃത്യമായി ആത്മവിശ്വാസത്തോടെ ഉത്തരം കൊടുത്തു.

മരിയ ഡാവോസ് തന്റെ കൃതികളെക്കുറിച്ചും, ഗ്രീക്ക് ഭാഷയെ ക്കുറിച്ചുമെല്ലാം വളരെ ഗഹനമായി സംസാരിച്ചു. സംസാരത്തിനി ടയിലെല്ലാം മരിയയുടെ ശ്രദ്ധ ചിത്തുവിലായിരുന്നു. ബാക്കിയു ള്ളവരിൽ നിന്നും വ്യത്യസ്തമായി എന്തോ ഒരു പ്രത്യേകതയുള്ള കുട്ടിയാണ് ചൈതന്യയെന്ന് അവർക്ക് തോന്നി. സമചിത്തതത്തോ ടെയുള്ള പെരുമാറ്റത്തിനും, സംസാരത്തിനുമെല്ലാമപ്പുറം അസാ ധാരണമായ ചില സർഗശേഷികളുടെ സംഭരണിയാണ് ചൈത ന്യയെന്ന് മരിയ തന്റെ ഉൾകണ്ണിലറിഞ്ഞു. സെമിനാർ കഴിഞ്ഞ് ചൈതന്യ തന്നെ കണ്ടിട്ടേ പോകാവൂ എന്നുകൂടി അറിയിച്ചതിന് ശേഷമാണ് അവർ തന്റെ വാക്കുകൾ ഉപസംഹരിച്ചത്. അസാധാര ണമായൊരു കൂടിച്ചേരലിന്റെ ആരംഭമായിരുന്നു അതെന്ന് ആരറി ഞ്ഞു?

ചിത്തു സ്വാതിടീച്ചറേയും കൂട്ടിയാണ് സ്റ്റേജിന് പുറകിലെ മുറി യിൽ മരിയ ഡാവോസിനെ കാണാൻ പോയത്. അവിടെ അവരെ കാണാനുള്ള സന്ദർശകരുടെ തിരക്കായിരുന്നു. അതിനിടയിലും ചിത്തു വാതിൽ കടന്നുവരുന്നത് മരിയ കണ്ടു.. അവർ എഴുന്നേറ്റ് വന്ന് ഊഷ്മളമായ ഒരു ചിരിയോടെ ചിത്തുവിനെയും, ടീച്ചറേയും തന്റെ ഇരിപ്പിടത്തിന് തൊട്ടടുത്തുതന്നെയുള്ള കസേരകളിൽ ഇരു ത്തി. സന്ദർശകർ കുറച്ചൊന്ന് കുറഞ്ഞപ്പോൾ മരിയ ചിത്തുവിനോട് സംസാരിച്ചു തുടങ്ങി.

'ഹായ് ചിത്തു.. ഹൗ ആർ യു? എന്റെ പ്രസംഗം ഇഷ്ടപ്പെട്ടോ?'

ലോകപ്രശസ്തയായ ഒരു എഴുത്തുകാരി അത്രയും എളിമയോടെ ചിത്തുവിനോട് ആ ചോദ്യം ചോദിച്ചപ്പോൾ എന്തു മറുപടി പറയ ണമെന്നറിയാതെ ചിത്തു കുഴങ്ങി.

'വളരെ ഗംഭീരമായിരുന്നു മാഡം.' ചിത്തു വിനയപൂർവ്വം മറു പടി ഒറ്റവാക്കിലൊതുക്കി.

'വേറെ എന്തൊക്കെയുണ്ട് വിശേഷം? ഏതു ക്ലാസ്സിലാണ് പഠി ക്കുന്നത്? ഏതാണ് ഇഷ്ടപ്പെട്ട വിഷയം?' ലളിതമായി മരിയ സംസാ രിച്ചുതുടങ്ങി.

'എനിക്ക് ഭാഷയും, സാഹിത്യവുമാണ് ഇഷ്ടപ്പെട്ട വിഷയങ്ങൾ.'

'ഏതൊക്കെ ഭാഷകളിലുള്ള പുസ്തകങ്ങളാണ് ചൈതന്യ വായി ക്കുന്നത്?' ചിത്തുവിനെ കൂടുതൽ അറിയാനുള്ള അതിയായ താൽ

പ്പര്യത്തോടെ മരിയ ചോദിച്ചു.

'മലയാളം, ഇംഗ്ലീഷ്, ഹിന്ദി, അറബിക് എന്നീ ഭാഷകളിലുള്ള പുസ്തകങ്ങൾ വായിക്കും. അതല്ലാതെ മറ്റ് ഭാഷകളിലുള്ള പുസ്തകങ്ങളുടെ ഇംഗ്ലീഷ് പരിഭാഷകളാണ് വായിക്കുന്നത്.' ചിത്തു മരിയയുടെ കണ്ണുകളിലേക്ക് നോക്കി.. ഇനിയും എന്തോ ഒന്ന് പറയാനുണ്ടല്ലോ എന്ന ചോദ്യം ചിത്തുവിന് ആ കണ്ണുകളിൽ വ്യക്തമായി വായിക്കാമായിരുന്നു. അൽപ്പം സങ്കോചത്തോടെയുള്ളൊരു ചിരിയോടെ ചിത്തു കൂട്ടിച്ചേർത്തു...'ഈയിടെയായി ഗ്രീക്ക് ഭാഷ ചെറുതായി പഠിച്ചു വരുന്നു.'

തന്റെ മനസ്സറിഞ്ഞ് തന്നിലേക്ക് ചിത്തു അനായാസമായി കടന്നുവരുന്നത് കണ്ടതിലുള്ള സന്തോഷം മരിയ ഡാവോസിന്റെ മുഖത്ത് പ്രകടമായിരുന്നു.

ഗ്രീക്ക് ഭാഷയോടുള്ള ഇഷ്ടം തുടങ്ങിയതെങ്ങിനെ എന്ന മരിയയുടെ ചോദ്യത്തിന് ചിത്തു വളരെ ചുരുങ്ങിയ വാക്കുകളിലാണ് മറുപടി പറഞ്ഞത്. മക്രിനീറ്റ്സയും, എലനിയും, സോഫിയയുമെല്ലാം ഒരു ഫാസ്റ്റ് ഫോർവേഡിലെന്ന പോലെ അവളുടെ വാക്കുകളിൽ മിന്നിമറഞ്ഞു. പക്ഷേ, അത് പറയുമ്പോഴുള്ള അവളുടെ ശബ്ദത്തിലെ വിതുമ്പൽ, കണ്ണുകളിലെ വിഷാദം എല്ലാം മരിയ ശ്രദ്ധിക്കുണ്ടായിരുന്നു.

തന്റെ നാട്ടിലെ ഒരു ഗ്രാമീണപെൺകുട്ടി ഈ ഇന്ത്യാ മഹാരാജ്യത്തിലെ തെക്കേ മൂലയിലൊരു നാട്ടിലെ ചൈതന്യയെന്ന പെൺകുട്ടിയുടെ മനസ്സിന്റെ ആഴങ്ങളിലേക്ക് കയറിയതെങ്ങനെയെന്ന കഥ മരിയയിൽ ഏറെ കൗതുകമുളവാക്കി. എന്നാൽ ആ ബാക്സ്റ്റേജിൽ വേറെയും ആളുകൾ മരിയയെ കാണാൻ കാത്തുനിൽക്കുന്നുണ്ടായിരുന്നത് കൊണ്ട് കൂടുതൽ സമയം അവിടെയിരുന്ന് സംസാരിക്കുക സാധ്യമല്ലായിരുന്നു. മരിയ ഡാവോസ് സ്നേഹപൂർവ്വം ചിത്തുവിനേയും സ്വാതിടീച്ചറിനേയും താൻ താമസിക്കുന്ന ഗസ്റ്റ് ഹൗസിലേക്ക് ക്ഷണിച്ചു.

പിറ്റേന്ന് ചിത്തുവും, സ്വാതിടീച്ചറും മരിയ ഡാവോസ് പറഞ്ഞ സമയത്തുതന്നെ ഗസ്റ്റ് ഹൗസിലെത്തി. രണ്ടു പേരെയും അവർ തികഞ്ഞ ഔപചാരികതയോടെ സ്വീകരിച്ചു. സ്നേഹവാത്സല്യങ്ങൾ നിറഞ്ഞ മരിയയുടെ പെരുമാറ്റം കണ്ടപ്പോൾ ഏറെ നേരമായി അക്ഷമയോടെ കാത്തിരിക്കുകയായിരുന്നു അവരെന്ന് തോന്നിപ്പോയി. അതെല്ലാം കണ്ട് വിശ്വസിക്കാനാവാതെ ചിത്തു സ്വാതിടീച്ചറിന്റെ മുഖത്തേക്ക് ഇടക്കിടെ നോക്കുന്നുണ്ടായിരുന്നു. ടീച്ചറിന്റെ മുഖത്തും

ചെറിയൊരു പരിഭ്രമം നിഴലിച്ചിരുന്നുവോ? രണ്ടുപേരുടെയും മുഖഭാവം ശ്രദ്ധിച്ചിട്ടെന്നോണം മരിയ പെട്ടെന്ന് തന്നെ ഔപചാരികതകൾ ഒഴിവാക്കി സംസാരം തുടർന്നു.

കേരളത്തിൽ വന്നപ്പോഴുണ്ടായ ചില തമാശകളെല്ലാം ഒരു ചിരിയോടെ അവരുമായി പങ്കുവെച്ചു. പാൻട്രിയിൽ പോയി രണ്ടുപേർക്കും ജ്യൂയ്സും ബിസ്ക്കറ്റുമെല്ലാം എടുത്തുകൊണ്ടുവന്നു. അൽപ സമയത്തിനകം തന്നെ ചിത്തുവിന്റെ മനസ്സിലെ പിരിമുറുക്കത്തിന്റെ മഞ്ഞുരുകി; മരിയ അടുത്തുവന്ന് അവളെ ചേർത്തുപിടിച്ചപ്പോൾ ആ ശരീരത്തിന്റെ സുഗന്ധം അവൾ മുൻപെങ്ങോ അനുഭവിച്ചിട്ടുള്ളത് പോലെ തോന്നി.

എലനിയുടെ ഹെർബൽ ഷോപ്പുകളിലെ സുഗന്ധമായിരുന്നില്ലേ അത്? സിരകളിലൂടെ ആ നറുമണം ചിത്തുവിന്റെ മനസ്സിലേക്കാഴ്ന്നിറങ്ങി.

എലനിയുടെ കഥ കേൾക്കാൻ മരിയ അവൾക്കരികിൽ കാതോർത്തിരുന്നു....

ചിത്തു വളരെ സാവധാനം തന്റെ മനസ്സു തുറന്നു.

ഗ്രീസിലെ മക്രിനീറ്റ്സയിലെ എലനി ചിത്തുവിന്റെ ബോധതലങ്ങളിൽ ചിരപ്രതിഷ്ഠ നേടിയ കഥ മുഴുവൻ മരിയ ശ്രദ്ധയോടെ, സഹാനുഭൂതിയോടെ കേട്ടു. എലനിയുടെ അവസാനദിനങ്ങളെക്കുറിച്ച് പറഞ്ഞപ്പോൾ ചിത്തു ഏറെ വികാരാധീനയായി.

എലനി ജീവിതത്തിൽ അനുഭവിച്ച കഷ്ടതകളും, അവളുടെ ഏറ്റവും വലിയ ആഗ്രഹവും, അവസാനം മരണത്തിന് കീഴടങ്ങിയ നിമിഷങ്ങളുമെല്ലാം മരിയയേയും ദുഃഖിപ്പിച്ചു. സ്വന്തം നാട്ടിൽ നടന്ന അങ്ങനെയൊരു സംഭവത്തിനെ മനോതലത്തിൽ വളരെ വ്യക്തമായി കാണാൻ അവർക്ക് യാതൊരു ബുദ്ധിമുട്ടുമുണ്ടായില്ല. പക്ഷേ, മരിയക്ക് ഏറ്റവും അത്ഭുതകരമായി തോന്നിയത് എലനിയെ അറിയാൻ വേണ്ടി ചൈതന്യ ഹരികൃഷ്ണൻ എന്ന മലയാളിപ്പെൺകുട്ടി എടുത്ത പരിശ്രമങ്ങളാണ്.. അവളുടെ അർപ്പണബോധമാണ്.

എലനിയുടെ വേർപാടിന്റെ ദുഖത്തിൽ നിരാശയുടെ ആഴങ്ങളിലേക്ക് കൂപ്പുകുത്തി സ്വയം നഷ്ടപ്പെട്ടിട്ടും അതിൽനിന്നെല്ലാം തിരിച്ചുവന്ന് പഴയതിലും കൂടുതൽ മിടുക്കിയായി മാറിയ ചൈതന്യയുടെ ആത്മവിശ്വാസം, മനക്കരുത്ത്... ഇതെല്ലാമാണ് മരിയയെ ഇരുത്തിച്ചിന്തിപ്പിച്ചത്.

എലനിയിലൂടെ ഗ്രീക്ക് ചരിത്രത്തിലേക്കും, സാഹിത്യത്തിലേക്കുമെല്ലാം ആകൃഷ്ടയായതും, അതിനെക്കുറിച്ചെല്ലാം ചിത്തു ശേഖ

രിച്ച വിവരങ്ങളുമെല്ലാം ജീനിയസ് എന്ന് നിസ്സംശയം പറയാവുന്ന കാര്യങ്ങളായിരുന്നു. അത്യന്തം ജിജ്ഞാസയുണർത്തിയ എലനിയുടെ ലോകം കൂടുതൽ അടുത്തറിയാൻ വേണ്ടി ചൈതന്യയെടുത്ത പരിശ്രമങ്ങളിലൂടെ തന്റെയുള്ളിലെ കഴിവുകളുടെ വിവിധ തലങ്ങൾ അവൾ സ്വയം കണ്ടെത്തുകയായിരുന്നുവെന്ന് മരിയ മനസ്സിലാക്കി.

ആ ഒരു കാര്യത്തിൽ ചിത്തുവിനെ മരിയ മനസ്സുനിറഞ്ഞ് അഭിനന്ദിക്കുകയും ചെയ്തു. 'എനിക്ക് എലനിയുമായി വല്ലാത്തൊരാത്മബന്ധം തോന്നി.. ഇന്ന് എലനി ഈ ഭൂമിയിലില്ലെങ്കിലും ആ ഓർമകൾ എന്നും എന്റെ മനസ്സിലുണ്ടാവും.. എലനി ജീവിച്ച മക്രിനീറ്റ്സ ഇന്നെനിക്ക് സ്വന്തം സ്ഥലം പോലെയാണ്. അതൊന്നും മനസ്സിൽ നിന്ന് ഒരിക്കലും മായില്ല.' കണ്ണുനീർ നനവോടെ ചിത്തു അത് പറഞ്ഞവസാനിപ്പിച്ചപ്പോൾ മരിയ അതിശയത്തോടെ, അതിലേറെ വാത്സല്യത്തോടെ ആ വാക്കുകൾ കേട്ടിരുന്നു. ചിത്തുവിന്റെ അടുത്തേക്ക് കുറച്ചുകൂടി ചേർന്നിരുന്ന് അവളുടെ മുടിയിഴകളിലൂടെ തലോടി... തിളങ്ങുന്ന ആ കണ്ണുകളിലേക്ക് സാകൂതം നോക്കിയിരുന്നു.

ഒരു പതിനാലുകാരി പെൺകുട്ടിയുടെ ബൗദ്ധിക ഉണർവിന്റെ അസാധാരണമായ മാനസിക വ്യാപാരങ്ങളും, അറിവിനായുള്ള അവളുടെ അടങ്ങാത്ത ദാഹവുമെല്ലാം മരിയ കൺകുളിർക്കെ കാണുകയായിരുന്നു... ആസ്വദിക്കുകയായിരുന്നു.

അരുമയോടെ, എന്നാൽ ഉറച്ച മനസ്സോടെ മരിയയുടെ വാക്കുകൾ പുറത്തുവന്നു... 'നിന്റെ മനസ്സിന്റെ നന്മയും, നിശ്ചയദാർഢ്യവും, സർഗശേഷിയും എന്റെ മനസ്സിനെ കീഴടക്കി. എന്റെ കഥകളിലെ സാഹസികരും, മിടുക്കരുമായ കഥാപാത്രങ്ങളിലൊരാൾ നേരിട്ടു വന്ന് മുന്നിലവതരിച്ചപോലെ തോന്നുന്നു. നമുക്കൊരുമിച്ച് ഏറെ കാര്യങ്ങൾ ചെയ്യാനുണ്ട്. ചൈതന്യ തയ്യാറാണോ?'

മരിയ പറഞ്ഞതിന്റെ പൊരുൾ തേടി ചിത്തു ആ കണ്ണുകളിലേക്ക് സൂക്ഷിച്ചു നോക്കി... ഒരു കുസൃതിച്ചിരിയോടെ മരിയ ചിത്തുവിന്റെ തോളുകൾ പിടിച്ചു കുലുക്കി. വെള്ളാരം കല്ലുകളുടെ നാട്ടിലേക്ക് യാത്രപോയ ചിത്തുവിന്റെ മനസ്സ് പെട്ടെന്ന് സ്ഥലകാല ബോധം വീണ്ടെടുത്തു. ചിത്തുവിനെ ചേർത്തുപിടിച്ച് മരിയ തുടർന്നു....

'ചൈതന്യ... നിന്റെ അതിരുകൾ ആകാശമല്ല... അതിനുമപ്പുറമാണ്.'

17

ഒരു ശൂന്യതയായിരുന്നു ചുറ്റും.

ചൈതന്യ യാത്രപറഞ്ഞിറങ്ങിയത് മുതൽ മനസ്സിൽ കയറിക്കൂടിയ അകാരണമായ നോവിനെ വേർതിരിച്ചറിയാനാവാതെ മരിയ ജനാലയിലൂടെ പുറത്തേക്ക് നോക്കിനിന്നു. മാനത്തുരുണ്ടു കൂടിയ മേഘങ്ങൾ പെയ്യാതെ പോയതുപോലെയൊരു വിങ്ങൽ...

ആകാശത്തിന്റെ അനന്തതയെ നോക്കി അവർ ഒരുപാട് നേരം നിന്നു.. തികച്ചും യാദൃശ്ചികമായി കണ്ടുമുട്ടിയൊരു പെൺകുട്ടി തന്റെ മനസ്സിനെ ഇത്രയേറെ സ്വാധീനിച്ചത് മരിയയെ ഏറെ അതിശയിപ്പിച്ചു. 'അല്ലെങ്കിലും ജീവിതം ഇങ്ങനെയൊക്കെത്തന്നെ.. അപ്രതീക്ഷിതമായി സംഭവിക്കുന്ന പലതും വലിയ മാറ്റങ്ങളുടെ ശംഖൊലികളാണ്.'

പ്രതീക്ഷ നിറഞ്ഞ ആത്മഗതങ്ങൾ ആശ്വാസനിശ്വാസങ്ങളായി..

ചക്രവാളത്തിന്റെ വേദിയിൽ നിറങ്ങൾ തിമർത്താടുന്നു. മൗനം മുറ്റിയ മരിയയുടെ മനസ്സിന്റെ ഇരുളിലേക്കും വെളിച്ചം പതിയെ ഊർന്നിറങ്ങി. ദൂരെ നിന്നുമൊരു കാറ്റിന്റെ ചിലമ്പൊലി അരികിലേക്കണഞ്ഞു. മരക്കൊമ്പുകളിൽ ചുറ്റിത്തിരിഞ്ഞ് മുറ്റത്തേക്ക് വഴുതിവീണ കുളിർക്കാറ്റ് ജനലും കടന്ന് ആ നേർത്ത മുടിയിഴകളെ തലോടി.

മുറ്റത്തെ പേരറിയാത്ത ചെടികളിൽ പൂത്തുനിൽക്കുന്ന വെളുത്ത പുഷ്പങ്ങളുടെ സുഗന്ധം മുഴുവനുമുണ്ടായിരുന്നു ആ കാറ്റിന്റെ കൈകളിൽ. തേൻകുടിച്ചുന്മത്തനായൊരു ചിത്രശലഭം വഴിതെറ്റിയെന്ന പോലെ മരിയക്കരികിലേക്ക് പാറിവന്നു. നീട്ടിയ കൈത്തലത്തിലതു വന്നിരുന്നപ്പോൾ ശ്വാസമടക്കിപ്പിടിച്ചവർ ആ ശലഭക്കാഴ്ച കൺകുളിർക്കെ കണ്ടു. എത്രയോ ദിനരാത്രങ്ങളൊരു കൂടിനുള്ളിൽ ക്കിടന്ന് രൂപമാറ്റം വന്നിട്ടൊരുനാൾ വർണ്ണച്ചിറകുകൾ നീർത്തി പറന്നുയർന്ന ആ ജീവനെ മരിയ സൂക്ഷ്മമായി നോക്കി. 'മറ്റൊരു പൂവിൽ പകരാനുള്ള പൂമ്പൊടി നീ എന്റെ ഈ വിരലുകളിൽ തൂവിയോ?'

ഒരു സർഗസൃഷ്ടിയുടെ പെയ്യാതെപോയ മേഘങ്ങൾ വീണ്ടും മനസ്സിന്റെ ആകാശത്ത് ഉരുണ്ടുകൂടുന്നു. കൈയ്യൊന്നനങ്ങിയപ്പോൾ ശലഭം ദൂരേക്ക് പാറിയകന്നു. മരിയ മേശപ്പുറത്തുനിന്നും പേനയും, പുസ്തകവുമെടുത്തു. ആദ്യപേജിൽ വടിവൊത്ത അക്ഷരങ്ങളിൽ കുറിച്ചു 'വെള്ളാരം കല്ലുകളുടെ നാട്ടിലേക്ക് യാത്രപോയ പെൺ

കുട്ടി'. അതെ, ചൈതന്യയുടെ കഥ. ജനാലവഴി പുറത്തേക്ക് പോയ ചിത്രശലഭം വീണ്ടും മരിയക്കരികിലേക്ക് പറന്നുവന്നു. ശലഭച്ചിറകുകളിൽ നിറങ്ങളുടെ വിചിത്രമായ ആകൃതികളുടെ മനോഹാരിത നോക്കിയിരിക്കേ പുതിയ ചിന്തകളുടെ പുതുമുളകൾ മനസ്സിന്റെ നനവാർന്ന മണ്ണിൽ പൊട്ടിയുണർന്നു... കാലത്തിന്റെ നിശ്ചയം പോലെ ചില ആശയങ്ങളുടെ മുളപൊട്ടലുകൾ.

നിമിഷങ്ങൾക്ക് ശേഷം മൗനം ഭഞ്ജിച്ച് മരിയയുടെ വാക്കുകൾ ആരോടെന്നില്ലാതെ പുറത്തേക്കൊഴുകി.... 'ഈ കഥ... ഇത് എനിക്കെഴുതിത്തീർക്കാനുള്ളതല്ല. ഈ കഥ സംഭവിക്കാനുള്ളതാണ്. കടലാസിനുള്ളിലൊതുങ്ങാതെ ഇത് ജീവിതമായി മാറുന്നത് എനിക്കു കാണണം. ചൈതന്യയെന്ന കഥാപാത്രത്തെ വളർത്തേണ്ടത് കടലാസുകളിലല്ല... അവളുടെ ക്യാൻവാസ് അവളുടെ ജീവിതം തന്നെയാണ്.'

മരിയ പേന മേശപ്പുറത്തേക്ക് തിരിച്ചുവെച്ച് തൊട്ടടുത്തിരുന്ന മൊബൈൽ ഫോണെടുത്തു. പുതുതായി സേവ് ചെയ്തുവെച്ചിരിക്കുന്ന നമ്പറിലേക്ക് വിരൽ നീണ്ടു.

അങ്ങേത്തലക്കൽ ചൈതന്യയുടെ അത്ഭുതം നിറഞ്ഞ ശബ്ദം... 'ഹലോ മരിയ മാഡം! '

'ചൈതന്യ... വിരോധമില്ലെങ്കിൽ നാളെ ഒന്നുംകൂടെ എന്നെ കാണാൻ വരാമോ?'

നമുക്കൊരുമിച്ച് ഏറെ കാര്യങ്ങൾ ചെയ്യണമെന്ന് ചൈതന്യയോട് പറഞ്ഞ സമയത്ത് മരിയയുടെ മനസ്സിലെ എഴുത്തുകാരിയാണ് ഉണർന്നിരുന്നത്. രണ്ട് ഭൂഖണ്ഡങ്ങളിലെ രണ്ട് പെൺകുട്ടികളുടെ കഥ. അതിൽ ചിത്തുവിന്റെ ഭാഗം ചിത്തു തന്നെ അഭിനയിക്കുന്നതായും അവർ സങ്കല്പിച്ചിരുന്നു. എന്നാൽ വൈകിട്ട് രണ്ടു രണ്ടര മണിക്കൂറോളം ഒരുമിച്ചിരുന്ന്, ഏറെക്കാര്യങ്ങൾ സംസാരിച്ച് ചൈതന്യ തിരിച്ചുപോയതിന് ശേഷം അവിടെ മരിയക്കനുഭവപ്പെട്ട ശൂന്യത ശ്വാസം മുട്ടിക്കുന്നതായിരുന്നു. കുറച്ചു മണിക്കൂറുകൾ മാത്രമെങ്കിലും തന്റെ മനസ്സിന്റെ മുഴുവനിടത്തിലും നിറഞ്ഞു തുളുമ്പിനിൽക്കാൻ അവൾക്കായെങ്കിൽ, യാത്രപറഞ്ഞു പോയതിനുശേഷവും മറ്റൊരാളും കയറിവരാത്തവിധത്തിൽ ഇപ്പോഴും ആ ഇടം ശൂന്യമായി ത്തന്നെ ഇരിക്കുന്നെങ്കിൽ ചൈതന്യയും, അവളുടെ കഥയും ഒരു പുസ്തകത്തിൽ മാത്രമൊതുങ്ങേണ്ടതല്ല... അത് ചരിത്രത്തിന്റെ വേദികളിൽ സ്ഥാനം പിടിക്കേണ്ട വിശിഷ്ട കലാസൃഷ്ടിയാണ്. അതിന് നിമിത്തമാവുക എന്റെ കർമവും.

മരിയയിലെ സിനിമാ നിർമാതാവ് ഉണർന്നു. ഇന്നുവരെ മരിയ കുട്ടികൾക്ക് വേണ്ടി ചെയ്ത സിനിമകളിൽ കുട്ടികൾ അഭിനേതാക്കളോ, ഗായകരോ ഒക്കെ മാത്രമായിരുന്നു. 'എന്തുകൊണ്ട് ഒരു പതിനാല് വയസ്സുകാരിയുടെ കഥക്ക് അവളെക്കൊണ്ടുതന്നെ തിരക്കഥ എഴുതിപ്പിച്ചുകൂടാ? ഒരു ടീനേജ് പെൺകുട്ടിയുടെ ചില ബാലിശചിന്തകൾ ചൈതന്യയിലുണ്ടെങ്കിലും യഥാർത്ഥത്തിൽ അവൾ അതിനെല്ലാം അപ്പുറത്താണ്. കുറച്ചു മാസങ്ങൾ അവൾ അനുഭവിച്ച മാനസിക വ്യഥകളുടെ കഥയും, ആ കഥ പറച്ചിലിലൂടെ അവൾ എന്നിൽ ബാക്കിവെച്ചുപോയ ഘനം തൂങ്ങുന്ന ഈ ശൂന്യതയുമാണ് അവളുടെ മനസ്സിന്റെ യഥാർത്ഥ വലുപ്പം.' മരിയയുടെ മനസ്സ് മെല്ലെ വാചാലമായിത്തുടങ്ങി.... 'വായനക്കാരെ ഉദ്യോഗഭരിതരാക്കുന്ന നൂറുകണക്കിന് കഥകൾക്ക് ജന്മം നൽകിയ മരിയ ഡാവോസ് എന്ന എഴുത്തുകാരിയെ ചൈതന്യ സ്വന്തം കഥയിലൂടെ ഇത്രയും ഇരുത്തിച്ചിന്തിപ്പിച്ചെങ്കിൽ ആ കഥയുടെ ആഴം ഒട്ടും ചെറുതല്ല...'

ശലഭച്ചിറകുകളിലെ നിർവചിക്കാനാവാത്ത വർണ്ണക്കൂട്ടുകളെന്ന പോലെ മരിയയുടെ ചിന്തകളിൽ വിവിധങ്ങളായ ആശയങ്ങൾ മാറിയും, മറിഞ്ഞും വന്നുപോയി. ഒരു വലിയ പ്രോജക്ടിന്റെ സർഗാത്മകവും, സാങ്കേതികവും, സാമ്പത്തികവുമടക്കം ഒരുപാട് കാര്യങ്ങളുടെ പ്യൂപ്പയിൽ ആ രാത്രിമുഴുവൻ മരിയ ഉറങ്ങാതിരുന്നു. ഒടുവിൽ, ഇരുട്ടിന്റെ കൈകളിൽനിന്നും വെളിച്ചം വേർപെടുന്ന നേരത്തെപ്പോഴോ അവരൊരു മയക്കത്തിലേക്ക് വഴുതിവീണു. ആ പുലർവേളയിൽ ലോകസിനിമയിലേക്ക് ചൈതന്യയെന്ന പതിനാലുകാരി അവൾ പോലുമറിയാതെ കാലെടുത്തുവെക്കുകയായിരുന്നു.

പിറ്റേന്ന് വീണ്ടും മരിയ ഡാവോസ് പറഞ്ഞ സമയത്തുതന്നെ ചിത്തുവും, സ്വാതിടീച്ചറും ഗസ്റ്റ് ഹൗസിലെത്തി. മരിയ വീണ്ടും അവരെ വിളിപ്പിച്ചതെന്തിന് എന്ന ചോദ്യം രണ്ടുപേരുടെയും മുഖത്ത് തെളിഞ്ഞുകാണാമായിരുന്നു. അതാസ്വദിച്ചുകൊണ്ടുതന്നെ മരിയ അർത്ഥഗർഭമായൊരു ചിരിയോടെ രണ്ടുപേരെയും സ്വീകരിച്ചിരുത്തി. രണ്ടുപ്രാവശ്യത്തെ കൂടിക്കാഴ്ചക്ക് ശേഷം വീണ്ടും കണ്ടപ്പോഴേക്കും മരിയയുടെ നേരെയുള്ള ചിത്തുവിന്റെ സങ്കോചമെല്ലാം മാറിയിരുന്നു. മരിയ രണ്ടുപേർക്കും കുടിക്കാൻ ജ്യൂസ് എടുത്തുകൊണ്ടുവന്നു. ചില ചെറിയ കുശലാന്വേഷണങ്ങൾക്കൊടുവിൽ പെട്ടെന്നായിരുന്നു മരിയ ചിത്തുവിന്റെ നേരെ ആ ചോദ്യശരമെറിഞ്ഞത്. 'എത്രയും പെട്ടെന്നുതന്നെ അന്താരാഷ്ട്രതലത്തിൽ ഒരു സിനിമയുടെ കഥാകൃത്താവാൻ ചൈതന്യ തയ്യാറല്ലേ?'

വായിലേക്ക് വെയ്ക്കാനാഞ്ഞ ഒരു ചോക്കലേറ്റ് ചിത്തുവിന്റെ കൈയ്യിൽ പാതിവഴിക്ക് നിന്നു. ചുണ്ടുകൾ പാതിവിടർത്തി കൺമിഴിച്ച് അവൾ മരിയയെ അവിശ്വസനീയമായി നോക്കി. ചിത്തുവിൽ നിന്നൊരു മറുപടിക്ക് കാത്ത് പുരികക്കൊടികൾ മേൽപ്പോട്ടാക്കി കണ്ണുരുട്ടി, ഗൗരവത്തിലെങ്കിലും ഒരു മന്ദഹാസത്തോടെ അവളെ നോക്കിയിരിക്കുന്ന മരിയ.

ചിത്തു സ്വാതിടീച്ചറിനേയും, മരിയയേയും മാറിമാറി നോക്കി. 'മാഡം..ക്ഷമിക്കണം... മാഡം ചോദിച്ചത് എനിക്ക് മനസ്സിലായില്ല.. ഒന്നുകൂടെ പറയാമോ?' അവൾ എളിമയോടെ ചോദിച്ചു.

'എത്രയും പെട്ടെന്ന് ഒരു കഥാകൃത്താവാൻ ചൈതന്യ ഒരുക്കമാണോ? കഥ മാത്രമല്ല, തിരക്കഥാകൃത്തും....എന്തിനും, ഏതിനും എപ്പോഴും കൂടെ ഞാനുണ്ടാകും.'

ചിത്തുവും, സ്വാതിടീച്ചറും പരസ്പരം നോക്കി. രണ്ടുപേർക്കും ഒന്നും മനസ്സിലായില്ല. മരിയ ഇരിപ്പിടത്തിൽ ഒന്നുകൂടി നിവർന്നിരുന്നു. ചിത്തുവിനെ കുറച്ചുകൂടി തന്റെ അടുത്തേക്ക് പിടിച്ചിരുത്തി. മരിയ രണ്ടുപേരോടും തന്റെ ആശയങ്ങൾ മുഴുവൻ വിശദീകരിച്ചു. ഒരു സ്വപ്നത്തിലെന്ന പോലെ ചിത്തു എല്ലാം കേട്ടിരുന്നു. എല്ലാറ്റിനും മൂകസാക്ഷിയായി അവളുടെ സ്വാതിടീച്ചറും.

എല്ലാം വളരെ കൃത്യമായി വിശദീകരിച്ചതിന് ശേഷം മരിയ സ്വാതിടീച്ചറിനോടായി പറഞ്ഞു.. 'ചൈതന്യയുടെ സ്വപ്നങ്ങളെ, ദുഃഖങ്ങളെ, നിരാശകളെയെല്ലാം അവൾക്കല്ലാതെ മറ്റാർക്ക് അത്രയും ഹൃദയസ്പർശിയായി എഴുതാനും ദൃശ്യങ്ങളിലേക്കാവാഹിക്കാനുമാവും?' മരിയ പറഞ്ഞുനിർത്തിയിടത്തു നിന്നും സ്വാതിടീച്ചർ ചോദിച്ചു...

'മാഡം, സിനിമാ നിർമാണത്തെക്കുറിച്ച് എവിടെയൊക്കെയോ കുറച്ച് വായിച്ചതും, മാധ്യമങ്ങളിൽ കണ്ടതുമായ അല്പസ്വല്പം വിവരങ്ങളല്ലാതെ ചൈതന്യക്കൊന്നുമറിയില്ല. ഇത്രയും വലിയൊരു അന്താരാഷ്ട്ര പ്രൊജക്റ്റ് ചെയ്ത് വിജയിപ്പിക്കാൻ അവളെക്കൊണ്ട് സാധിക്കുമെന്ന് മാഡത്തിന് തോന്നുന്നുണ്ടോ?' ആർക്കും തോന്നാവുന്ന ആ സംശയം സ്വാതിടീച്ചർ ഒട്ടും മറച്ചുവെച്ചില്ല.

'മിസ് സ്വാതി.. ഇത് കേൾക്കൂ... അതിശയിപ്പിക്കുന്ന കാഴ്ചകളുമായി ഒരു സിനിമ നിർമിക്കാനാവശ്യമായ ഏറ്റവും ആധുനികമായ സാങ്കേതികവിദ്യകൾ.. അത് നമുക്ക് വിലകൊടുത്തു വാങ്ങാൻ പറ്റും. അങ്ങനെ നമ്മൾ ഉണ്ടാക്കിയെടുക്കുന്ന ഒരു ചിത്രത്തിനെ ലോകത്തിന്റെ മുക്കിലും മൂലയിലും എത്തിക്കണമെങ്കിൽ അതിനും

പണവും, ലോകോത്തര മാർക്കറ്റിങ് തന്ത്രങ്ങളും മതി. പക്ഷേ, ഒരു കലയെ അത് ആസ്വദിക്കാനെത്തുന്നവരുടെ ഹൃദയത്തിനകത്തേക്കും, ചരിത്രത്തിന്റെ താളുകളിലേക്കും എത്തിക്കണമെങ്കിൽ ഈ പറഞ്ഞതൊന്നും പോരാ... അതിന് നൈസർഗ്ഗികമായ സർഗവാസനയും, അനുഭവതീവ്രതയും, അനിതരസാധാരണമായ ആത്മശക്തിയും വേണം. അത് മൂന്നും കൂടിച്ചേർന്ന മനസ്സിനുടമയാണ് നമുക്ക് മുന്നിൽ ഈ ഇരിക്കുന്നത്.'

അപ്പോഴും പാതിവഴിയിൽ വെച്ചിരിക്കുന്ന ചോക്കലേറ്റുമായി കണ്ണും തള്ളിയിരിക്കുന്ന ചിത്തുവിനെ മരിയ കുസൃതിയോടെ നോക്കി. ചിത്തുവിന്റെ കൈയ്യിൽ നിന്നും ആ ചോക്കലേറ്റ് പതുക്കെയെടുത്ത് അവളുടെ വായിലേക്ക് വെച്ചുകൊടുത്തു.

മരിയയിലെ സ്നേഹവാത്സല്യങ്ങൾ തുളുമ്പുന്നൊരമ്മയും, അവരുടെ ഉള്ളിലെ എഴുത്തുകാരിയും, സിനിമാനിർമാതാവും, ബിസിനസ്സുകാരിയുമെല്ലാം ഒരേ സ്വരത്തിൽ അവളോട് പറഞ്ഞു... 'ചൈതന്യ.... യു കാൻ ഡു ഇറ്റ്..'

മരിയ ഡാവോസും, ചൈതന്യ ഹരികൃഷ്ണനും.. അങ്ങനെ അവർ ഒന്നിക്കുകയായിരുന്നു. ഗ്രീക്കിലും, ഇംഗ്ലീഷിലും, മലയാളത്തിലുമെല്ലാം റിലീസ് ചെയ്യാൻ പോകുന്ന 'അപ്പ് എബോവ് ദി സ്കൈ' എന്ന ബിഗ് ബഡ്ജറ്റ് ചിൽഡ്രൻസ് ഫിലിമിന്റെ പ്രവർത്തനങ്ങൾക്കായി...

18

അമ്മക്കിളി കൊക്കിനകത്തേക്ക് വെച്ചുകൊടുക്കുന്ന ഭക്ഷണം കഴിച്ച് കിളിക്കൂടിന്റെ ചൂടിൽ കുറുകിയിരുന്ന കുഞ്ഞിക്കിളി മെല്ലെ മെല്ലെ ചിറകടിച്ച് പെട്ടെന്നൊരുദിവസം കൂടുവിട്ട് അതിരുകളില്ലാത്ത വാനത്തിലേക്ക് ചിറകുനീർക്കുന്ന കാഴ്ചയായിരുന്നു പിന്നങ്ങോട്ട്. മരക്കൊമ്പുകളിൽ വീണ് ആദ്യമൊന്ന് പതറിയെങ്കിലും കുഞ്ഞിക്കിളി എത്രപെട്ടെന്നാണ് അതിന്റെയുള്ളിലെ ശക്തിയെ ചിറകുകളിലേക്കാവാഹിച്ചത്! ദിക്കും ദിശയും നോക്കിപ്പറക്കാൻ അതിനെയാരു പഠിപ്പിച്ചു? ദേശകാലങ്ങളെയറിഞ്ഞ് പുതിയ ആകാശവഴികളെ അതെങ്ങിനെ തിരിച്ചറിഞ്ഞു?

നിരന്തരമായ കൂടിക്കാഴ്ചകളുടെ ആ ദിനങ്ങളിൽ സമപ്രായക്കാരായ മരിയയും, സ്വാതിടീച്ചറും അടുത്ത കൂട്ടുകാരായി.

'ഭൂമിയിലേക്ക് പിറന്നുവീഴുന്ന ഓരോ ജീവന്റേയും യഥാർത്ഥശക്തി ഊറിക്കൂടുന്നത് വെളിച്ചത്തിലേക്ക് കൺതുറക്കുമ്പോഴല്ല; കിളിമുട്ടയുടെ, ശലഭക്കൂടിന്റെ, ഗർഭാശയങ്ങളുടെ ഇരുളാണ്ട ജലമൗനങ്ങളിലാണ്. ആ ശക്തികൾ ചിറകുവിരിച്ചാകാശം തേടുന്നതെപ്പോൾ എന്നത് മാത്രമാണ് കാത്തിരുന്നു കാണേണ്ട കാഴ്ച. ചില ജീവനുകൾ തനിക്കൊരു ചിറകുണ്ടെന്ന കാര്യം ഒരിക്കലും തിരിച്ചറിയാതെയുമിരിക്കാം.' ചിത്തുവിനെക്കുറിച്ചുള്ള സംഭാഷങ്ങളിൽ ഒരിക്കൽ മരിയ ഡാവോസ് സ്വാതിടീച്ചറോട് പറഞ്ഞ ചില വാചകങ്ങളാണിത്.

ടീച്ചറെപ്പോലെ ഒരാൾ കൂടെയുള്ളതുകൊണ്ട് കൂടിയാണ് മരിയക്ക് ചിത്തുവിനെ ആ വലിയ പ്രോജെക്ടിലേക്ക് കൊണ്ടുവരാനായതും. പ്രോജെക്ടിന് വേണ്ടി മരിയ തന്റെ യാത്രകളെല്ലാം റദ്ദുചെയ്തു. ഹരികൃഷ്ണനോടും, ലക്ഷ്മിയോടും, ചിത്തുവിന്റെ അദ്ധ്യാപകരോടുമെല്ലാം അവർ സംസാരിച്ചു. കുറച്ചു ദിവസത്തേയ്ക്ക് ചൈതന്യയുടെ സമയം തനിക്കായി തരണമെന്ന് അപേക്ഷിച്ച് അനുവാദവും വാങ്ങിച്ചു.

മൂന്ന് മാസത്തെ വിസയിലാണ് മരിയ ഡാവോസ് ഇന്ത്യയിലേക്ക് വന്നത്. ലോകത്തിന്റെ നാനാഭാഗങ്ങളിലും സഞ്ചരിച്ചിട്ടുണ്ടെങ്കിലും ഇന്ത്യയിലേക്ക് ഇതാദ്യമായാണ്. ഇവിടേയ്ക്ക് വരേണ്ട സമയം ഇതാണെന്ന് മുൻകൂട്ടി തീരുമാനിക്കപ്പെട്ടതു പോലെയായിരുന്നു മരിയ കൊച്ചി ഇന്റർനാഷണൽ എയർപോർട്ടിൽ വന്നിറങ്ങിയതു മുതലുള്ള കാര്യങ്ങൾ. കൊച്ചിയിൽ ഇറങ്ങിയ മരിയയുടെ ആദ്യപരിപാടിയായിരുന്നു തൃശൂരിലെ പുസ്തകോത്സവം. മൂന്ന് മാസത്തിനുള്ളിൽ ഇന്ത്യയിലെ പ്രധാനപ്പെട്ട സ്ഥലങ്ങൾ സന്ദർശിക്കുക, സാഹിത്യ ചർച്ചകളിൽ പങ്കെടുക്കുക എന്നതെല്ലായിരുന്നു മുൻകൂട്ടി തീരുമാനിച്ചിരുന്ന മറ്റ് കാര്യപരിപാടികൾ. യാത്രാസൗകര്യങ്ങൾക്ക് വേണ്ടി ഒരു കാരവനും, അതാത് സ്ഥലങ്ങളിലെ ഹോട്ടലുകളിൽ റൂമുകളും നേരത്തെതന്നെ ബുക്ക് ചെയ്തിരുന്നു.

എന്നാൽ കാലനിശ്ചയം..

അത് അതിനെല്ലാമപ്പുറമുള്ള മറ്റൊന്നായിമാറി.

ആ തീരുമാനത്തെ മരിയ അത്യന്തം ആഹ്ളാദത്തോടെ സ്വീകരിക്കുകയും ചെയ്തു. കാരവാനും, ഹോട്ടൽ ബുക്കിങ്ങുകളുമെല്ലാം ക്യാൻസൽ ചെയ്തു. മരിയ നടത്തിയ ചുരുക്കം ചില യാത്രകളിൽ ഒന്ന് ചൈതന്യയുടെ വീട്ടിലേക്കും, മറ്റേത് അവളുടെ സ്കൂളിലേക്കുമായിരുന്നു. രണ്ടിടത്തും മരിയക്ക് കിട്ടിയ ഊഷ്മളമായ സ്വീക

രണം മറക്കാനാവാത്ത അനുഭവമായിമാറി. വ്യത്യസ്തമായ സംസ്കാരങ്ങളെങ്കിലും ആ സ്നേഹമനസ്സുകളുടെ ആഴങ്ങൾ വളരെയെളുപ്പം അവർ പരസ്പരം തിരിച്ചറിഞ്ഞു.

ചിത്തു എല്ലാ കാര്യങ്ങളും കൃത്യമായി അച്ഛനേയും, അമ്മയേയും അറിയിക്കുന്നുണ്ടായിരുന്നു. മരിയ ഡാവോസ് ചിത്തുവിന് നൽകിയ സുവർണാവസരത്തെക്കുറിച്ചറിഞ്ഞപ്പോൾ ലക്ഷ്മി ആദ്യം കുറച്ച് പരിഭ്രമിച്ചെങ്കിലും സ്വാതിടീച്ചറിന്റെ വിവേകപൂർവ്വമായ ഇടപെടലിൽ പെട്ടെന്ന് തന്നെ ആ പരിഭ്രമങ്ങൾ ഇല്ലാതായി. ഹരി എപ്പോഴത്തേയും പോലെ തന്റെ സ്വതഃസിദ്ധമായ മനസ്സാന്നിധ്യം കൈവിടാതെ എല്ലാം മനസ്സിലാക്കി. മരിയ ഡാവോസിനെക്കുറിച്ചുള്ള ഓരോ കാര്യങ്ങളും അച്ഛനും, മകളും പരസ്പരം കൈമാറി. മരിയയും, ഹരികൃഷ്ണനും വീഡിയോ കാളിലൂടെ നിരവധി തവണ സംസാരിക്കുകയും ചെയ്തു.

ചൈതന്യയെക്കുറിച്ച് അതുവരെ മനസ്സിലാക്കിയതിലും കൂടുതൽ ഉൾക്കാഴ്ചയായിരുന്നു ഹരിയിലൂടെ മരിയക്ക് കിട്ടിയത്. ചിത്തുവിന്റെ കാഴ്ചപ്പാടുകളുടെ വ്യക്തമായൊരു രൂപരേഖ ഹരി മരിയക്ക് പകർന്നുകൊടുത്തു. മകളുടെ ജീവിതത്തിൽ ആ അച്ഛന്റെ സാന്നിധ്യവും, സ്വാധീനവും ഏറെ വലുതാണെന്ന സത്യംകൂടി മരിയ മനസ്സിലാക്കുകയായിരുന്നു. ചൈതന്യയുടെ വീട്ടിലേക്ക് മരിയയെ ആദരവോടെ ക്ഷണിച്ചതും ഹരിതന്നെ. ലോകപ്രശസ്തയായൊരു സാഹിത്യകാരി തന്റെ മകളുടെ സർഗവാസനയെ കണ്ടെത്തിയതിന്റെ സന്തോഷം ഹരി മറച്ചുവെച്ചില്ല. മരിയ ഡാവോസ് എന്ന ലോകോത്തര സാഹിത്യപ്രവർത്തകയോടുള്ള ആത്മാർത്ഥമായ ആരാധനയും ഹരി അവരെ സ്നേഹാദരങ്ങളോടെ അറിയിച്ചു.

മരിയ ഡാവോസ്, സ്വാതിടീച്ചറിനേയും കൂട്ടിയാണ് ചിത്തുവിന്റെ വീട്ടിലേക്ക് പോയത്. ചിത്തുവിന്റെ വീടും, നാടുമെല്ലാം അവർ നടന്നുകണ്ടു. ഈ ചെറിയ സമയത്തിനുള്ളിൽത്തന്നെ മരിയയുടേയും ചിത്തുവിന്റേയും ഇടയിൽ രൂപപ്പെട്ട ആത്മാർത്ഥമായ സൗഹൃദം കണ്ട് ലക്ഷ്മി ഏറെ ആശ്ചര്യപ്പെട്ടു. ചിത്തു അവളുടെ അച്ഛമ്മയെയും, നാണിമുത്തിയേയുമെല്ലാം മരിയമാഡത്തിന് പരിചയപ്പെടുത്തി.

മരിയ വീട്ടിൽ വന്നുകയറിയത് മുതൽ നാണിമുത്തിയെ ശ്രദ്ധിക്കുന്നുണ്ടായിരുന്നു. നാണിമുത്തിയും അത് ശ്രദ്ധിച്ചുവെന്ന് തോന്നുന്നു... അവരുടെ മുഖത്ത് പ്രകടമായ ഒരങ്കലാപ്പിന്റെ നിഴലാട്ടം ചിത്തു ഒരു ചിരിയോടെ കണ്ടുപിടിച്ചു. തന്റെ ഒരു നോവ

ലിൽ അതേ ഭാവങ്ങളോട് കൂടിയ ഒരമ്മൂമ്മ ഉണ്ടെന്ന് പറഞ്ഞപ്പോഴാണ് നാണിമുത്തിയോട് മരിയ മാഡത്തിന് തോന്നിയ പ്രത്യേക ഇഷ്ടത്തിന്റെ കാരണം ചിത്തുവിന് പിടികിട്ടിയത്. മരിയയുടെ മനസ്സിൽ മുഴുവൻ കഥാപാത്രങ്ങളാണ്. മരിയ ചുറ്റും കാണുന്നതും കഥാപാത്രങ്ങളെയാണ്. അവരുടെ സൂക്ഷ്മമായ നിരീക്ഷണത്തിൽ പെടാതെ ആർക്കും ആ കൺമുന്നിൽ നിന്നും രക്ഷപ്പെടാനാവില്ല.

ചിത്തുവിന്റെ വീട് സന്ദർശിച്ചതിന് ശേഷം മരിയയുടെ അടുത്ത സന്ദർശനം വിദ്യാദീപ് സ്കൂൾ ആയിരുന്നു. ചൈതന്യ ഹരികൃഷ്ണൻ ഒരു അന്താരാഷ്ട്ര സിനിമയുടെ ഭാഗമാകാൻ പോകുന്നു എന്ന കാര്യം സ്വാതിടീച്ചറിലൂടെ മറ്റ് അദ്ധ്യാപകരും, മാനേജ്മെന്റും അതിനോടകം തന്നെ അറിഞ്ഞുകഴിഞ്ഞിരുന്നു. ഏവരും അഭിമാനത്തോടെ ആ വാർത്തയെ സ്വീകരിക്കുകയും ചെയ്തു. മരിയ ഡാവോസ് സ്കൂളിലേക്ക് വന്നപ്പോഴും ഏവരും ആദരവോടെ, അഭിമാനത്തോടെ അവരെ സ്വീകരിച്ചിരുത്തി.

പ്രിൻസിപ്പാൾ സെലിൻ മാഡത്തിനോട് മരിയ ഡാവോസ് വളരെ വിശദമായി കാര്യങ്ങൾ സംസാരിച്ചു. സെലിൻ മാഡം ഏറെ ആദരവോടെ തന്നെ സ്കൂൾ പ്രിൻസിപ്പാൾ എന്ന നിലയിലുള്ള തന്റെ ആശങ്ക മറച്ചുവെച്ചില്ല.

'മാഡം, രണ്ടു ദിവസത്തിനകം ചൈതന്യയുടെ വർഷാവസാന പരീക്ഷ തുടങ്ങും. അടുത്ത ആഴ്ചയോടുകൂടി പരീക്ഷകൾ അവസാനിക്കുകയും ചെയ്യും. അതുകഴിഞ്ഞാൽ അടുത്ത രണ്ടുമാസം ചൈതന്യ ഫ്രീയാണ്. ഈ സിനിമയുടെ വർക്കുകൾ ആ രണ്ടുമാസത്തിനുള്ളിൽ തീരുകയാണെങ്കിൽ അത് ചൈതന്യയുടെ പഠനത്തെ ബാധിക്കാതെ മാനേജ് ചെയ്യാമായിരുന്നു. '

മറ്റു പല രാജ്യങ്ങളിൽ നിന്നും വ്യത്യസ്തമാണ് ഇന്ത്യയിലെ വിദ്യാഭ്യാസമേഖല എന്ന് മരിയക്കറിയാമായിരുന്നു. ലോകരാജ്യങ്ങളിലെ എല്ലാ വലിയ കമ്പനികളിലും ഉന്നതനിലകളിലിരിക്കുന്ന ഇന്ത്യയിൽ നിന്നുള്ളവരുടെ വിദ്യാഭ്യാസ നിലവാരത്തെക്കുറിച്ചും വ്യക്തമായ ധാരണ അവർക്കുണ്ടായിരുന്നു. അതുകൊണ്ട് തന്നെ മാഡം സെലീനിന്റെ വാക്കുകളെ മരിയ വളരെ ഗൗരവമായിത്തന്നെ എടുത്തു.

ചിത്തു വർഷാവസാന പരീക്ഷയിൽ മുഴുകിയ ആ ദിവസങ്ങളത്രയും മരിയ തന്റെ ഗസ്റ്റ് ഹൗസിൽ തിരക്കിലായിരുന്നു. സിനിമയുടെ തിരക്കഥ റെഡിയായില്ലെങ്കിലും അതിന്റെ ഒരുപാട് പ്രീപ്രൊഡക്ഷൻ ചർച്ചകൾ അവർ തന്റെ ടീമുമായി നിരന്തരം നടത്തിക്കൊ

ണ്ടിരുന്നു. താൻ പ്രൊഡ്യൂസ് ചെയ്യുന്ന ഏറ്റവും പുതിയ ചിൽഡ്രൻസ് ഫിലിമിന്റെ കഥയും, തിരക്കഥയും ഒരു പതിനാലുവയസ്സുകാരിയായ ഇന്ത്യൻ കുട്ടിയാണെന്ന വസ്തുത അവർ വെളിപ്പെടുത്തി. മരിയയുടെ ടീമും ആ ഒരു വാർത്തയിൽ ഏറെ ആവേശഭരിതരായി. എങ്കിലും മറ്റ് സിനിമകൾ ചെയ്യുന്നതിന്റെ പതിവുരീതികൾ മുഴുവൻ ഈ സിനിമക്ക് വേണ്ടി മാറ്റിചെയ്യേണ്ടി വരുമെന്ന് മരിയ അവർക്ക് മുന്നറിയിപ്പ് നൽകി. സിനിമയുടെ പതിവ് വഴികളിലൂടെ സംഭവിക്കേണ്ട ഒരു തീം അല്ല ഇതെന്ന് അണിയറപ്രവർത്തകരും മനസ്സിലാക്കി. ചൈതന്യയുടെ പരീക്ഷ കഴിഞ്ഞു വരുമ്പോഴേക്കും തികച്ചും വ്യത്യസ്തമായ ഒരു സിനിമ ചെയ്യാനായി മരിയയുടെ മുഴുവൻ ടീമും തയ്യാറെടുത്തു കഴിഞ്ഞിരുന്നു.

'സ്വപ്നം കണ്ടുകൊണ്ടിരിക്കുന്നതിനപ്പുറം അവൾ തന്റെ മനസ്സിലെ ആത്മാർത്ഥമായ ചിന്തകളെ കഠിനപ്രയത്നത്തിന് വേണ്ടിയുള്ള ഇന്ധനമാക്കി മാറ്റിയപ്പോൾ കാലം കാലത്തിന്റേതായ സംഭാവനകൾ അവളിലേക്ക് നിർലോഭം ചൊരിയുന്നു. നമ്മൾ വെറും നിമിത്തങ്ങൾ മാത്രം.' പുതിയ സ്ക്രിപ്റ്റ് റൈറ്ററെ സിനിമയുടെ മാർക്കറ്റിംഗ് ഹെഡിന് മരിയ പരിചയപ്പെടുത്തിയത് ഈ വാക്കുകൾ പറഞ്ഞുകൊണ്ടായിരുന്നു.

രണ്ടാഴ്ചക്കകം ചിത്തുവിന്റെ പരീക്ഷകൾ തീർന്നു.. അവസാന പരീക്ഷയും കഴിഞ്ഞ് പിറ്റേദിവസം ചിത്തു മരിയ മാഡത്തിന്റെ വീട്ടിലേക്ക് പോകുമ്പോൾ അവളുടെ മനസ്സ് നിശ്ചലമായിരുന്നു. ഡ്രൈവ് ചെയ്യുന്നതിനിടയിലും ലക്ഷ്മി അവളുടെ മൗനം ശ്രദ്ധിച്ചു.

'ചിത്തൂ... എന്തെങ്കിലും ടെൻഷൻ ഉണ്ടോ മോളേ നിനക്ക്?'

'ഇല്ലമ്മേ.. പക്ഷേ, പരീക്ഷാ ഹാളിൽ ഇൻവിജിലേറ്റർ വന്നതിന് ശേഷം ചോദ്യപേപ്പർ നമ്മുടെ കൈയ്യിൽ കിട്ടുന്നതിന് മുൻപുള്ള ആ ഒരു സമയമില്ലേ.. അതുപോലെ തോന്നുന്നു ഇപ്പോൾ.' നിഷ്കളങ്കമായി ചിത്തു അമ്മയെ നോക്കിപ്പറഞ്ഞു.

'അച്ഛന് ഒരു മിസ് കോൾ കൊടുത്തുനോക്ക്.. ചിലപ്പോൾ അച്ഛൻ ഉറങ്ങിയിട്ടുണ്ടാവില്ല.' ചിത്തുവിന്റെ ആരോഗ്യകാര്യങ്ങളൊഴിച്ച് ബാക്കി എല്ലാ പ്രശ്നങ്ങൾക്കുമുള്ള ലക്ഷ്മിയുടെ ഒറ്റമൂലി ഹരിയെ വിളിക്കലാണ്.

ചിത്തു ബാഗിൽ നിന്നും മൊബൈൽ എടുത്തു. കോൾ ചെയ്യുന്നതിന് തൊട്ടുമുന്നെ അവൾ ഫോൺ തിരിച്ചു മടിയിൽ വെച്ചു. 'വേണ്ടമ്മേ... ഇന്ന് അച്ഛൻ യാത്രയിലായിരിക്കും എന്നല്ലേ പറഞ്ഞത്. വൈകുന്നേരം വിളിക്കാം.'

'അങ്ങനെയെങ്കിൽ അങ്ങനെ... നീ എന്തായാലും ടെൻഷനടിക്കാതെ ഇരിക്ക്.'

ലക്ഷ്മി പറഞ്ഞുതീരുന്നതിന് മുൻപ് ഫോൺ റിങ് ചെയ്തു. 'അതാ വിളിക്കുന്നു നിന്റെ അച്ഛൻ.' ആ സമയത്ത് ഹരി വിളിക്കുമെന്ന് ലക്ഷ്മിക്കുറപ്പുണ്ടായിരുന്നത് പോലെയായിരുന്നു മുഖഭാവം.

ഫോൺ അറ്റൻഡ് ചെയ്യുന്നതിനോടൊപ്പം ചിത്തു ചോദിച്ചു.. 'ഇത് അച്ഛനാണെന്ന് അമ്മയ്ക്കെങ്ങിനെ മനസ്സിലായി?'

നിന്റെ അച്ഛനെ എനിക്ക് മനസ്സിലായില്ലെങ്കിൽ പിന്നെ ആർക്ക് മനസ്സിലാവും എന്ന മട്ടിലൊരു ചിരിയായിരുന്നു ലക്ഷ്മിയുടെ മറുപടി.

'ഹായ് അച്ഛാ... ഞാനും അമ്മയും മരിയ മാഡത്തിന്റെ വീട്ടിലേക്ക് പോകുന്നു...'

'എനിക്കറിയാം മോളെ.. ഹൗ ആർ യു ഫീലിംഗ് നൗ? ഓൾ ഫൈൻ?

'യെസ് അച്ഛാ... ഇപ്പൊ ഓക്കേ ആയി..'

ചിത്തു ചിരിച്ചുകൊണ്ട് പറഞ്ഞു.

കാർ ഗസ്റ്റ് ഹൗസിന് മുന്നിലെത്തിയപ്പോൾ മരിയ പോർട്ടിക്കോയിൽത്തന്നെ നിൽക്കുന്നു. ലക്ഷ്മിയും, ചിത്തുവും കാറിൽ നിന്നിറങ്ങിയതും മരിയ കാറിനരികിലെത്തി.

'ലക്ഷ്മി... നമുക്കൊരു ഡ്രൈവിന് പോയാലോ? ഇത്ര ദിവസമായിട്ടും ഞാൻ ഈ ടൗൺ ശരിക്കും കണ്ടിട്ടില്ല.'

മരിയ അത് പറഞ്ഞപ്പോൾ ലക്ഷ്മിയും, ചിത്തുവും അത്ഭുതപ്പെട്ടുപോയി. അങ്ങനെ ഒരു കാര്യം മരിയ പറയുമെന്ന് അവർ ചിന്തിച്ചതേയില്ല. കാറിന്റെ മുൻസീറ്റിൽ മരിയ കയറി.. ചിത്തു പുറകിലും. രണ്ടുമൂന്ന് മണിക്കൂറുകൾ അവർ തൃശൂർ പട്ടണത്തിൽ ചുറ്റിക്കറങ്ങി. ഉച്ചക്ക് അവിടത്തെ ഏറ്റവും നല്ല ഹോട്ടലിൽ നിന്ന് ഭക്ഷണവും കഴിച്ചിട്ടാണ് തിരികെ ഗസ്റ്റ് ഹൗസിലേക്ക് വന്നത്. ചിത്തുവിന്റെയും ലക്ഷ്മിയുടെയും മനസ്സിൽ ഔപചാരികതയുടെ ഭാരങ്ങളില്ലാതെ തികച്ചും ലാഘവത്തോടെ ഇരുത്തുക എന്നത് മാത്രമായിരുന്നു മരിയയുടെ ലക്ഷ്യം. അതവർ വിചാരിച്ചപോലെ ഭംഗിയായി സംഭവിക്കുകയും ചെയ്തു.

പിന്നീടങ്ങോട്ട് മരിയയുടെയും ചിത്തുവിന്റെയും ഒന്നിച്ചുള്ള ദിവസങ്ങളായിരുന്നു. ചിത്തുവിന്റെ ജീവിതത്തിൽ സർഗ്ഗചിന്തകളുടെയും, പുതിയ പഠനങ്ങളുടേയും പെരുമഴക്കാലം ആർത്തിരമ്പി വന്നു.

⏩ എലനി

'ഒരു സിനിമ വിജയിക്കാൻ ഒരുപാട് തന്ത്രങ്ങളുണ്ട്. നമ്മുടെ മനസ്സിലുള്ള കഥ അതുപോലെ പറഞ്ഞുപോയാൽ അത് സിനിമയാവില്ല..' മരിയ പറഞ്ഞുതുടങ്ങിയപ്പോൾ ചൈതന്യയുടെ ജീവിതത്തിൽ വളരെ ശക്തമായൊരു ഗുരുചൈതന്യത്തിന്റെ തിരി തെളിഞ്ഞു. ദൃശ്യാവിഷ്കാരകലയിൽ മരിയ ഒരു യൂണിവേഴ്സിറ്റി തന്നെയാണ്. അതിനകത്ത് പയറ്റി തെളിയാനും, പഠിക്കാനും ചിത്തുവിന് കിട്ടിയ അവസരം ആ പ്രായത്തിലുള്ള മറ്റൊരാൾക്കും മരിയ അതുവരെ നൽകാത്ത ഒന്നായിരുന്നു.

സിനിമയുടെ രസക്കൂട്ടുകൾ ഒന്നൊന്നായി മരിയയിൽ നിന്നും ചിത്തു മനസ്സിലാക്കി. എന്നാൽ മരിയ ചിലതെല്ലാം മനഃപൂർവ്വം പറയാതെ മാറ്റിവയ്ക്കുകയും ചെയ്തു. കുട്ടിത്തത്തിന്റെ നിഷ്കളങ്കത ചോർന്നുപോകാതെ ചൈതന്യയ്ക്ക് തിരക്കഥ എഴുതി പൂർത്തിയാക്കണമെങ്കിൽ ചിലതെല്ലാം അറിയാതെയും ഇരിക്കണമായിരുന്നു. മരിയയിൽ നിന്ന് കാര്യങ്ങൾ മനസ്സിലാക്കുന്നതിനനുസരിച്ച് ചിത്തുവിന്റെ കഥയെഴുത്തും പുരോഗമിച്ചു. എലനിയുടെയും സോഫിയയുടെയും കഥ മാത്രം പറഞ്ഞു പോയാൽ അത് കുട്ടികൾക്കുള്ള ഒരു സിനിമയാവില്ലെന്ന് മരിയ ചിത്തുവിനെക്കൊണ്ട് സ്വയം മനസ്സിലാക്കിച്ചു.

ടീനേജ് കുട്ടികളായിരുന്നു ആ സിനിമയുടെ ടാർഗറ്റ് ഓഡിയൻസ്. അവരെ പിടിച്ചിരുത്താനുള്ള ഒരുപാട് ഘടകങ്ങൾ ടീനേജിലേക്ക് കാലെടുത്തുവെയ്ക്കുക മാത്രം ചെയ്ത ചൈതന്യ നെയ്തെടുത്തു. കാര്യങ്ങൾ ഗ്രഹിക്കാനുള്ള ചിത്തുവിന്റെ അസാധാരണമാം വിധമുള്ള കഴിവുകണ്ട് പലപ്പോഴും മരിയ അത്ഭുതം കൂറിയിരുന്നു.

മക്രിനീറ്റ്സയിലെ മനുഷ്യരുടെ ഭാവചലനങ്ങളും, ചിന്താരീതികളുമെല്ലാം കൈവഴക്കം വന്നൊരു ചിത്രകാരൻ ക്യാൻവാസിൽ വരയ്ക്കുന്ന പോലെ ചൈതന്യ എഴുതുന്നത് മരിയ അത്യന്തം ആകാംക്ഷയോടെ നോക്കിയിരുന്നു. എലനി തന്റെ ഓൺലൈൻ ചാനലിലൂടെ സൃഷ്ടിച്ച ലോകത്തേക്ക് ചിത്തു എത്ര ആഴത്തിൽ ഇറങ്ങിച്ചെന്നിരിക്കുന്നു എന്ന് അപ്പോഴാണ് മരിയക്ക് കൂടുതൽ മനസ്സിലായതും. ചിത്തു അനുഭവിച്ച സംഘർഷാവസ്ഥയുടെ തീവ്രത കൂടുതൽ മനസ്സിലാക്കുന്തോറും മരിയക്ക് അവളുടെ എഴുത്തിലുള്ള ആത്മവിശ്വാസം കൂടിക്കൂടി വന്നു.

ചിത്തുവിന്റെ കഥയിൽ എലനി മാത്രമായിരുന്നില്ല; കൗമാരക്കാരായ കുട്ടികളുടെ വികാരവിചാരങ്ങളെ മനസ്സിലാക്കി, ജീവിതത്തിലെ അപ്രതീക്ഷിതമായ പ്രതിബന്ധങ്ങൾക്ക് മുന്നിൽ സ്വജീവൻ അടി

യറവു വയ്ക്കാതെ വിജയിക്കാനാവശ്യമായ ഊർജം കഥക്കുള്ളി ലേക്ക് ചൈതന്യ കൊണ്ടുവന്നു. ലളിതമായ ഭാഷയിൽ അവളെഴു തിയ വലിയ കാര്യങ്ങൾ കുട്ടികൾക്ക് മാത്രമല്ല, വലിയവർക്കു പോലും ഉൾക്കാഴ്ച നൽകുംവിധം വിവേകപൂർവമായി. കഥാപാത്രം എന്നതിനപ്പുറം ഒരു ശക്തിസ്രോതസ്സായി എലനി കാഴ്ചക്കാരുടെ ഹൃദയത്തിനുള്ളിൽ കുടിയിരിക്കണം എന്ന ചൈതന്യയുടെ ലക്ഷ്യം കഥയിൽ കൃത്യമായി കൊണ്ടുവരാൻ അവൾക്കായി. മാത്രമല്ല, എല നിയെന്ന കഥാപാത്രം മരണത്തിലേക്ക് പോകുകയല്ല, മരണത്തിൽ നിന്ന് അത്ഭുതകരമായി രക്ഷപ്പെട്ട് വരുന്ന രീതിയിലാക്കി അവൾ ആ കഥ. സാഹസികമായ അതിജീവനത്തിലൂടെ സ്വന്തം അമ്മ യുടെ ഡോക്യുമെന്ററി എലനി പൂർത്തിയാക്കുന്നിടത്താണ് ചൈ തന്യ കഥ അവസാനിപ്പിച്ചത്.

ജീവിതത്തിൽ എലനി മരണത്തിന് കീഴടങ്ങിയെങ്കിലും സിനി മയിൽ ചിത്തു അവളെ മരണത്തിന് വിട്ടുകൊടുത്തില്ല. അതേസ മയം എലനിയുടെ സ്വപ്നമായിരുന്ന ഡോക്യൂമെന്ററിയിൽ അവൾ ഉദ്ദേശിച്ചിരുന്ന കാര്യങ്ങൾ ഒട്ടും വിട്ടുവീഴ്ചയില്ലാതെ കൃത്യമായി രേഖപ്പെടുത്തുകയും ചെയ്തു. ഏതൻസിൽനിന്നും അപ്പൂപ്പന്മാ രെയും, അമ്മൂമ്മമാരേയും, സംസാരശേഷി നഷ്ടപ്പെട്ട എലനിയേയും കൂട്ടി റോബർട്ടിന്റെ ദാരുണമായ മരണത്തിന്റെ മുറിവുണങ്ങാത്ത മനസ്സുമായി മക്രിനീറ്റ്സയിലേക്ക് വന്ന സോഫിയയുടെ ത്യാഗോ ജ്വലമായ ജീവിതം ശക്തമായി സിനിമയിലുടനീളം നിറഞ്ഞു നിന്നു.

എഴുത്തിന്റെ ലോകത്ത് ചിത്തു സ്വയംമറന്നു. വീട്ടിലേക്ക് പോകു ന്നതു തന്നെ എപ്പോഴെങ്കിലുമായി. ആ ഒരു കാര്യത്തിൽ ലക്ഷ്മി നീരസം പ്രകടിപ്പിച്ചെങ്കിലും സ്വാതിടീച്ചർ ലക്ഷ്മിയുടെ മനസ്സ് മന സ്സിലാക്കി കൂടെനിന്നു.

'നോക്കൂ ലക്ഷ്മീ.... മനസ്സിന്റെ ആഴങ്ങളിൽ നിന്നും ഒരു കഥയെ ചൈതന്യ ഉദ്ദേശിക്കുന്ന പോലെ പുറത്തേക്കെടുക്കണമെങ്കിൽ അത് ഒരു തുരങ്കത്തിനുള്ളിൽ നിന്നും ആളുകളെ രക്ഷിച്ചെടുക്കുന്ന പോലെ ബുദ്ധിമുട്ടുള്ള ഒരു ജോലിയാണ്. ജീവനോടെയോ, അല്ലാ തെയോ എങ്ങനെയെങ്കിലും വലിച്ചെടുത്താൽ പോരല്ലോ... പോറ ലുകൾ ഏൽക്കാതെ അവരുടെ മനസ്സിനേയും, ശരീരത്തിനേയും പരിരക്ഷിച്ച് സമയത്തിന്റെ വില മനസ്സിലാക്കി ചെയ്യേണ്ടുന്ന ഒരു ജീവന്മരണ പോരാട്ടം....ഒരു സാധാരണക്കാരന്റെ ക്ഷമയോ, മാന സീകാവസ്ഥയോ മാത്രം പോരാ അതിന്.'

കാല്പനികമായ ആ വിവരണം മുഴുവനായും മനസ്സിലാവാതെ

ലക്ഷ്മി സ്വാതിടീച്ചറുടെ മുഖത്തേക്ക് നോക്കിയിരുന്നു. ഒരു ചിരിയോടെ ടീച്ചർ തുടർന്നു... 'ഈ സമയത്ത് അവളുടെ കൂടെ നിൽക്കുന്നതിലൂടെ നമ്മൾ ചൈതന്യയെ മനസ്സിലാക്കുക മാത്രമല്ല, അവളുടെ ജീവിതം മാറ്റിമറിക്കാൻ പോകുന്ന ഒരു വലിയ സംരംഭത്തിന് നാം ഭാഗഭാക്കാവുക കൂടെയാണ്.'

മണിക്കൂറുകൾ നീണ്ട ചർച്ചകളായിരുന്നു ചിത്തുവും, മരിയയും തമ്മിൽ. എലനിയുടെ യഥാർത്ഥ ജീവിതത്തിൽ സിനിമക്കാവശ്യമായ പൊടിപ്പും തൊങ്ങലും പിടിപ്പിച്ച് ചൈതന്യ കഥ നെയ്യുന്ന കല മരിയ സൂക്ഷ്മമായി നിരീക്ഷിച്ചു.

ചൈതന്യ അവളുടെ ചിന്താസരണികളെ ഇഴചേർക്കുന്നതും, ഇഴ പിരിക്കുന്നതുമെല്ലാം ഒരു സൈക്കോളജിസ്റ്റിന്റെ പഠനവിഷയം എന്ന കണക്കെയാണ് മരിയ നിരീക്ഷിച്ചത്. ചൈതന്യ മനസ്സുതുറന്ന് സംസാരിക്കുമ്പോൾ കഥയുടെയും, തിരക്കഥാരചനയുടേയും സാങ്കേതിക വശങ്ങളിൽ മാത്രമാണ് മരിയ ഇടപെട്ടിരുന്നത്. അവളുടെ ആവിഷ്ക്കാരസ്വാതന്ത്ര്യത്തിൽ അല്പംപോലും കടന്നുചെന്നില്ല.

സ്വന്തം അമ്മയുടെ പ്രായത്തിലുള്ള സോഫിയ എന്ന കഥാപാത്രത്തെ അവതരിപ്പിക്കുമ്പോൾ ചൈതന്യയുടെ ഓരോ വാക്കിലും സ്ത്രീത്വത്തിന്റെ ആന്തരികശക്തിയെക്കുറിച്ചുള്ള ഒരു ടീനേജ് പെൺകുട്ടിയുടെ ആഴത്തിലുള്ള ധാരണകൾ ശക്തമായി മുന്നിട്ടു നിന്നു.

ചിത്തുവിലൂടെ ഇന്നത്തെ തലമുറയിലെ പെൺകുട്ടികളുടെ കാഴ്ചപ്പാടുകൾ അത്രയും അടുത്തറിഞ്ഞ മരിയ സ്വാതിടീച്ചറിനോട് പകുതി കാര്യമായും, പകുതി കളിയായും പറഞ്ഞു... 'ഇപ്പോഴത്തെ മക്കളുടെ ചിന്തകൾക്കനുസരിച്ച് ജീവിക്കാൻ അച്ഛനമ്മമാർക്ക് ഒരു പുതിയ പാഠ്യപദ്ധതി ഇറക്കേണ്ടി വരുമല്ലോ ടീച്ചർ.. എന്നിട്ട് നിർബന്ധമായി അവരെ പിടിച്ചുകൊണ്ടുവന്ന് ആ ക്ലാസ്സുകൾ അറ്റൻഡ് ചെയ്യിക്കേണ്ടിയും വരും!'

ടീച്ചറും അതിനോട് യോജിച്ചു...

'സോഫ്റ്റ്‌വെയർ അപ്പ്ഡേഷൻ പോലെ എല്ലാ വർഷവും അതിന്റെ തുടർച്ചയും വേണ്ടിവരും!'

ടീച്ചറും, മരിയയും ഉറക്കെച്ചിരിച്ചു.

'രണ്ട് ബുദ്ധിജീവികളുടെ കടിച്ചാൽ പൊട്ടാത്ത ഓരോ തമാശകൾ...' ചിത്തുവിന്റെ മുഖത്ത് ഒരു ഗൂഢസ്മിതം നിറഞ്ഞു.

വീണ്ടുമവൾ അവളുടെ ലോകത്തേക്ക് തലപൂഴ്ത്തി.

കഥാകാരിയും, കഥയിലെ പ്രധാന കഥാപാത്രവും തമ്മിൽ ഒരു

തലമുറയുടെ പ്രായവ്യത്യാസം ഉണ്ടായിരുന്നിട്ടും അതിനെയെല്ലാം അതിജീവിക്കുന്ന ഒരു ആഖ്യാനശൈലി ചിത്തു വിദഗ്ദ്ധമായി നെയ്തെടുത്തു.

സ്ത്രീകളിൽ അവർ പോലുമറിയാതെ അന്തർലീനമായി കിടക്കുന്ന അപാരമായ ശക്തിയെ ചിത്തു പക്വതയാർന്ന കാഴ്ചപ്പാടുകളോടെ തന്റെ എഴുത്തിൽ കൊണ്ടുവന്നു.

സിനിമയുമായി ബന്ധപ്പെട്ട കുറേ പുസ്തകങ്ങൾ മരിയ ചിത്തുവിന് വായിക്കാനായി ഓർഡർ ചെയ്തു വരുത്തി. ആ പുസ്തകങ്ങളെല്ലാം ചിത്തു വേഗത്തിൽ തന്നെ വായിക്കുകയും നോട്ടുകൾ തയ്യാറാക്കുകയും ചെയ്തു.

വലിയൊരു റിസർച്ച് നടത്തുന്ന ബുദ്ധികൂർമ്മതയോടെ അവൾ അതെല്ലാം ചെയ്യുന്നത് കണ്ട മരിയയ്ക്ക് ആശ്ചര്യമടക്കാനായില്ല. ചിത്തുവിന്റെ ജോലി പുരോഗമിക്കുന്നതിനോടൊപ്പം തന്നെ മരിയ ചിത്രം ഷൂട്ട് ചെയ്യാനുള്ള തയ്യാറെടുപ്പുകളും നടത്തി. പ്രീ-പ്രൊഡക്ഷൻ വർക്കുകൾ തകൃതിയായി നടന്നു.

ചൈതന്യയുടെ സർഗവാസനയുടെയും, ബുദ്ധിശക്തിയുടേയും പ്രതിഫലനമായി കഥ വികസിച്ചു.....അങ്ങനെ വേനലവധി കഴിഞ്ഞ് സ്കൂൾ തുറക്കുന്നതിന്റെ രണ്ടു ദിവസം മുൻപ് ചിത്തു സ്ക്രിപ്റ്റ് മുഴുവനാക്കി മരിയയെ ഏൽപ്പിച്ചു.

19

ദൈവത്തിന്റെ സ്വന്തം നാട്ടിലെ രണ്ടര മാസത്തെ സംഭവബഹുലമായ താമസത്തിന് ശേഷം മരിയ 'ഹെല്ലനിക് റിപ്പബ്ലിക്' എന്ന സ്വന്തം ദേശം ഗ്രീസിലെത്തി. തന്റെ രാജ്യത്തിലെ മക്രിനീറ്റ്സയിൽ നിന്നും ശരീരം വിട്ടുപോയ ഒരാത്മാവിനെ സ്വന്തം മനസ്സോടു ചേർത്ത ഭൂമിയുടെ മറ്റൊരറ്റത്തുള്ള ചൈതന്യ ഹരികൃഷ്ണനെന്ന കൗമാരക്കാരി എഴുതിയ തിരക്കഥയുടെ പ്രിന്റഡ് വേർഷൻ മരിയയുടെ കൈകളിൽ തുടിച്ചു.

രണ്ട് പെൺകുട്ടികളുടെ ഹൃദയതാളങ്ങൾ പേറുന്ന ആ പുസ്തകത്തിന്റെ ഉള്ളടക്കത്തിനെ അതിന്റെ ആത്മാവ് ചോരാതെ ദൃശ്യവൽക്കരിക്കുക എന്ന വലിയൊരു ദൗത്യമാണ് ഇനി അടുത്തത്.

എലഫ്ത്തറിയസ് വെനീസെലോസ് എന്ന് നാമകരണം ചെയ്തിരിക്കുന്ന ഏതെൻസ് ഇന്റർനാഷണൽ എയർപോർട്ടിൽ മരിയ ലാൻഡ് ചെയ്തതു മുതൽ അന്നേവരെ മറ്റൊരു സിനിമ ചെയ്യുന്ന

തിനുമുമ്പും അനുഭവിക്കാത്ത ഒരു മാനസികസംഘർഷം മരിയയെ പിടികൂടി. തിരക്കഥയുടെ ഏടുകൾക്കകത്തു നിന്ന് നാലുകണ്ണുകൾ തന്നിലേക്ക് നീണ്ടുവരുന്നതു പോലെ... മരിയ 'അപ്പ് എബോവ് ദി സ്കൈ' തിരക്കഥയെ ഒന്നുകൂടെ മാറോടു ചേർത്തുപിടിച്ചു.

ഏതൻസ് നഗരത്തിന്റെ ഹൃദയഭാഗത്തുള്ള മരിയ ഡാവോസിന്റെ സി.എം.ഡി ഫിലിംസ് കമ്പനി രാജ്യത്തിലെ തന്നെ പ്രമുഖ ഫിലിം കമ്പനികളിലൊന്നാണ്. ദേശീയ-അന്തർദേശീയ അവാർഡുകൾ നേടിയ ഒരുപാട് സിനിമകൾ സി.എം.ഡി ഫിലിംസിന്റേതായിട്ടുണ്ട്. കമ്പനിയുടെ ഉടമയും, ചെയർമാനുമായ മരിയ ഡാവോസിന്റെ നേരിട്ടുള്ള മേൽനോട്ടത്തിലാണ് കമ്പനിയുടെ ഓരോ കാര്യങ്ങളും. ഏറ്റവും നൂതനമായ സാങ്കേതിക വിദ്യകളുടേയും, കഴിവുറ്റ കലാകാരന്മാരുടേയും മേളനമാണവിടം.

പതിനെട്ട് വയസ്സ് മുതൽ തൊണ്ണൂറു വയസ്സുവരെയുള്ള പ്രതിഭകൾ ഉണ്ടവിടെ. അവർക്കിടയിലേക്ക് ഇന്ന് പതിനാലുകാരിയായ ഒരു പുതിയ അംഗത്തെ പരിചയപ്പെടുത്തുകയാണ് സി.എം.ഡി ഫിലിംസിന്റെ നെടുംതൂണായ മിസ് മരിയ ഡാവോസ്.

ഗ്രീക്ക് സിനിമാ ചരിത്രത്തിന്റെ നാഴികക്കല്ലുകൾ പ്രൗഢിയോടെ പ്രദർശിപ്പിക്കപ്പെട്ട ഒരു നീണ്ട ഇടനാഴിയുടെ അങ്ങേത്തലക്കലാണ് സി.എം.ഡി യുടെ മീറ്റിംഗ് റൂം. സി.എം.ഡി യുടെ ഏറ്റവും പുതിയ സിനിമയായ അപ്പ് എബോവ് ദി സ്കൈയുടെ ടീം മുഴുവനുമുണ്ട് വിശാലമായ ആ മുറിയിൽ.

അവർക്കിടയിലേക്ക് മരിയ കടന്നുവന്നപ്പോൾ ഏവരും എഴുന്നേറ്റു നിന്ന് ഉപചാരങ്ങളോടെ മരിയയെ സ്വീകരിച്ചു. ഓഫീസിൽ തന്റെ സാന്നിധ്യം ഇല്ലായിരുന്നെങ്കിലും ഫോണിലൂടെ കൊടുത്തുകൊണ്ടിരുന്ന നിർദ്ദേശങ്ങൾക്കനുസരിച്ച് മരിയയുടെ ക്രീയേറ്റീവ് ആശയങ്ങളെ കൃത്യമായി മനസ്സിലാക്കി പ്രീ-പ്രൊഡക്ഷൻ ജോലികൾ ഭംഗിയായി തീർത്ത സിഎംഡി ടീമിനെ മരിയ ആത്മാർത്ഥമായി അഭിനന്ദിച്ചു.

കഴിഞ്ഞ രണ്ടരമാസം ഇന്ത്യയിലെ കേരളത്തിൽ തൃശ്ശൂരെന്നൊരു ടൗണിലെ ഗസ്റ്റ് ഹൗസിൽ ആ നാട്ടിൽ വെച്ചു പരിചയപ്പെട്ട രണ്ടു മൂന്ന് പേരുടെ കൂടെ മാത്രമായിരുന്നു തങ്ങളുടെ ബോസ് എന്നത് മരിയയുടെ ടീമിന് അവിശ്വസനീയമായ കാര്യമായിരുന്നു. യാത്രകളും, പാർട്ടികളും നിത്യജീവിതത്തിന്റെ ഭാഗമായ ഗ്രീക്ക് വംശജരായിരുന്നു അവരിൽ മിക്കപേരും.

അവരെ മരിയയുടെ കഴിഞ്ഞ രണ്ടരമാസത്തെ അടച്ചിട്ട ജീവിതം

അത്ഭുതപ്പെടുത്തിയില്ലെങ്കിലേ അത്ഭുതമുള്ളൂ.... അതിന് കാരണക്കാരിയായ ആ പെൺകുട്ടിയെ വീഡിയോ കാളിലൂടെ പരിചയപ്പെടാൻ പോവുകയാണ് അവരിപ്പോൾ. ആകാംഷാഭരിതരാണ് ഏവരും..

ചിത്തുവിന് അന്ന് സ്കൂൾ ഉള്ള ദിവസമായതു കൊണ്ട് മരിയ പ്രിൻസിപ്പൽ സെലിൻ മാഡത്തിൽ നിന്നും സ്പെഷ്യൽ പെർമിഷൻ വാങ്ങി മാഡത്തിന്റെ കാബിനിൽ നിന്നും സ്വാതിടീച്ചറുടെ മൊബൈലിലൂടെയാണ് ആ വീഡിയോ കോൾ നടത്താൻ തീരുമാനിച്ചിരുന്നത്.

മരിയയുടെ ഓഫീസിൽ നിന്നും പറഞ്ഞ സമയത്തു തന്നെ സ്വാതി ടീച്ചറുടെ മൊബൈലിലേക്ക് കാൾ കണക്ട് ആയി. ഏതൻസിലെ സിഎംഡി ഫിലിംസ് ഓഫീസിലെ 'അപ്പ് എബോവ് ദി സ്കൈ' പ്രോജക്ട് ടീമിന് മുന്നിൽ വലിയ സ്ക്രീനിൽ ചൈതന്യ ഹരികൃഷ്ണൻ; തെളിഞ്ഞ മുഖവും, വിടർന്ന കണ്ണുകളുമുള്ള പുതിയ തിരക്കഥാകൃത്ത്.

മനോഹരമായ ശബ്ദത്തിൽ അവൾ ഏവർക്കും സുപ്രഭാതം നേർന്നു. 'കാലിമേര സെ ഓലോസ്'

'കലിസ്പേര മൈ ഡിയർ...' ഇന്ത്യയിൽ സമയം ഉച്ചക്ക് ഒന്നര എന്ന് വാച്ചിൽ നോക്കി ഉറപ്പുവരുത്തി മരിയ പറഞ്ഞു.

തലമുടി രണ്ടായി മെടഞ്ഞു മുന്നിലേക്കിട്ട്, യൂണിഫോമിൽ തികഞ്ഞ ആത്മവിശ്വാസത്തോടെ മുന്നിലിരിക്കുന്ന ചൈതന്യയെ മരിയയുടെ ടീം കൗതുകത്തോടെ നോക്കി. വെറുതെയല്ല മരിയ മാഡം രണ്ടരമാസം ഈ പെൺകുട്ടിക്ക് വേണ്ടി ഇന്ത്യയിലെ ബാക്കിയെല്ലാ പരിപാടികളും ക്യാൻസൽ ചെയ്ത് ഈ പ്രോജക്റ്റിന് വേണ്ടി തമ്പടിച്ചതെന്ന് ചൈതന്യയുടെ ആദ്യവാചകത്തിൽ തന്നെ ഏവർക്കും മനസ്സിലായി.

ചൈതന്യയെ കണ്ടപ്പോഴുള്ള ടീമിന്റെ മുഖഭാവത്തിൽ നിന്നും തന്റെ തീരുമാനം തെറ്റിയില്ല എന്ന് വീണ്ടും ഒരിക്കൽ കൂടി തെളിയിക്കപ്പെട്ടതിലുള്ള സന്തോഷത്തിൽ മരിയ ചൈതന്യയെ വാത്സല്യത്തോടെ നോക്കി. ടീമിലെ ഓരോരുത്തരേയും അവൾക്ക് പരിചയപ്പെടുത്തിക്കൊടുത്തു. ചൈതന്യയെക്കുറിച്ചും അവളുടെ മനോഹരമായ നാടിനെക്കുറിച്ചുമെല്ലാം ടീമിനും ഒരു ചെറിയ വിവരണം നൽകി.

ചൈതന്യക്ക് തിരിച്ച് ക്ലാസ്സിലേക്ക് പോകേണ്ട സമയമായി എന്ന സെലിൻ മാഡം വന്ന് പറഞ്ഞപ്പോൾ അവൾ ഏവരോടും യാത്രപ

റഞ്ഞു. മരിയ സ്വാതിടീച്ചറോടും, സെലിൻ മാഡത്തിനോടും കുശാലാന്വേഷണം നടത്തുകയും ടീമിന് അവരെക്കൂടി പരിചയപ്പെടുത്തുകയും ചെയ്തു. ഗ്രീസിലെ വലിയ ഫിലിം മേക്കേഴ്സിൽ ഒന്നായ സി.എം.ഡി ഫിലിംസിന്റെ ഏറ്റവും പുതിയ പ്രോജെക്ടിൽ ഭാഗമായതിനും, പിന്തുണച്ചതിനും പ്രത്യേക നന്ദിയും അറിയിച്ചു. വിദ്യാദീപ് സ്കൂളിന്റെ ചരിത്രത്തിൽ രേഖപ്പെടുത്താൻ പാകത്തിലുള്ളതായിരുന്നു മരിയയിൽ നിന്നുമുള്ള ആ വാക്കുകൾ.

മരിയക്ക് അടുത്തതായി ചെയ്യാനുണ്ടായിരുന്നത് മക്രിനീറ്റ്സയിൽ പോയി എലനിയുടെ കുടുംബത്തെ കാണുക എന്നതായിരുന്നു. എലനിയുടെ യഥാർത്ഥകഥ തിരക്കഥാ രൂപത്തിലായപ്പോൾ അതിൽ കുറച്ചൊക്കെ മാറ്റങ്ങൾ വന്നിട്ടുണ്ടെങ്കിലും ആത്യന്തികമായി അത് എലനിയാണ്, ചിത്തുവിന്റെ സ്വന്തം എലനി. അതുകൊണ്ടുതന്നെ ഇങ്ങനെയൊരു സിനിമ ആവിർഭവിക്കുന്ന കാര്യം സോഫിയയോട് പറയണമെന്ന് മരിയ ഏറെ ആഗ്രഹിച്ചു.

'പക്ഷേ, വൈകാരികമായ എന്തെങ്കിലും കാരണങ്ങളാൽ സോഫിയ ഇതിനെ എതിർത്താലോ?' ചൈതന്യയുടെ അഭിപ്രായത്തിൽ സോഫിയ വളരെ ആർജവമുള്ള ഒരു സ്ത്രീയും, സ്നേഹമയിയായ അമ്മയുമാണ്. മാത്രമല്ല, എലനിയുടെ യൂട്യൂബ് വീഡിയോകളിൽ ഒട്ടുമുക്കാലും മരിയ കാണുകയും ചെയ്തിരുന്നു. സോഫിയയുടെ ഒരു ശരീരഭാഷ വെച്ചുനോക്കുമ്പോൾ അവർ ഈ പ്രോജെക്ടിനെ എതിർക്കാൻ വഴിയില്ല.

കൂടുതലൊന്നും ചിന്തിക്കാതെ മരിയ മക്രിനീറ്റ്സയിലേക്ക് തിരിച്ചു. അവിടത്തെ ട്രാവൽ ഏജൻസി ജോലിക്കാരനായ ക്രിസ്റ്റഫറെ ചൈതന്യ മരിയയ്ക്കും പരിചയപ്പെടുത്തിക്കൊടുത്തിരുന്നു. വോലോസിൽ നിന്നും മക്രിനീറ്റ്സയിലേക്ക് പോകുംവഴി ക്രിസ്റ്റഫറും മരിയയോടൊപ്പം കൂടി. പണ്ടെപ്പോഴോ ആ വഴികളിലൂടെ മരിയ വന്നിട്ടുണ്ടെങ്കിലും ഇന്ന് വീണ്ടും അതുവഴി യാത്രചെയ്തപ്പോൾ അവർ അത്ഭുതപ്പെട്ടുപോയി.

ഈ സ്ഥലത്തിന്റെ മുക്കും മൂലയും എത്ര കൃത്യമായി ചൈതന്യ തിരക്കഥയിൽ എഴുതിയിരിക്കുന്നു. ലൊക്കേഷൻ വിസിറ്റ് എന്ന പേരിൽ ഒരു മാസം മുഴുവനും തന്റെ ടീമിനെ ഇവിടേക്ക് വിട്ടാലും ചൈതന്യ നിരീക്ഷിച്ച പോലെ അത്രയും സൂക്ഷ്മമായി മനസ്സിലാക്കാൻ ഒരുപക്ഷേ, അവർക്ക് സാധിച്ചിട്ടുണ്ടാവില്ല. പുറംകണ്ണുകൾ കൊണ്ടും അകക്കണ്ണുകൾ കൊണ്ടും കാണുന്നതിന്റെ വ്യത്യാസമാണത്. യഥാർത്ഥ മക്രിനീറ്റ്സയെക്കാൾ ഭംഗിയുണ്ട്

ചൈതന്യയുടെ തിരക്കഥയിലെ മക്രിനീറ്റ്സക്ക്. ക്യാമറ ടീമിന് ചൈതന്യ ഉണ്ടാക്കിവെച്ചിരിക്കുന്ന ജോലി ചില്ലറയല്ല. മരിയയുടെ മനസ്സിൽ ചൈതന്യയുടെ കുസൃതിച്ചിരി തെളിഞ്ഞുവന്നു... കൈകൾ അറിയാതെ മൊബൈലിൽ അവളുടെ നമ്പറിലേക്ക് നീണ്ടു.

അപ്പുറത്ത് വീഡിയോയിൽ ചൈതന്യ...

'ഡിയർ... നിനക്ക് ഞാനൊരു കാര്യം കാണിച്ചുതരാം...' റോഡരുകിൽ കാഴ്ചകൾ കാണാൻ പറ്റിയൊരിടത്ത് മരിയ കാർ നിർത്തി, ക്യാമറ ദൂരേക്ക് ഫോക്കസ് ചെയ്തു.

'ഓഹ്... മൈ മക്രിനീറ്റ്സാ....' ചൈതന്യയുടെ അങ്ങേയറ്റം ആവേശത്തോടെയുള്ള ആ വിളികേട്ട് മരിയ ഞെട്ടിപ്പോയി. അത്രയും ആവേശഭരിതയായി അവളെ മരിയ കണ്ടിട്ടില്ലായിരുന്നു. ഒരു കൊച്ചുകുട്ടിയെപ്പോലെ അവൾ മൊബൈലുമെടുത്ത് മുറിയിൽ നിന്നും താഴേക്ക് ഓടിയിറങ്ങി. 'അമ്മേ... അമ്മേ....ലുക്ക് അറ്റ് ദിസ്..' അവൾ ഉറക്കെയുറക്കെ സംസാരിക്കുന്നത് മരിയക്ക് കേൾക്കാമായിരുന്നു.

ഓൺലൈൻ വീഡിയോകളിൽ മാത്രം കണ്ടിട്ടുള്ള മക്രിനീറ്റ്സ ഇന്ന് മരിയയുടെ മൊബൈലിലൂടെ ചിത്തുവിന് വേണ്ടി മാത്രം തെളിഞ്ഞത് കണ്ടതിലുള്ള സന്തോഷം അവൾക്ക് അടക്കാനായില്ല.

അൽപ്പനേരം ചിത്തുവിനോടും, ലക്ഷ്മിയോടും സംസാരിച്ചതിനുശേഷം മരിയ യാത്രതുടർന്നു. ക്രിസ്റ്റഫർ മരിയയുടെ വരവിനെക്കുറിച്ച് സോഫിയക്ക് ചെറിയൊരു സൂചന നൽകിയിരുന്നു. അതുകൊണ്ടുതന്നെ സോഫിയ കാത്തിരിക്കുകയായിരുന്നു.

വളരെ ഊഷ്മളമായാണ് സോഫിയ മരിയയെ സ്വീകരിച്ചത്. ഭാഷയുടേയും, ദേശത്തിന്റെയും വ്യത്യാസങ്ങളില്ലാതെ രണ്ടുപേരുടേയും മനസ്സുകൾ പെട്ടെന്നടുത്തു. ചൈതന്യയെക്കുറിച്ചറിഞ്ഞ സോഫിയ അവിശ്വസനീയമായി ആ കഥ കേട്ടുകൊണ്ടിരുന്നു. കേട്ടിട്ടും, കേട്ടിട്ടും മതിയാവാതെ വീണ്ടും അവളെക്കുറിച്ച് ചോദിച്ചുകൊണ്ടേയിരുന്നു.. ചൈതന്യയ്ക്ക് എലനിയോടുള്ള അസാധാരണമായ സ്നേഹത്തെക്കുറിച്ച് വൈകിട്ടു വരെ പറഞ്ഞിട്ടും സോഫിയക്ക് കേട്ടുമതിയായില്ല. സ്വപ്നത്തിൽ പോലും വിചാരിക്കാത്ത ഒരു കാര്യമായിരുന്നു സോഫിയക്കത്. സ്വന്തം മകളെ ഇത്രമാത്രം സ്നേഹിക്കുന്ന ഒരനിയത്തിക്കുട്ടി എലനിക്കുണ്ടെന്ന അറിവിൽ, ആ വികാരത്തള്ളിച്ചയിൽ സോഫിയ സ്വയംമറന്നു. അന്നുതന്നെ തിരിച്ചുപോകാൻ തുടങ്ങിയ മരിയയെ സോഫിയ സ്നേഹത്തോടെ തന്റെ വീട്ടിൽ നിൽക്കാൻ നിർബന്ധിച്ചു. ആ സ്നേഹത്തിന് മുന്നിൽ മരിയ വഴങ്ങിക്കൊടുക്കുകയും ചെയ്തു.

ചൈതന്യയോടുള്ള സോഫിയയുടെ സ്നേഹാധിക്യം കണ്ട മരിയ ചൈതന്യയെ ഫോൺ ചെയ്തു. മൊബൈലിന്റെ സ്ക്രീനിൽ അവളുടെ തിളങ്ങുള്ള മുഖം തെളിഞ്ഞപ്പോൾ സോഫിയ ആ കുഞ്ഞു മുഖത്തിനെ കൈകൊണ്ട് വാരിയെടുക്കുന്ന പോലെ മരിയയുടെ കൈയ്യിൽ നിന്നും മൊബൈൽ വാങ്ങിച്ചു... വിതുമ്പുന്ന ചുണ്ടുകളോടെ അവർ ആ മൊബൈൽ സ്ക്രീനിൽ അവളെ ചുംബിച്ചു. സോഫിയയുടെ കണ്ണുനീരിൽ ചൈതന്യയുടെ മുഖം അവ്യക്തമായി. സോഫിയ വല്ലാത്തൊരു സ്നേഹവായ്പോടെ ആ മൊബൈൽ സ്ക്രീനിൽ വീണ്ടും വീണ്ടും ചുംബിച്ചു. ആ സമയത്തെ സോഫിയയുടെ മാനസികാവസ്ഥയുടെ ആഴങ്ങൾ മരിയക്ക് പോലും വേർതിരിച്ചറിയാൻ കഴിഞ്ഞില്ല... സോഫിയ തന്റെ സ്വന്തം മകളെ തന്നെയാണോ ചൈതന്യയിൽ കണ്ടത്?

അടുത്ത രണ്ടുദിവസം മരിയയും, സോഫിയയും ഒരു നിമിഷം പോലും പരസ്പരം വിട്ടുമാറിയില്ല. സിനിമ എടുക്കാൻ വന്ന ഒരു സംവിധായിക എന്നതിൽ നിന്നുമൊക്കെ അപ്പുറം തന്റെ മകളുടെ ഒരംശം പേറുന്ന മറ്റൊരു പെൺകുട്ടിയെ തനിക്ക് തന്ന ഒരാൾ എന്ന നിലയിലായിരുന്നു സോഫിയയുടെ പെരുമാറ്റം.

ചൈതന്യയെ വീണ്ടും വീണ്ടും കാണണമെന്ന് സോഫിയ ആഗ്രഹം പ്രകടിപ്പിച്ചു. സാമൂഹികപ്രവർത്തനങ്ങളും, ജോലികളുമെല്ലാമായി എന്നും സോഫിയ തിരക്കിലായിരുന്നെങ്കിലും ഉള്ളിന്റെയുള്ളിൽ മകളായിരുന്നു അവരുടെ ലോകവും, പ്രതീക്ഷയും, ജീവിക്കാനുള്ള ശക്തിയുമെല്ലാം..

അങ്ങനെയുള്ള ഒരമ്മയുടെ ലോകത്തു നിന്നും ആ മകൾ പറിച്ചുമാറ്റപ്പെട്ടപ്പോൾ ജീവിക്കുന്നൊരു ശരീരം മാത്രമായി സോഫിയ. ആ അമ്മമനസ്സിലേക്കാണ് ജീവന്റെ മെഴുകുതിരിവെട്ടം പോലെ ചൈതന്യ കടന്നുവന്നത്. തന്നെപ്പോലെതന്നെ എലനിയുടെ വേർപാടിൽ തീവ്രദുഃഖമനുഭവിക്കുന്ന മറ്റൊരാത്മാവ്. ചൈതന്യയെക്കുറിച്ചറിഞ്ഞ നിമിഷം മുതൽ സോഫിയയുടെ മാനസികാവസ്ഥ തന്നെ മാറിപ്പോയോ എന്ന് മരിയ സംശയിച്ചു. വളരെ ശ്രദ്ധിച്ചുമാത്രം കൈകാര്യം ചെയ്യേണ്ട ഒരു വിഷയമാണിതെന്ന് മനസ്സിൽ കുറിക്കുകയും ചെയ്തു. ഒരു സിനിമ ചെയ്യുന്നതോടുകൂടി അവസാനിക്കുന്ന ബന്ധങ്ങളല്ല ഇതൊന്നും.... മരിയയുടെ മനസ്സ് മന്ത്രിച്ചു.

മക്രിനീറ്റ്സയിൽ നിന്നും യാത്രപറയുമ്പോൾ വികാരാധീനയായ സോഫിയ ചൈതന്യയുടെ മൊബൈൽ നമ്പർ തരാൻ മരിയയോട് അപേക്ഷിച്ചു. എന്നാൽ അത് രണ്ടുപേരേയും മറ്റൊരു മാനസികാ

വസ്ഥയിലേക്ക് കൊണ്ടുപോകും എന്നുറപ്പുള്ളത് കൊണ്ട് തൽക്കാലത്തേക്ക് ചൈതന്യയുടെ കുറച്ച് ഫോട്ടോസ് മാത്രം മരിയ ഫോർവേഡ് ചെയ്തുകൊടുത്തു. സിനിമ ഷൂട്ടിങ്ങിന്റെ ഭാഗമായി ഇവിടേക്ക് വീണ്ടും വരുമെന്നും, സിനിമയുടെ റിലീസ് സമയത്ത് ചൈതന്യയെ നേരിട്ട് കാണിച്ചു തരാമെന്നും വാക്കുകൊടുത്ത് മരിയ തിരിച്ച് ഏതൻസിലേക്ക് യാത്രയായി.

മരിയ ഗ്രീസിലെത്തി ഉടൻതന്നെ അപ് എബോവ് ദി സ്കൈ ഫിലിമിന്റെ ചിത്രീകരണം ആരംഭിച്ചു. ഷൂട്ടിങ്ങിന്റെ ഓരോ കാര്യങ്ങളും ചൈതന്യയെ വിളിച്ച് അറിയിച്ചുകൊണ്ടിരുന്നു. തിരക്കഥാകൃത്ത് അറിയാതെ ഒരു ചെറിയ മാറ്റം പോലും ഒരു ഷോട്ടിലും ചെയ്യരുതെന്ന് മരിയക്ക് നിർബന്ധമുണ്ടായിരുന്നു. ലൊക്കേഷൻ അവൈലബിലിറ്റി അനുസരിച്ച് ചില ചെറിയ മാറ്റങ്ങൾ അവിടിവിടെ വരുത്തേണ്ടി വന്നപ്പോഴും മരിയ അത് ചൈതന്യയ്ക്ക് വിവരിച്ചുകൊടുത്ത് അവളെക്കൊണ്ടു തന്നെ ചെയ്യിച്ചു.

പോസ്റ്റ് പ്രൊഡക്ഷൻ ജോലികൾ കൂടിക്കഴിഞ്ഞ് രണ്ട് മാസത്തിനുള്ളിൽ സിനിമ റിലീസിന് തയ്യാറായി. ചൈതന്യക്കും, ഹരികൃഷ്ണനും, ലക്ഷ്മിക്കും, സ്വാതിടീച്ചറിനും ഗ്രീസിലേക്ക് പോകാനുള്ള ടിക്കറ്റുകൾ സിഎംഡി ഫിലിംസ് ഓഫീസിൽ നിന്നും വന്നു. അച്ഛമ്മയേയും, നാണിമുത്തിയേയും കൂടെ കൊണ്ടുപോകാമായിരുന്നു, മരിയ അതിനുള്ള സൗകര്യവും ചെയ്തിരുന്നു. പക്ഷേ, അത്രയും യാത്ര ചെയ്യാനുള്ള ആരോഗ്യം രണ്ടുപേർക്കും ഇല്ലാത്തതുകൊണ്ട് പത്തുദിവസത്തേക്ക് അവരെ ബന്ധുക്കളുടെ സംരക്ഷണയിലാക്കി.

ചിത്തുവും, സ്വാതിടീച്ചറും സ്കൂളിൽ നിന്ന് പത്തുദിവസം അവധിയെടുത്തു. സ്വാതിടീച്ചർ ഗ്രീസിലേക്ക് വരാൻ ആദ്യം വിസമ്മതിച്ചെങ്കിലും മരിയ വിട്ടില്ല. മരിയയുടെ തൃശൂർ വാസക്കാലത്ത് അത്രമാത്രം അവർ രണ്ടുപേരും കൂട്ടുകാരായി കഴിഞ്ഞിരുന്നു.

ഗ്രീസിലേക്ക് പോകാനുള്ള ഒരുക്കങ്ങൾ തുടങ്ങിയ സമയം മുതൽ ചിത്തുവിന്റെ മനസ്സ് നിശബ്ദമായി. ഫിലിമിന്റെ ഷൂട്ട് പൂർത്തിയായി എന്നറിഞ്ഞതു മുതൽ അവളുടെ മനസ്സിൽ ഒരു നിർവികാരത കയറിക്കൂടിയിരുന്നു.

'മോളേ... നിന്റെ ഉള്ളിന്റെ ഉള്ളിലേക്ക് കയറിയ എലനിയെ ഇന്ന് നീ എത്ര ഉയരത്തിലാണ് പ്രതിഷ്ഠിച്ചിരിക്കുന്നത്. ഇത്രയുമായിട്ടും നിനക്കെന്താ ഒരു സന്തോഷമില്ലാത്തത്?'

മകളുടെ മനസ്സറിഞ്ഞ് ഹരി ചോദിച്ചു.

'അതെന്തുകൊണ്ടാണെന്ന് എനിക്കും കൃത്യമായി അറിയില്ലച്ഛാ.... ഇതുവരെ എന്റെ മുന്നിലേക്ക് വന്ന അവസരങ്ങളെ എന്റെ കഴിവിന്റെ പരമാവധി ഉപയോഗപ്പെടുത്തുക മാത്രമേ ചെയ്തുള്ളൂ... പഠിക്കാനും, ക്രിയേറ്റീവ് ആയി കാര്യങ്ങൾ ചെയ്യാനും കിട്ടിയ ഒരവസരവും വെറുതെ കളഞ്ഞില്ല. ഇമോഷണലായി മനസ്സിനെ കീഴ്പ്പെടുത്തിയ കാര്യങ്ങളിലൂടെ പോലും പുതിയ കാര്യങ്ങൾ പഠിക്കാനാണ് ശ്രമിച്ചത്. എന്നാലിപ്പോൾ... ഞാൻ ഇതുവരെ ചെയ്തതെല്ലാം എന്റെ കൈവിട്ട് ഉയരത്തിലേക്ക് പോയിരിക്കുന്നു. എന്നാൽ ലക്ഷ്യത്തിലേക്ക് എത്തിയിട്ടുമില്ല. എനിക്കിനി ചെയ്യാനായി ഒന്നുമില്ല.'

ഹരി ചിത്തുവിന്റെ മുഖത്തേക്ക് നോക്കിയിരുന്നു.

ചിത്തു പെട്ടെന്ന് കണ്ണിറുക്കി ചിരിച്ചുകൊണ്ട് പറഞ്ഞു...

'ആകെയൊരു ബ്ലിങ്കസ്യ!'

ഹരി ചിത്തുവിന്റെ ആ ചിരി അതേപോലെ ഏറ്റുവാങ്ങിക്കൊണ്ട് പറഞ്ഞു.... 'മോളേ... നമ്മൾ ചെയ്യേണ്ട കാര്യം ഏറ്റവും ഭംഗിയായി ചെയ്തു കഴിഞ്ഞാൽ പിന്നെയൊരു വെയ്റ്റിംഗ് പീരീഡ് ഉണ്ട്.. ആ കാലയളവ് നമുക്ക് നിശ്ചയിക്കാൻ പറ്റില്ല. പക്ഷേ, അത് കഴിഞ്ഞാൽ നമുക്ക് കിട്ടേണ്ടത് കിട്ടിയിരിക്കും. ഏതെങ്കിലും വഴിയിലൂടെ. ഏറ്റവും കൂടുതൽ ക്ഷമ വേണ്ടതും ആ സമയത്താണ്.' അച്ഛൻ പറഞ്ഞത് അക്ഷരംപ്രതി ചിത്തുവിന് മനസ്സിലായെങ്കിലും അവളുടെ മുഖത്തെ ആ ബ്ലിങ്കസ്യ ഭാവം മാറിയില്ല.

അങ്ങനെ ഏതെൻസിലേക്ക് പോകേണ്ട ദിവസം വന്നടുത്തു.... ഒരു സ്വപ്നത്തിലെന്ന പോലെ ചൈതന്യ ഹരികൃഷ്ണൻ ഗ്രീസിന്റെ മണ്ണിലേക്ക് ലാൻഡ് ചെയ്തു. മരിയയും, ടീം അംഗങ്ങളും അപ്പ് എബോവ് ദി സ്കൈ ഫിലിമിന്റെ ജീവദാതാവിനെ സ്വീകരിക്കാൻ എയർപോർട്ടിൽ എത്തിയിരുന്നു. സിനിമ മരിയ ഉദ്ദേശിച്ച പോലെ ത്തന്നെ പൂർത്തിയാക്കാൻ കഴിഞ്ഞതിന്റെ ആത്മസംതൃപ്തി മരിയയുടെ ഓരോ വാക്കിലും, ചലനത്തിലും പ്രകടമായിരുന്നു.

മരിയയെ കണ്ടതും ചിത്തു ഓടിപ്പോയി അവരെ കെട്ടിപ്പിടിച്ചു.

ഗ്രീസിൽ ആദ്യമായി വരുകയാണെന്ന പ്രതീതിയേ അവൾക്ക് തോന്നിയില്ല.. ചുറ്റും കേൾക്കുന്ന ഭാഷയും, സംസാരരീതികളുമെല്ലാം എത്രയോ കാലമായി കേൾക്കുന്ന കാര്യങ്ങളല്ലേ എന്ന ഭാവമായിരുന്നു അവൾക്ക്. മരിയ നാലുപേരെയും അവരുടെ വീട്ടിലേക്ക് കൊണ്ടുപോയി. ഹോട്ടൽ റൂമിൽ താമസിച്ചുകൊള്ളാം എന്ന ഹരിയുടെ അഭിപ്രായത്തെ മരിയ സ്നേഹപൂർവ്വം നിരസിച്ചിരുന്നു. 'എന്റെ സ്വന്തം ചൈതന്യയും കുടുംബവും എന്റെ വീട്ടിലെ വിശി

ഷ്ടാതിഥികളാണ്. നിങ്ങൾ തിരിച്ചുപോകുന്നത് വരെ ഇവിടെ എന്റെ വീട്ടിൽ...'

പിറ്റേദിവസം രാവിലെ തന്നെ മക്രിനീറ്റ്സയിലേക്ക് പോകണമെന്നായിരുന്നു ചിത്തുവിന്റെ ആഗ്രഹം. എങ്കിലും മരിയയുടെ ഓഫീസിൽ സംഘടിപ്പിച്ച ഒരു മീഡിയ മീറ്റിൽ ചൈതന്യ സ്പെഷ്യൽ ഗസ്റ്റ് ആയി വരുമെന്ന് അതിനകം തന്നെ അനൗൺസ് ചെയ്തിരുന്നു. പിറ്റേന്ന് രാവിലെ ഫോർമൽ ഡ്രസ്സിങ്ങിൽ പ്രസരിപ്പോടെ ചൈതന്യ മരിയയുടെ ഓഫീസിലെത്തി. സി.എം.ഡി ഓഫീസിൽ ജോലിചെയ്യുന്നവരും, മീഡിയയിൽ നിന്നുള്ളവരുമെല്ലാം സന്നിഹിതരായിരുന്നു അവിടെ.

സി.എം.ഡിയുടെ എല്ലാ സിനിമകൾക്കും ചെയ്യുന്നതുപോലെയുള്ള ഹെവി മാർക്കറ്റിങ് ഈ സിനിമക്ക് വേണ്ടിയും ചെയ്തിരുന്നു. എലനിയും, ചൈതന്യയും തന്നെയായിരുന്നു അവരുടെ ഏറ്റവും വലിയ സെല്ലിങ് പോയിന്റ്. മാർക്കറ്റിങ് മേഖലയിലെ അഗ്രഗണ്യനായ ഹരികൃഷ്ണൻ സി.എം.ഡി മാർക്കറ്റിങ് ടീം അവരുടെ പ്രോഡക്ടിന്റെ റീച്ചബിലിറ്റിക്കും, പബ്ലിസിറ്റിക്കുമായി തന്റെ മകളുടെ കഴിവുകളെ എത്ര ഭംഗിയായി ഉപയോഗപ്പെടുത്തുന്നു എന്ന് കൃത്യമായി മനസ്സിലാക്കി..

മകളുടെ നേട്ടത്തിൽ അഭിമാനം മാത്രമേ ഉണ്ടായിരുന്നുള്ളൂ സ്നേഹനിധിയായ ആ അച്ഛന്.

സ്റ്റിൽ ക്യാമറക്കണ്ണുകൾ തുടർച്ചയായി ചിമ്മിത്തുറന്നു.

വീഡിയോ ക്യാമറകൾ ഓരോ നിമിഷവും ഒപ്പിയെടുത്തു.

ചിത്തുവിന്റെ ടേബിളിനു മുന്നിൽ മൈക്കുകൾ നിരന്നിരുന്നു.

മരിയ ചൈതന്യയുടെ കൂടെത്തന്നെ നിന്നു.

മീഡിയയുടെ ചോദ്യങ്ങൾക്ക് മുന്നിൽ ചൈതന്യ ഒട്ടും പതറിയില്ല.

'എലനിയുടെ സ്വപ്നങ്ങളുടേയും, ആഗ്രഹങ്ങളുടേയും ശക്തി കാറ്റിന്റെ ദിശക്കനുസരിച്ചു പറക്കുന്ന ഒരപ്പൂപ്പൻ താടിപോലെ എന്റെ മനസ്സിലേക്ക് പറന്നുവന്നു. അതിനെ സ്വീകരിക്കുക എന്നത് എന്റെ നിയോഗമായിരുന്നിരിക്കാം... ആ അപ്പൂപ്പൻ താടിയിലെ വിത്തിലും പ്രകൃതി അതിന്റെ സാധാരണമായ പ്രവൃത്തികൾ ചെയ്തു. വിത്തു മുളക്കാവാവശ്യമായ കാറ്റും, വെളിച്ചവും നൽകി.. മണ്ണും വെള്ളവും നൽകി. ആ ഫലഭൂയിഷ്ഠതയിൽ അതിന് മുളപൊട്ടി..പച്ചിലകൾ കിളിർത്തു... ശാഖകൾ പൊടിഞ്ഞു. ആ അപ്പൂപ്പൻ താടിയിലെ വിത്തിന്റെ ശക്തി.. അത് എലനിയുടെ ആഗ്രഹങ്ങളാണ്. എന്റെ മനസ്സി

ന്റെ മണ്ണിൽ വീണെങ്കിലും മഴയായി മിസ് മരിയ ഡാവോസ് എന്നിലേക്ക് പെയ്തില്ലായിരുന്നെങ്കിൽ...'

പെയ്തില്ലായിരുന്നെങ്കിൽ?

ആ ചിന്തയിൽ അവൾ ഒന്നു ചിന്തയിലാണ്ട ശേഷം തുടർന്നു....

'മരിയ മാഡം വന്നിരിക്കും... വിത്തിന്റെ ഉള്ളിലെ ആഗ്രഹത്തിന്റെ ശക്തിക്ക് മുന്നിൽ പ്രകൃതിക്ക് നിഷ്ക്രിയമായി ഇരിക്കാനാവില്ലല്ലോ...'

വ്യക്തവും, ശക്തവുമായ ആംഗലേയഭാഷയിൽ ചൈതന്യ ക്യാമറക്കണ്ണുകളെ അഭിമുഖീകരിച്ച് പറഞ്ഞുനിർത്തി.

20

സിഎംഡി ഓഫീസിലെ മീറ്റിങ്ങിന് ശേഷം ഇനി ചൈതന്യ ഹരികൃഷ്ണൻ എലനി കല്ലാസിന്റെ മക്രിനീറ്റ്സയിലേക്ക്....

ഏതൻസിൽ നിന്നും മനോഹരമായ ഭൂപ്രദേശങ്ങളിലൂടെ മക്രിനീറ്റ്സയിലേയ്ക്കുള്ള യാത്രയിൽ ചിത്തു നിശ്ശബ്ദയായിരുന്നു. ഏറെ പരിചിതമായ ഇടങ്ങളിലൂടെ പോകുന്നപോലെ തോന്നി അവൾക്ക്. ഒരു തീർത്ഥാടന യാത്രയിലെന്നപോലെ ചിത്തുവിന്റെ മനസ്സ് മന്ത്രമുഗ്ദ്ധമായി. എലനിയുടെ അദൃശ്യസാന്നിധ്യം അവിടെങ്ങും നിറഞ്ഞുനിൽക്കുന്നു. കാറിനുള്ളിലെ നിശബ്ദതയിൽ എലനിയുടെ ബൗസൗക്കിയുടെ ശബ്ദം ചിത്തുവിന്റെ മനസ്സിൽ നിന്നും പുറത്തേക്കൊഴുകിപ്പരന്നു.

ശരീരമാകെ വിറക്കുന്ന പോലെ...

അവൾ കണ്ണുകളിറുക്കിയടച്ചു.

ചിത്തുവിന്റെ ശരീരം ചെറുതായി വിറക്കുന്നത് ഹരിയറിയുന്നുണ്ടായിരുന്നു. ഒരു വാക്കുപോലും ചോദിക്കാതെ, പറയാതെ അച്ഛൻ മകളെ ചേർത്തുപിടിച്ച് നെറ്റിയിൽ ഉമ്മവെച്ചു. കാറിലുണ്ടായിരുന്ന വാട്ടർ ബോട്ടിൽ തുറന്ന് അവൾക്ക് നേരെ നീട്ടി.

'മോളേ... ചോക്കളേറ്റുണ്ടോ നിന്റെ കൈയ്യിൽ?'

'ഉണ്ടച്ഛാ....'

'എടുക്ക്.. നമുക്കോരോന്ന് കഴിക്കാം. '

സിഎംഡി ഓഫീസിൽ നിന്നും അവൾക്ക് കിട്ടിയ ഗ്രീക്ക് സ്പെഷ്യൽ അയോൺ ചോക്കളേറ്റ് പാക്കറ്റ് അവൾ ബാഗിൽ നിന്നുമെടുത്തു. ഹേസൽനട്ടിന്റെ നല്ലൊരു ഫ്ളേവർ.

നാവിലലിയുന്ന ആ ചോക്കലേറ്റിന്റെ രുചിയിൽ അവൾ അച്ഛനെ

നോക്കി.

'ആർ യു ഓക്കേ നൗ?'

'യെസ് അച്ഛാ... ബെറ്റർ' അവൾ സുന്ദരമായി ചിരിച്ചു.

ഹരി അവളെ ഒന്നുകൂടി ചേർത്തുപിടിച്ചു.

ചുറ്റുമുള്ള മനോഹാരിതകളിലേക്കവൾ മിഴിനീട്ടി. എലനിയുടെ ബൗസൗക്കിയുടെ ശബ്ദം അവിടെയെല്ലാം നിറഞ്ഞുനിന്നു. ആ നാദ മാധുരിയിൽ വൃക്ഷത്തലപ്പുകളും, പുൽക്കൊടിത്തുമ്പുകളും ആന ന്ദനൃത്തമാടി. നിശബ്ദതയുടെ ഹിമപാളികളുരുകി. ആഹ്ളാദത്തി ന്റെ സൂര്യകിരണങ്ങൾ അവളുടെ മനസ്സിലേക്ക് മെല്ലെയൂർന്നിറങ്ങി. മക്രിനീറ്റ്സയുടെ ഹൃദയഭാഗത്തേക്കെത്തുന്തോറും ചിത്തുവിന്റെ ഹൃദയമിടിപ്പ് കൂടിക്കൂടി വന്നു. എലനി ജീവിച്ച ഇടങ്ങളും, സോ ഫിയയേയും കാണാൻ അവൾ അക്ഷമയായി നിമിഷങ്ങളെണ്ണി.

മക്രിനീറ്റ്സയിൽ അവരെക്കാത്ത് ക്രിസ്റ്റഫർ നിൽപ്പുണ്ടായിരുന്നു. കാറിൽ നിന്നിറങ്ങിയ ചിത്തുവും, ക്രിസ്റ്റഫറും വളരെ അടുത്ത കൂട്ടുകാരെപ്പോലെ പരസ്പരം കെട്ടിപ്പിടിച്ച് സൗഹൃദം പങ്കിട്ടു... കുശലാന്വേഷണങ്ങൾ നടത്തി.

ഏറെ അടുപ്പമുള്ള ഒരു ബന്ധുവീട്ടിലേക്ക് പോകുന്ന ആവേശ ത്തോടെ അവൾ ക്രിസ്റ്റഫറിന്റെ കൂടെ എലനിയുടെ വീട്ടിലേക്ക് നടന്നു.

'ചിത്തൂ.. അവിടെ നിൽക്ക്.. ഒരുമിച്ച് പോകാം.'

ലക്ഷ്മിയുടെ പരിഭ്രമം നിറഞ്ഞ വാക്കുകളൊന്നും അവൾ കേട്ട തുപോലുമില്ല.

'ഹരീ... ഇവളെവിടേക്കാണീ ഓടുന്നത്? അവിടെ നിൽക്കാൻ പറയൂ..'

ലക്ഷ്മിയുടെ വെപ്രാളം കണ്ട് മരിയ പെട്ടെന്ന് ലക്ഷ്മിയുടെ അരികിലേക്ക് വന്നു. ലക്ഷ്മിയുടെ ചുമലിലൂടെ കൈയ്യിട്ട്, മറുകൈ കൊണ്ട് ലക്ഷ്മിയുടെ കൈകൾ കൂട്ടിപ്പിടിച്ചുകൊണ്ടു പറഞ്ഞു... 'റിലാക്സ് ലക്ഷ്മി... ഇത് ചൈതന്യയുടെ ലോകമാണ്. അവൾക്കി വിടെ എല്ലാവരെയും അറിയാം. ഈ വഴികളറിയാം.. ഈ കാറ്റിലൂ ടെയൊഴുകി വരുന്ന സുഗന്ധങ്ങളെപ്പോലും വേർതിരിച്ചറിയാം.'

ലക്ഷ്മി വിശ്വാസം വരാതെ ഹരിയെ നോക്കി. മരിയയുടെ വാക്കു കളെ അപ്പാടെ സ്വീകരിച്ചുകൊണ്ട് ഹരി മരിയയിൽ നിന്നും ലക്ഷ് മിയെ തന്റെ കൈക്കുള്ളിലൊതുക്കി.

'നമ്മളിവിടെ കാണികൾ മാത്രം ലച്ചൂ...എല്ലാം കണ്ട് നമുക്കാ സ്വദിക്കാം'

⏩ എലനി

സ്വാതിടീച്ചറും മരിയയും കൈകോർത്ത് മുന്നിലും, ഹരിയും, ലക്ഷ്മിയും കൈകോർത്ത് പിറകിലും സോഫിയയുടെ വീട്ടിലേക്കുള്ള പടികൾ കയറി.

സോഫിയയുടെ വീട്ടിൽ ആകെ ബഹളമയമായിരുന്നു. പൊട്ടിച്ചിരികളും, കളിതമാശകളും... ചിത്തു അറിയാവുന്നപോലൊക്കെ ഗ്രീക്ക് ഭാഷയിൽ വെച്ചുകാച്ചുന്നുണ്ട്.. സോഫിയ അവളെ എടുത്തുയർത്താനൊക്കെ ശ്രമിക്കുന്നു. ഉമ്മകൾ കൊണ്ട് മൂടുന്നു. എന്തൊക്കെയോ അവൾക്ക് കഴിക്കാനായി വായിൽ വെച്ചുകൊടുക്കുന്നുമുണ്ട്. ക്രിസ്റ്റഫർ ഒരു വലിയ തമാശക്കാരനാണെന്ന് തോന്നുന്നു. ക്രിസ്റ്റഫറിന്റെ വാക്കുകൾ കേട്ട് എല്ലാവരും അട്ടഹസിച്ച് ചിരിക്കുന്നു. അവിടെയുള്ള അപ്പൂപ്പന്മാരിലും, അമ്മൂമ്മമാരിലും ചിലർ അവരുടെ വാക്കിങ് സ്റ്റിക്കുകൾ പിടിച്ച് എന്തൊക്കെയോ നൃത്തച്ചുവടുകൾ വയ്ക്കുന്നു.

'സോഫിയാ.....'

വാതിൽക്കൽ നിന്ന് മരിയ കഴിയുന്നത്ര ഉച്ചത്തിൽ ആവേശത്തോടെ വിളിച്ചു. അവരവിടെ വന്നതുപോലും ആ വിളികേട്ടാണ് സോഫിയ ശ്രദ്ധിച്ചത്. ചൈതന്യയെ കണ്ട് സ്ഥലകാലബോധം നഷ്ടപ്പെട്ടപോലെയായിരുന്നു സോഫിയക്ക്. മരിയയുടെ വിളികേട്ട് ചുറ്റുപാടുകളിലേക്ക് തിരിച്ചുവന്നത് പോലെ സോഫിയ ഓടിവന്നു. പിന്നീടങ്ങോട്ട് ഉപചാരങ്ങളുടെ മേളമായിരുന്നു.

അപ്പോഴേക്കും ലക്ഷ്മിയും ഒരുവിധം സമാധാനപ്പെട്ടു.

വീടിന്റെ മുക്കിലും മൂലയിലും എലനിയുടെ കുട്ടിക്കാലം മുതലുള്ള ചിത്രങ്ങൾ വെച്ചിരുന്നു. അവൾ ഉപയോഗിച്ചിരുന്ന സാധനങ്ങളൊന്നും അതുവെച്ച സ്ഥലത്തുനിന്നും മാറ്റിയിരുന്നില്ല. സന്ദർശകമുറിയുടെ മൂലയിലെ മേശമേൽ എലനി ലോകത്തോട് സംവദിക്കാൻ ഉപയോഗിച്ചിരുന്ന ഉപകരണങ്ങളെല്ലാം അതുപോലെതന്നെ വെച്ചിരിക്കുന്നു. ക്യാമറകൾ, കമ്പ്യൂട്ടർ, ക്യാമറ സ്റ്റാൻഡുകൾ, ടാബ്, മൊബൈൽ... എലനിയുടെ സ്വന്തം അപ്പ് എബോവ് ദി സ്കൈ ലോകം. എന്നാൽ അവളുടെ ഏറ്റവും പ്രിയപ്പെട്ട ബൗസൗക്കി മാത്രം അവിടെയെങ്ങും കണ്ടില്ല.

എല്ലാവരും പരസ്പരം പരിചയപ്പെടുന്നതിനിടയിൽ സൽക്കാരമേശയിൽ വിഭവങ്ങൾ നിറഞ്ഞു.

പരമ്പരാഗത രീതിയിലുള്ള ഗ്രീക്ക് വിഭവങ്ങൾക്കൊപ്പം മനോഹരമായ വിന്റേജ് കപ്പുകളിൽ ഗ്രീക്ക് മൗണ്ടൻ ടീ പകർന്നു. സോഫിയയും അവിടെയുള്ളവരുമെല്ലാം സംസാരിക്കുമ്പോൾ ഓരോ

കാര്യങ്ങൾ പറയുമ്പോഴും അതവസാനിക്കുന്നത് എലനിയിലായിരുന്നു.

അവൾ എവിടേക്കോ യാത്ര പോയിരിക്കുകയാണെന്ന മട്ടിലായിരുന്നു എല്ലാവരുടെയും സംസാരം.

ഒരുപക്ഷേ, അവളിനി തിരിച്ചുവരുകയേ ഇല്ലെന്ന സത്യം ഇപ്പോഴും അവരുടെ ഉപബോധമനസ്സ് സ്വീകരിച്ചിട്ടുണ്ടാവില്ല.

സൽക്കാരത്തിന് ശേഷം സോഫിയ എല്ലാവരേയും കൂട്ടി പള്ളിയിലേക്ക് നടന്നു. ചൈതന്യയെ ചേർത്തുപിടിച്ചിരുന്ന് അവർ പ്രാർത്ഥിച്ചു. തന്റെ മകളെ ദൈവം തിരിച്ചു വിളിച്ചെങ്കിലും അവളുടെ മനസ്സിലെ ചിന്തകളെ സ്വന്തമാക്കിയ മറ്റൊരു മകളെ തനിക്ക് തന്ന കരുണാമയനായ ദൈവത്തിന് നന്ദിപറയുകയായിരുന്നു അവർ.

പള്ളിയിൽ നിന്നും നേരെ പോയത് എലനിയുടെ കല്ലറയിലേക്കാണ്. നിശബ്ദമായ ആ ഇടത്തിലേക്ക് കാറ്റിന്റെ സുഖമർമ്മരം അവരെ സ്വാഗതം ചെയ്തു. പെലിയോൺ പർവ്വതനിരകളുടെ അതിഗംഭീരമായ കാഴ്ചയാണ് തൊട്ടുമുന്നിൽ. ആത്മാവുകളുറങ്ങുന്ന പ്രശാന്ത സുന്ദരമായൊരിടം. ആ സ്ഥലത്തിന്റെ പ്രത്യേകത കൊണ്ടാവാം, എലനിയുടെ കല്ലറക്ക് മുന്നിൽ നിൽക്കുമ്പോൾ സോഫിയയുടെ മുഖം ശാന്തമായിരുന്നു; ചിത്തുവിന്റെയും... എലനിയും, ചിത്തുവും, സോഫിയയും നിശബ്ദമായി പരസ്പരം കാണുന്ന പോലെയായിരുന്നു.. അവർ അവരുടേതായ ഭാഷയിൽ പരസ്പരം സംസാരിക്കുന്നതു പോലെയായിരുന്നു. സോഫിയയുടെയും, ചൈതന്യയുടേയും മുഖത്ത് വിരിഞ്ഞ ആത്മസംതൃപ്തിയുടെ മന്ദഹാസം പോലും ഒരുപോലെയാണെന്ന് അവരെത്തന്നെ നോക്കി നിന്നിരുന്ന മരിയ ശ്രദ്ധിച്ചു.

മൂന്നാത്മാക്കൾ കൈകൾ കോർത്ത് സ്നേഹസംഭാഷണം നടത്തുന്ന ചിത്രമാണ് ആ സമയത്ത് മരിയയുടെ മനസ്സിൽ ഒരു വെളുത്ത സ്ക്രീനിലെന്നപോലെ തെളിഞ്ഞത്.

ഫിലിമിന്റെ റിലീസുമായി ബന്ധപ്പെട്ട് മരിയക്ക് ഒരുപാട് കാര്യങ്ങൾ ചെയ്തുതീർക്കേണ്ടിയിരുന്നത് കൊണ്ട് അന്ന് മക്രിനീറ്റ്സയിൽ തങ്ങുക ബുദ്ധിമുട്ടായിരുന്നു.

എങ്കിലും കിട്ടിയ കുറച്ചു സമയത്തിനുള്ളിൽ ക്രിസ്റ്റഫർ ചൈതന്യയെ എലനിയുടെ പ്രിയപ്പെട്ട ഇടങ്ങളിൽ ചിലതൊക്കെ കാണിച്ചു കൊടുത്തു. എലനി ടൂറിസ്റ്റുകളെ സ്ഥിരമായി കൊണ്ടുപോകാറുണ്ടായിരുന്ന മക്രിനീറ്റ്സ മ്യൂസിയവും സന്ദർശിച്ചു.

മ്യൂസിയത്തിന്റെ മുകളിലെ നിലയിലെ വരാന്തയിൽ നിന്നും

പെലിയോൺ മലനിരകളിലേക്ക് നോക്കി സ്വയംമറന്നു നിൽക്കുമ്പോൾ എലനിയുടെ ബൗസൗക്കിയുടെ നാദം ചിത്തു തൊട്ടരികെ കേട്ടു.

രാത്രിഭക്ഷണവും കഴിഞ്ഞ് ഏറെ വൈകിയാണ് അവർ അവിടെ നിന്നും യാത്രപറഞ്ഞത്.

ചൈതന്യയ്ക്ക് ഇന്ത്യയിലേക്ക് കൊണ്ടുപോകാനുള്ള ഒരുപാട് സാധനങ്ങൾ സോഫിയ കാറിന്റെ ഡിക്കിയിൽ എടുത്തുവെച്ചു. പെലിയോൺ മലനിരകളിൽ നിന്നും പ്രത്യേകമായി ശേഖരിച്ച ഒലിവ് ഓയിൽ, പലതരം തേനുകൾ, ചായയിനങ്ങൾ, സുഗന്ധം പരത്തുന്ന ഔഷധയിലകൾ എന്നിവക്ക് പുറമെ എലനിക്ക് ഏറെ പ്രിയപ്പെട്ട മധുരപലഹാരങ്ങളും സോഫിയ ചിത്തുവിന് കൊടുക്കാനായി ഉണ്ടാക്കി വെച്ചിരുന്നു.

നാലുദിവസം കഴിഞ്ഞ് നടക്കുന്ന അപ്പ് എബോവ് ദി സ്കൈ സിനിമയുടെ റിലീസിന് തലേദിവസംതന്നെ സോഫിയയെ ഏതൻസിൽ എത്തിക്കണമെന്ന് മരിയ ക്രിസ്റ്റഫറിനോട് പറഞ്ഞു.

തിരിച്ച് ഏതെൻസിലെത്തിയ ചൈതന്യയ്ക്ക് അടുത്ത മൂന്നുനാല് ദിവസങ്ങൾ തിരക്കോട് തിരക്കായിരുന്നു. സിനിമയുടെ മാർക്കറ്റിങ്ങിന്റെ ഭാഗമായുള്ള ഫോട്ടോ ഷൂട്ടുകൾ, അഭിമുഖങ്ങൾ, പാർട്ടികൾ... എല്ലായിടത്തും അവൾ ഗംഭീരമായ പ്രകടനം കാഴ്ചവെച്ചു. ഇതെല്ലാം കണ്ട് പലപ്പോഴും ലക്ഷ്മി ഉള്ളിൽ ഒരാന്തലോടെ ഹരിയെ നോക്കി. 'ഹരീ... നമ്മുടെ മോൾ കൈവിട്ടുപോകുമോ?'

ലക്ഷ്മി മനസ്സിലെ സംശയങ്ങൾ മറച്ചുവെച്ചില്ല.

'ലച്ചൂ... ചിത്തുവിനെ നോക്കാൻ ചിത്തുവിനറിയാം. ഇതൊന്നും കണ്ട് കണ്ണുതള്ളി അവൾ സ്വയംമറക്കില്ല. അവൾക്ക് കയറാൻ ഇനിയും ഒരുപാട് പടികൾ മുന്നിലുണ്ട്. അവൾ അവൾക്കായി സെറ്റ് ചെയ്തിരിക്കുന്ന ടാർഗെറ്റുകൾ ചെറുതല്ല. വലുതാകുന്ന ചിത്തുവിന്റെ ലോകത്തിന് മുന്നിൽ നമ്മുടെ ചിന്തകൾ ചെറുതാകുകയല്ല വേണ്ടത്.. അവൾക്കൊപ്പം നടക്കാൻ നമുക്കാവണം. തുണയാകണം.. തണലാവണം.'

എലനിയെക്കുറിച്ചുള്ള സിനിമ റിലീസ് ആകുന്ന വിവരങ്ങൾ മക്രിനീറ്റ്സയിലുള്ളവരും, എലനിയുടെ അപ്പ് എബോവ് ദി സ്കൈ യൂട്യൂബ് ചാനൽ ഫോളോ ചെയ്യുന്നവരുമെല്ലാം മാധ്യമങ്ങളിലൂടെ അറിഞ്ഞിരുന്നു. എലനിയുടെ യൂട്യൂബ് ചാനൽ ഫോളോ ചെയ്യുന്നവർ അപ്പ് എബോവ് ദി സ്കൈ സിനിമയുടെ ഓൺലൈൻ ഇടങ്ങൾ ആകാംഷയോടെ പിന്തുടർന്നു. എലനിയുടെ മുഖചരായ

യുമായി വളരെ സാമ്യമുള്ള ഒരു പെൺകുട്ടിയായിരുന്നു ചിത്രത്തിലെ നായിക.

ചിത്രം ഗ്രീസിലെങ്ങും പ്രദർശിപ്പിക്കപ്പെട്ടു. ചിത്രത്തിന്റെ കഥയും, തിരക്കഥയുമെഴുതിയ മലയാളിപ്പെൺകുട്ടി ഗ്രീക്ക് സിനിമാലോകത്തെ ചർച്ചാവിഷയമായി. എലനിയുടെ അമ്മ വളരെ വികാരഭരിതയായി ചിത്രത്തിന്റെ തിരക്കഥാകൃത്ത് ചൈതന്യ ഹരികൃഷ്ണനെ കെട്ടിപ്പിടിച്ചിരുന്ന് നിറകണ്ണുകളോടെ ഫിലിം കാണുന്നതിന്റെ ചിത്രങ്ങൾ സാമൂഹ്യമാധ്യമങ്ങളടക്കം എല്ലായിടങ്ങളിലും പ്രചരിച്ചു. മറ്റു പല ഭാഷകളിലേക്കും അപ്പ് എബോവ് ദി സ്കൈ പരിഭാഷപ്പെടുത്താൻ തയ്യാറായി പ്രൊഡ്യൂസർമാർ മരിയയെ സമീപിച്ചു. സിഎംഡി ഫിലിംസ് ഈ സിനിമയിലൂടെ കൊയ്യാൻ പോകുന്ന ലാഭത്തിന്റെ കണക്കുകൾ സിനിമാചർച്ചകളിൽ ചൂടുള്ള വാർത്തയായി.

സിനിമയുടെ വൻവിജയത്തിന് ശേഷം ആളുകൾ സോഫിയയെ ഒരു താരപരിവേഷത്തോടെ കാണാൻ തുടങ്ങി. സോഫിയയുടെ അഭിമുഖത്തിനുവേണ്ടി മീഡിയ ഏറെ പരിശ്രമിച്ചു. പക്ഷേ, പറയാനുള്ളതെല്ലാം സോഫിയ ഒരൊറ്റവാചകത്തിലൊതുക്കി... സിനിമ കണ്ടിറങ്ങിറങ്ങിയതിനു ശേഷം ചൈതന്യയെ ചേർത്തുപിടിച്ച് ഈറനണിഞ്ഞ കണ്ണുകളോടെ സോഫിയ പറഞ്ഞ വാക്കുകൾ..... ഈ സിനിമ എനിക്കൊരു മകളെക്കൂടെ തന്നു. നല്ലവനായ ദൈവത്തിന് സ്തുതി. '

21

അപ്പ് എബോവ് ദി സ്കൈ ഫിലിം റിലീസിന് ശേഷം സോഫിയക്ക് ഉടൻ മക്രിനീറ്റ്സയിലേക്ക് പോകേണ്ടിയിരുന്നു. ചൈതന്യ ഇന്ത്യയിലേക്ക് തിരിച്ചുപോകുന്നത് വരെ സോഫിയ കൂടെയുണ്ടാവണമെന്ന് മരിയ ആഗ്രഹിച്ചു.

എന്നാൽ, സോഫിയയുടെ വീട്ടിലെ അപ്പൂപ്പൻമാരിലൊരാൾക്ക് അസുഖം കൂടുതലാവുകയും ഹോസ്പിറ്റലിൽ അഡ്മിറ്റ് ആവുകയും ചെയ്തതുകൊണ്ട് സോഫിയക്ക് തിരിച്ചു പോകാതെ പറ്റില്ലായിരുന്നു.

ഏറ്റെടുത്ത കടമകൾ നിർവഹിക്കുന്നതിൽ നിന്നും അവരെ പിന്തിരിപ്പിക്കാൻ ആർക്കുമാവില്ല...

അങ്ങനെയല്ലായിരുന്നെങ്കിൽ സോഫിയ ഇന്നത്തെ സോഫിയ ആകില്ലായിരുന്നല്ലോ..

മക്രിനീറ്റ്സയിലേക്ക് തിരിച്ചുപോകുന്ന സോഫിയക്ക് മരിയ ഡാവോസ് ഉടൻതന്നെ സിഎംഡി ഓഫിസിൽ യാത്രയയപ്പ് സംഘടിപ്പിച്ചു. ചൈതന്യയും, സോഫിയയുമെല്ലാം ഇന്ന് സിഎംഡി ഫിലിംസിന് അത്രയേറെ പ്രധാനപ്പെട്ടവരാണ്.

യാത്രയയപ്പുവേളയിൽ ഔദ്യോഗികമായിത്തന്നെ മരിയ സോഫിയക്ക് ഒരു ലെറ്റർ കൈമാറി. സോഫിയയുടെയും അവരുടെ വീട്ടിലെ എല്ലാ അംഗങ്ങളുടെയും ഇനിയങ്ങോട്ടുള്ള എല്ലാ മെഡിക്കൽ ചിലവുകളും സിഎംഡി ഫിലിംസ് ഏറ്റെടുക്കുന്നുവെന്ന അറിയിപ്പായിരുന്നു അത്.

'ഞങ്ങളുടെ ഈ ഒരു പിന്തുണ സോഫിയയുടെ വലിയ മനസ്സിന് മുന്നിൽ വളരെ ചെറിയതാണ്. ഇത് സോഫിയ സ്വന്തം ജീവിതകഥയിലൂടെ ഞങ്ങളുടെ ഒരു ഹിറ്റ് സിനിമയുടെ ഭാഗമായിപ്പോയതിനുള്ള അഭിനന്ദനമോ, ഉപഹാരമോ അല്ല.. അവശതയനുഭവിക്കുന്നവർക്കും, ആലംബഹീനർക്കും കരുണയുടെ കൈത്താങ്ങാവുന്ന സോഫിയയുടെ മനസ്സിന്റെ നന്മക്ക് മുന്നിൽ ഞങ്ങളുടെ ആദരം മാത്രം. തന്റെ കുഞ്ഞിനെ നഷ്ടപ്പെട്ടതിന്റെ നികത്താനാവാത്ത വേദനയിലൂടെ കടന്നുപോകുമ്പോഴും ജീവകാരുണ്യപ്രവർത്തനങ്ങളിൽ ജീവിതം സമർപ്പിച്ച സോഫിയയെക്കുറിച്ച് പറയുമ്പോൾ മരിയ ഏറെ വികാരാധീനയായിരുന്നു.

'ആകാശച്ചെരിവിലെവിടെയോ ഒരു രാജകുമാരിയായി മേഘസിംഹാസനത്തിലിരുന്ന് എലനി തന്റെ അമ്മ സോഫിയയെക്കുറിച്ചുള്ള സിനിമ, 'അപ്പ് എബോവ് ദി സ്കൈ' കണ്ടുകാണും.. അവളുടെ നക്ഷത്രക്കണ്ണുകൾ കൂടുതൽ തിളങ്ങിയിരിക്കും... പ്രിയപ്പെട്ട സോഫിയാ... ഈ ഭൂമിയിലെ അവളുടെ സ്വപ്നങ്ങൾ സാക്ഷാത്ക്കരിക്കാൻ എന്നും ഞങ്ങൾ സോഫിയയുടെ കൂടെയുണ്ടാവും ....'

തികഞ്ഞ ആദരവോടെ മരിയ നീട്ടിയ ആ കവർ പ്രാർത്ഥനയോടെ സോഫിയ ഏറ്റുവാങ്ങി.

'എലനീ... ഇതെല്ലാം നീ കാരണമാണ്. മരണത്തിന് ശേഷവും നീ ഞങ്ങളിൽ നിറഞ്ഞു നിൽക്കുന്നു... മറ്റൊരു മകളായി നീ ഞങ്ങളിൽ ഉയിർത്തെഴുന്നേറ്റിരിക്കുന്നു. കരുണാമയനായ ദൈവത്തിന് നന്ദി.'

പ്രാർത്ഥനാനിരതയായി സോഫിയ കണ്ണുകൾ പൂട്ടി.

ചൈതന്യയോട് യാത്രപറയുന്ന സമയത്ത് സോഫിയ തകർ

ന്നുപോകുമോ എന്ന് മരിയ ശങ്കിച്ചു.

എന്നാൽ സോഫിയയും, ചൈതന്യയും.. രണ്ടുപേരും അവിശ്വസനീയമാം വിധം സമചിത്തത പാലിച്ചു.

അപ് എബോവ് ദി സ്കൈ സിനിമ കണ്ടതിന് ശേഷം സോഫിയയുടെ മനസ്സിലേക്ക് ചൈതന്യ ഒന്നുകൂടി ആഴ്ന്നിറങ്ങിയിരുന്നു. എലനി അവരുടെ ഹൃദയാന്തരങ്ങളെ അത്രമേൽ പരസ്പരം ബന്ധിപ്പിച്ചിരുന്നു.

ദേശകാലങ്ങൾക്ക് മാറ്റിമറിക്കാനാവാത്തത്ര ശക്തമായ ആത്മബന്ധങ്ങൾ.. നിയോഗങ്ങൾ.

സോഫിയ പോകുന്നതിന് മുൻപ് ചൈതന്യയേയും കൂട്ടി ഏതൻസിലെ മെട്രോപൊളിറ്റൻ കത്തീഡ്രലിൽ പോയി പ്രാർത്ഥിച്ചു. ശാന്തമായ മനസ്സോടെ അവർ ചൈതന്യയെ കെട്ടിപ്പിടിച്ചു.

കന്യാമറിയത്തിന്റെ വെള്ളിയിൽ തീർത്ത ഒരു കൊച്ചുരൂപം സോഫിയ അവൾക്കായി കൊണ്ടുവന്നിരുന്നു.

പ്രാർത്ഥനയോടെ അതവർ അവളുടെ കൈകളിലേക്ക് വെച്ചു കൊടുത്തു.

സോഫിയ യാത്രപറഞ്ഞു പോയതിന് ശേഷം ചൈതന്യ അവളുടെ തിരക്കുകളിൽ മുഴുകി. നാല് ദിവസം കഴിഞ്ഞാണ് ചൈതന്യയ്ക്ക് ഇന്ത്യയിലേക്ക് തിരിച്ചു പോകേണ്ടിയിരുന്നത്. ആ സമയത്തിനുള്ളിൽ ഫിലിം പ്രൊമോഷന്റെ ഭാഗമായും, അല്ലാതെയുമെല്ലാമുള്ള ഒരുപാട് കാര്യങ്ങൾ ചൈതന്യ ചെയ്യേണ്ടതായിട്ടുണ്ടായിരുന്നു. ചിത്രത്തിന്റ കഥയും, തിരക്കഥയും ഏറെ ചർച്ചചെയ്യപ്പെട്ടു. ഗ്രീക്ക് സിനിമയിൽ തന്റേതായ വ്യക്തിമുദ്ര പതിപ്പിച്ച പതിനാലുകാരിയായ ഇന്ത്യൻ തിരക്കഥാകൃത്തിനെ അനുമോദിക്കുന്ന വലിയൊരു ചടങ്ങും മരിയ സംഘടിപ്പിച്ചിരുന്നു. ചടങ്ങിൽ ചൈതന്യയെന്ന കാലാകാരിയെ അത്രയേറെ പിന്തുണക്കുന്ന അവളുടെ സ്കൂൾ അദ്ധ്യാപകരേയും, മാനേജ്മെന്റിനേയും, സുഹൃത്തുക്കളേയും പ്രത്യേകം അനുമോദിക്കാനും മരിയ മറന്നില്ല.

ഗ്രീസിലെ ഏറ്റവും വലിയ ഫിലിം മേക്കേഴ്സ് ആയ സിഎംഡി ഫിലിംസിന് തൃശൂരിലെ വിദ്യാദീപ് സ്കൂൾ നൽകിയ എല്ലാ പിന്തുണകൾക്കുമുള്ള ആദരവായി ഒരു മെമെന്റോയും നൽകി. അത്യധികം അഭിമാനത്തോടെ സ്വാതിടീച്ചർ ആ മെമെന്റോ ഏറ്റുവാങ്ങി.

ഹരിയേയും, ലക്ഷ്മിയേയും പ്രത്യേകം പ്രത്യേകം മരിയ അഭിനന്ദനങ്ങളാൽ മൂടി.

കണ്ണടച്ചുതുറക്കുംമുന്നേ ദിവസങ്ങൾ തീർന്നു....

⏩ എലനി

ഗ്രീസിലെ സംഭവബഹുലമായ പത്തുദിവസങ്ങൾക്ക് ശേഷം ചൈതന്യയും, ഹരികൃഷ്ണനും, ലക്ഷ്മിയും, സ്വാതിടീച്ചറും തിരിച്ചുപോകാൻ എയർപോർട്ടിലെത്തി.

ചിത്തുവിന്റെ മനസ്സ് മൂകമായിരുന്നു.

ഒരായുസ്സ് മുഴുവൻ ഓർക്കാനുള്ളത്രയും കൈയ്യിലുണ്ടായിട്ടും വേർതിരിച്ചറിയാനാവാത്ത ഒരു നൊമ്പരം കൺപീലികളെ ഈറനണിയിച്ചു.

ആ തിരക്കുകൾക്കിടയിലും ഒരേകാന്തമൗനം അവളെ ചൂഴ്ന്നു നിന്നു. എലനിയുടെ ബൗസൗക്കിയുടെ നേർത്ത സ്വരം വീണ്ടുമവളെ തേടിവന്നു..

ഹരിയും, ലക്ഷ്മിയും, സ്വാതിടീച്ചറും ലഗേജുകൾ മാനേജ് ചെയ്യാൻ പാടുപെട്ടു. വരുമ്പോഴുള്ളതിനേക്കാൾ രണ്ടിരട്ടിയോളം സാധനങ്ങളുണ്ട് തിരിച്ചുകൊണ്ടുപോകാൻ..

ബോർഡിങ്ങിനു മുൻപുള്ള നടപടിക്രമങ്ങൾ പൂർത്തിയാക്കാൻ ഹരി ഓടിനടന്നു.

ലക്ഷ്മിയും, ടീച്ചറും ഏതൻസ് എയർപോർട്ടിന്റെ സൗന്ദര്യം ആസ്വദിക്കുന്ന തിരക്കിലുമായി. മരിയ ചൈതന്യയെ ചേർത്തുപിടിച്ച് നിശബ്ദയായി നിന്നു. അവൾ ചെറുതായി വിറയ്ക്കുന്നുണ്ടായിരുന്നു.

'ചൈതന്യയ്ക്ക് തണുക്കുന്നുണ്ടോ?' മരിയ ചൈതന്യയുടെ ഷാൾ ഒന്നുകൂടെ നേരെയിട്ടുകൊടുത്തുകൊണ്ട് ചോദിച്ചു.

ചൈതന്യ മരിയയുടെ കണ്ണുകളിലേക്ക് നോക്കി. പേടിച്ചിട്ടെന്നപോലെ അവൾ മരിയയോട് ഒന്നുകൂടി ചേർന്നുനിന്നു....

ബൗസൗക്കിയുടെ ശബ്ദം അവളുടെ മനസ്സിൽ നിന്നും പുറത്തേക്കൊഴുകുന്ന പോലെ...

അതോ ദൂരെനിന്നും അവൾക്കരുകിലേക്ക് വരുന്നതോ?

'എലനി ഇവിടെ എവിടെയോ ഉണ്ട്...'

ചൈതന്യയുടെ ശരീരം നല്ലപോലെ വിറച്ചു തുടങ്ങി.

'വാ... നമുക്കൊരു കോഫി കുടിച്ചിട്ടുവരാം...'

ചൈതന്യ വല്ലാതെ വികാരാധീനയാകുന്നത് കണ്ട് മരിയ പറഞ്ഞു. പക്ഷേ, അവൾ അനങ്ങിയില്ല...

ചെവികൾ പൊത്തിപ്പിടിച്ചു...

അവളുടെ കണ്ണുകൾ ചുറ്റും പരതി...

പെട്ടെന്ന് ചൈതന്യയുടെ കണ്ണുകൾ എവിടെയോ ഉടക്കിയതുപോലെ....

മരിയയിൽ നിന്നടർന്നു മാറി അവൾ മുന്നോട്ടോടി...

'ചൈതന്യാ....'

മരിയ ഉറക്കെവിളിച്ച് അവൾക്ക് പുറകെയും...

ആളുകളെ വകഞ്ഞുമാറ്റി ചൈതന്യ എന്തോ ലക്ഷ്യംവെച്ച് മുന്നോട്ടോടുകയാണ്.

പെട്ടെന്നവൾ നിന്നു.

കുറച്ചു ദൂരെമാറി സോഫിയയും ക്രിസ്റ്റഫറും നിൽക്കുന്നു...

ഫ്ളൈറ്റ് ഡീറ്റെയിൽസ് ഡിസ്പ്ലേ ചെയ്യുന്ന ബോർഡിലേക്ക് സൂക്ഷിച്ചുനോക്കുന്ന സോഫിയ. കൂടെനിൽക്കുന്ന ക്രിസ്റ്റഫറിന്റെ കൈയ്യിൽ എലനിയുടെ ബൗസൗക്കി.. വളരെ അലസമായി അവനത് മീട്ടുന്നുമുണ്ട്.

ചൈതന്യ ക്രിസ്റ്റഫറിനടുത്തേയ്ക്ക് ഓടിയടുത്തു.

ഒരുകൊച്ചു കുഞ്ഞിനെയെന്നപോലെ ആ ബൗസൗക്കി ക്രിസ്റ്റഫറിൽ നിന്നും വാങ്ങി അതിനെ അരുമയോടെ ചുംബിച്ചു.

അവൾ തിരിച്ച് മരിയയുടെ അടുത്തേക്കോടി...

'ഞാൻ പറഞ്ഞില്ലേ.. എലനി ഇവിടെ എവിടെയോ ഉണ്ടെന്ന്..'

സോഫിയ അവളെ കെട്ടിപ്പിടിച്ചുമ്മവെച്ചു.

ആ നിമിഷങ്ങൾക്ക് സാക്ഷിയായി നിശബ്ദമായി നിൽക്കുകയല്ലാതെ ആർക്കും മറ്റൊന്നിനുമായില്ല. സോഫിയ ബാഗിൽനിന്നും ഒരു പാക്കറ്റെടുത്ത് ചൈതന്യയുടെ നേരെ നീട്ടി.

അവളത് തുറന്നു.

മനോഹരമായ ഒരുടുപ്പ്.

'എലനി മരിച്ചതിന് പിറ്റേദിവസമായിരുന്നു അവളുടെ പിറന്നാൾ. ഓപ്പറേഷൻ കഴിഞ്ഞ് അവൾ തിരിച്ചുവരുമ്പോൾ പിറന്നാൾ സമ്മാനമായി കൊടുക്കാൻ ഞാൻ അവൾക്ക് വാങ്ങിവെച്ചതാണിത്. ഇന്ന് ഞാനിത് എന്റെ മകൾക്ക് തന്നെയാണ് കൊടുക്കുന്നത്.'

വിറയാർന്ന കൈകളോടെ ചൈതന്യ അതേറ്റുവാങ്ങി.

'ഈ ബൗസൗക്കിയും എന്റെ ഈ മകൾക്കുള്ളതാണ്. ഇത് വായിക്കാൻ നീ പഠിക്കണം. എന്നിട്ടെന്നെ വായിച്ചു കേൾപ്പിക്കണം. സമയം കിട്ടുമ്പോഴൊക്കെ എന്റെ മകൾ ഈ അമ്മയെ വിളിക്കണം... വലിയ കുട്ടിയായി, പഠിച്ച് മിടുക്കിയായി മക്രിനീറ്റ്സയിലേക്കും വരണം. അത് നിന്റെയും വീടാണ്.

ചൈതന്യയുടെ നെറുകയിൽ തൊട്ട് സോഫിയ മനമുരുകി പ്രാർത്ഥിച്ചു.. അവൾക്ക് എല്ലാ നന്മകളും നേർന്ന് അനുഗ്രഹിച്ചു.

ഒടുവിലവളെ ഒന്നുകൂടി മാറോടുചേർത്ത് കെട്ടിപ്പിടിച്ച്, നെറുക

യിൽ മുത്തമിട്ട് സോഫിയ ചിത്തുവിനെ യാത്രയാക്കി. ബൗസൗക്കി ഹൃദയത്തോട് ചേർത്ത് അവൾ നടന്നുനീങ്ങുന്നത് കണ്ണിൽനിന്നു മായുന്നത് വരെ സോഫിയ നോക്കിനിന്നു.

എലനിയുടെ തണുത്ത കൈകൾ തന്നെ പുണരുന്ന പോലെ സോഫിയയ്ക്കനുഭവപ്പെട്ടു.

അവളുടെ വെളുത്തുനീണ്ട വിരലുകൾ വാക്കുകൾ മെനയുന്നു...

'മമ്മാ... ജീവിതത്തിലെ എന്റെ ഏറ്റവും വലിയ ആഗ്രഹം... അത് സാധിച്ചു. ഇനി ഞാനൊന്നുറങ്ങട്ടെ.'

തണുത്ത സ്പർശം സോഫിയയുടെ ശരീരത്തിൽ നിന്ന്, കൈകളിലൂടെ, വിരലുകളിലൂടെ ഊർന്നുപോയി...

○○

www.ingramcontent.com/pod-product-compliance
Lightning Source LLC
LaVergne TN
LVHW090425051020
849518LV00006B/2445
9788119940127